നിലാവുദിച്ച രാവ്

രണ്ടു ചെറുനോവലുകൾ

കെ. സി. ഗീത

Made with ❤ on the Notion Press Platform

www.notionpress.com

ഉള്ളടക്കം

ആമുഖം

രണ്ടു ചെറുനോവലുകളാണ് 'നിലാവുദിച്ച രാവ് ' എന്ന ഈ കൃതിയിൽ.

'നിലാവുദിച്ച രാവ് ' എന്ന ആദ്യനോവലിൽ, സമപ്രായക്കാരുടേതിൽ നിന്ന് തികച്ചും വ്യത്യസ്തമായൊരു ജീവിതപന്ഥാവിലൂടെ സഞ്ചരിക്കേണ്ടി വന്ന ഒരു കൗമാരക്കാരന്റെ ഹൃദയസ്പർശിയായ ജീവിതകഥയാണ് പ്രതിപാദിക്കുന്നത്. അവന്റെ വഴിത്താരകളിലൂടെ വായനക്കാർക്കും സഞ്ചരിക്കാം.

ഒരു പേരിൽ എന്തിരിക്കുന്നു? റോസാപ്പൂവിനെ എന്തു പേരിട്ടു വിളിച്ചാലും അതിൽ നിന്നു പ്രസരിക്കുന്ന സുഗന്ധത്തിന് മാറ്റമൊന്നുമുണ്ടാവില്ല എന്നാണ് ഷേക്സ്പിയർ പറയുന്നത്. ശരിയാവാം. എങ്കിലും പേരിനെ പ്രതിയുണ്ടായ ചില പ്രശ്നങ്ങളുടെ ഹാസ്യരസപ്രധാനമായ ആവിഷ്കാരമാണ് 'ഒരു പേരിൽ എന്തിരിക്കുന്നു?...' എന്ന നോവലിൽ.

കെ.സി. ഗീത.

28/06/2024

നിലാവുദിച്ച രാവ്

ഭാഗം 1

ലൂക്കോ ടെറസ്സിൽ പമ്മിയിരുന്നു. ആരെങ്കിലും പടികയറിവരുന്ന ശബ്ദം കേൾക്കുന്നുണ്ടോ? അവൻ കാതു കൂർപ്പിച്ചു. താൻ ചെയ്ത കൃത്യം ആരെങ്കിലും കണ്ടോ? അവൻ ഭയന്നു.

ഏറെനേരം അവനങ്ങനെ പരിഭ്രമിച്ചിരുന്നു. പിന്നെ പതിയെ ആശ്വസിക്കാൻ തുടങ്ങി. താൻ ചെയ്തത് ആരെങ്കിലും കണ്ടിട്ടുണ്ടായിരുന്നെങ്കിൽ എപ്പോഴേ അവർ വന്നു തന്നെ തൂക്കിയെടുത്തു കൊണ്ടുപോകുമായിരുന്നു. അവൻ സാമാന്യ ബുദ്ധി ഉപയോഗിച്ചു. ഇല്ല ആരും കണ്ടിട്ടില്ല.

അവനെ ഒരു പണി ഏൽപ്പിച്ചിരിക്കയാണ്. എണ്ണ ആട്ടുന്നതിനു വേണ്ടിയുള്ള തേങ്ങ ഉണക്കാൻ ടെറസ്സിൽ ഒരു പായയിൽ നിരത്തിയിരിക്കയാണ്. അതു കാക്കയും പ്രാവും കൊണ്ടുപോകാതെ നോക്കണം. മൂന്നാം നിലയുടെ ടെറസ്സാണ്. പൊരി വെയിലിൽ തിളച്ചു കിടക്കുകയാണ്. ഒരു കോണിൽ പാരപ്പെറ്റിനോട് ചേർന്ന് ഒരു തെങ്ങ് നിൽപ്പുണ്ട്. അതിന്റെ തലപ്പ് ടെറസിൽ നിന്ന് ഒരു പത്തുപന്ത്രടി ഉയരത്തിൽ മാത്രം. നല്ല തഴച്ചു വളർന്നു നിൽക്കുന്ന തെങ്ങായതിനാൽ അതിന്റെ കീഴിൽ നല്ല തണലുണ്ട്. അവിടിരുന്നാണ്

ലൂക്കോ കാക്കകളേയും പ്രാവുകളേയും ആട്ടുന്നതും അതിനിടയിൽ ആ കൃത്യം നിർവഹിച്ചതും.

താൻ ചെയ്തത് ആരും കണ്ടിട്ടില്ലെന്ന് ലൂക്കോയ്ക്ക് ഏതാണ്ടുറപ്പായി. അവൻ ഉള്ളിൽ സന്തോഷിച്ചു. അത്രയെങ്കിലും വേണമല്ലോ. സ്വന്തം ശരീരം വേദനിക്കുമ്പോൾ എങ്ങനെയിരിക്കുമെന്ന് ഒന്നറിയണമല്ലോ. പക്ഷേ അടുത്ത നിമിഷം അവനു ദു:ഖവും തോന്നി. താനിതു ചെയ്തതുകൊണ്ട് ആ ക്രൂരത നിലയ്ക്കുമോ? അതിന് ആ സ്ത്രീ മരിക്കണമായിരിക്കും. അവൻ അതിനായി പ്രാർത്ഥിച്ചു. വെറുമൊരു പതിമൂന്നുവയസ്സുകാരന്റെ പ്രാർത്ഥന ഈശോ കേൾക്കുമോ? അവനു സംശയവും തോന്നി.

അവരുടെ ഇന്നലത്തെ ഒരഭിനയം! അതു കണ്ടപ്പോഴാണ് അവനു വല്ലാതെ കലി കയറിയത്. അവരുടെ ദേഹം നന്നായി വേദനിക്കും വിധം എന്തെങ്കിലുമൊരു പരിക്കേൽപ്പിക്കണമെന്ന് അവൻ നിശ്ചയിച്ചുറപ്പിച്ചു. അത് ഇന്നുതന്നെ നടപ്പാക്കാൻ പറ്റിയതിൽ അവൻ ഉള്ളാലെ സന്തോഷിച്ചു.

അങ്ങനെ പലവിധ ആലോചനകളിലൂടെ അവന്റെ മനസ്സ് പാഞ്ഞുകൊണ്ടിരുന്നപ്പോൾ സമയം പോയതും അവൻ അറിഞ്ഞില്ല. വലിയ ഗേറ്റ് തുറക്കുന്നതിന്റേയും ഒരു വാഹനം ഇരച്ചു വരുന്നതിന്റേയും ശബ്ദംകേട്ടു. ലൂക്കോ പതിയെ എഴുന്നേറ്റു നോക്കി. അവൻ ഞെട്ടിപ്പോയി. ആംബുലൻസ് ആണു വരുന്നത്. ങേ?! അവർ മരിച്ചോ? അയ്യോ! താൻ അവരെ കൊന്നോ? കൊല്ലണമെന്ന് ഒട്ടും വിചാരിച്ചിട്ടില്ല. ആ സാധു ജീവികളെ കൊന്ന് പണമുണ്ടാക്കുന്ന അവർക്ക്, വേദന

എന്തെന്ന് ഒന്നറിയിപ്പിക്കണമെന്നേ ആഗ്രഹിച്ചുള്ളൂ. അതിങ്ങനെയായോ ഈശോയേ!

ലൂക്കോയുടെ നെഞ്ച് പടപടാന്ന് ഇടിച്ചു. അവന്റെ കൈകാലുകൾ വിറച്ചു. ആംബുലൻസ് മുറ്റത്തു വന്നുനിന്നു. അതിന്റെ പിൻവാതിൽ തുറന്നു. രണ്ടുപേർ അകത്തേയ്ക്കു കയറി. അവരുടെ മകനും കാര്യക്കാരനും വെളിയിൽ നിന്നു. ആംബുലൻസിൽ നിന്നും സ്ട്രെച്ചർ ഇറക്കുകയാണ്. ഈശോയേ! അവൻ ഉള്ളുരുകി വിളിച്ചു.

സ്ട്രെച്ചറിൽ നീണ്ടു നിവർന്ന് കിടക്കുകയാണ് ആ സ്ത്രീ. പക്ഷേ മുഖം മൂടിയിട്ടില്ല. തലയിൽ ഒരു വലിയകെട്ട് ഉണ്ട്. സ്ട്രെച്ചർ മുറിയ്ക്കകത്തേക്ക് കൊണ്ടുപോകുന്നതിനിടയിൽ അവരുടെ മകൻ ചോദിക്കുന്നു, മമ്മീ നടക്കാൻ പറ്റുമോ? അവർ കൈ അനക്കി എന്തോ പറഞ്ഞു.

ഹോ ഈശോയേ! ലൂക്കോ ടെറസ്സിന്റെ തറയിൽ ആശ്വാസത്തോടെ ഇരുന്നു. അവനു ജീവൻ തിരിച്ചു കിട്ടിയതു പോലെ. അവർ മരിച്ചില്ലല്ലോ.

കൃത്യം നടത്തിയതും അവൻ പാരപ്പെറ്റിന്റെ മറവിൽ ഒളിച്ചു. താഴെനിന്നും വലിയൊരു നിലവിളി കേട്ടപ്പോൾ അവനു മനസ്സിലായി തന്റെ ലക്ഷ്യം പിഴച്ചില്ല എന്ന്. പിന്നെ വലിയ ബഹളം കേട്ടു. ആളുകൾ ഓടുന്നതിന്റെ, ഉച്ചത്തിൽ സംസാരിക്കുന്നതിന്റെ... അങ്ങനെ എന്തൊക്കെയോ ബഹളങ്ങൾ... ടെറസ്സിൽ എണീറ്റുനിന്നു താഴേയ്ക്കു നോക്കാൻ ലൂക്കോയ്ക്ക്

ധൈര്യമുണ്ടായില്ല. അതുകൊണ്ട് പിന്നവിടെ എന്തുനടന്നു എന്നും ലൂക്കോ അറിഞ്ഞിരുന്നില്ല. കാറ് സ്റ്റാർട്ടാക്കി പോകുന്ന ശബ്ദം കേട്ടിരുന്നു. അവരെ ആശുപത്രിയിൽ കൊണ്ടു പോയതാവും. ലൂക്കോ ഊഹിച്ചു.

അവൻ കണ്ണടച്ച് പാരപ്പെറ്റിനോട് ചേർന്ന് ഇരുന്നു. താനതു ചെയ്യുമ്പോൾ ആരും ചുറ്റിനുമുണ്ടായിരുന്നില്ലെന്ന് അവന് ഏകദേശം ഉറപ്പായിരുന്നു. സാഹചര്യം അത്രയും അനുകൂലമായതുകൊണ്ടാണല്ലോ താനതു ചെയ്തത്. എങ്കിലും ഇനി ആരെങ്കിലും ദൂരെ നിന്നെങ്ങാനും കണ്ടുകാണുമോ? എങ്കിൽ എന്തായിരിക്കും സ്ഥിതി? അവന് ഒന്നും ആലോചിക്കാനാകുമായിരുന്നില്ല.

ടെറസ്സിൽ തേങ്ങയോളം പോന്ന വലിയൊരു മച്ചിങ്ങ വീണുകിടപ്പുണ്ടായിരുന്നു. നല്ല പച്ചനിറത്തിലുള്ള മച്ചിങ്ങ. അതു മച്ചിങ്ങയാണോ ഇനി തേങ്ങ തന്നെയാണോ എന്നു ലൂക്കോ സംശയിച്ചു. അതെടുത്തു തിരിച്ചും മറിച്ചും നോക്കിയിരിക്കുകയായിരുന്നു അവൻ. കാക്കയെ ആട്ടാനായി ഉണങ്ങിയ ചെറിയ കുറേ മച്ചിങ്ങകൾ അവൻ കൂട്ടി വച്ചിട്ടുണ്ടായിരുന്നു. പക്ഷേ ഈ വലിയ മച്ചിങ്ങ അതിനുപയോഗിക്കാൻ പറ്റില്ല. അതെങ്ങാനും കാക്കയുടെ ദേഹത്തു ചെന്നു കൊണ്ടാൽ അതു ചത്തു പോവില്ലേ? കാക്കയാണെങ്കിലും, തേങ്ങാപ്പൂളു കവരുന്ന ഉപദ്രവകാരിയാണെങ്കിലും അതൊരു ജീവിയല്ലേ? ജീവനുള്ളതല്ലേ? സഹാനുഭൂതിയുള്ളവനായിരുന്നു ലൂക്കോ. പ്രത്യേകിച്ചു മൃഗങ്ങളോട്. ചെറിയ മച്ചിങ്ങപോലും അവൻ കാക്കയുടെ നേർക്കുനേരേ എറിയില്ല.

ഭയപ്പെടുത്താനായി മറ്റൊരു ദിശയിലേയ്ക്കാവും എറിയുക. എന്തായാലും കാക്ക ഭയന്ന് പറന്നു പോവും. അതു മതിയല്ലോ.

അവനാ മച്ചിങ്ങ പരിശോധിച്ചിരിക്കുമ്പോഴാണ് താഴെനിന്ന് ആ സ്ത്രീ സംസാരിക്കുന്നത് കേട്ടത്. അവൻ എണീറ്റു താഴോട്ടു നോക്കി. അവർ നേരേ താഴെനിന്ന് ഫോണിൽ സംസാരിക്കുകയാണ്. നല്ല ഉച്ചത്തിലാണ് സംസാരം. ആരോടോ ദേഷ്യപ്പെടുകയാണെന്നു തോന്നുന്നു. കാശിന്റെ കാര്യത്തിലാണെന്നും മനസ്സിലായി. 'ഇനി അവധി പറഞ്ഞാൽ പറ്റില്ല, കാശ് എത്രയും പെട്ടെന്ന് കിട്ടണം, എനിക്കും ആവശ്യമുണ്ട് കാശ്, ഫാം നടത്താൻ നല്ല ചിലവുണ്ട്...' അവർ പറയുന്നതൊക്കെ അവൻ വ്യക്തമായി കേട്ടു.

ലൂക്കോ കയ്യിലിരുന്ന ആ വലിയ പച്ചമച്ചിങ്ങയെ നോക്കി. ചുറ്റുപാട് ശ്രദ്ധിച്ചു. വീട്ടുമുറ്റത്തോ പറമ്പിലോ ആരുമില്ല. ഇതു തന്നെ തക്കം. അവനാ മച്ചിങ്ങ ലക്ഷ്യം നോക്കി താഴേയ്ക്കിട്ടു. മച്ചിങ്ങ കൈവിട്ടതും അവൻ പാരപ്പെറ്റിന്റെ മറവിൽ ഒളിച്ചു.

ലൂക്കോയ്ക്ക് വല്ലാത്ത സംതൃപ്തി തോന്നി. താൻ നിശ്ചയിച്ചതു പോലൊക്കെ നടന്നിരിക്കുന്നു. അവരെ ഒന്നു പരിക്കേൽപ്പിക്കണം. വേദന എന്തെന്ന് അവരും അറിയണം. പക്ഷേ ഈ വേദനയൊന്നും ജീവൻ നഷ്ടപ്പെടുന്നതിന്റെ വേദനയുടെ അടുത്തൊന്നും വരില്ലെന്ന് അവനറിയാമായിരുന്നു. അതറിയണമെങ്കിൽ ആ സാധുജീവികളെ

ചെയ്യുന്നതുപോലെ തന്നെ അവരേയും ചെയ്യേണ്ടതല്ലേ? പക്ഷേ അതു സാധിക്കില്ലല്ലോ.

ഈ വിധത്തിലായിരിക്കണം പരിക്കേല്പിക്കേണ്ടത് എന്നവൻ നേരത്തേ കണക്കു കൂട്ടിയിരുന്നതല്ല. പരിക്കേൽപ്പിക്കണം എന്നതു മാത്രമായിരുന്നു അവന്റെ ലക്ഷ്യം. പക്ഷേ അത് എങ്ങനെ, ഏതു വിധത്തിൽ നടത്തണം എന്ന് അവന് യാതൊരു രൂപവുമില്ലായിരുന്നു. യദൃച്ഛയാ കിട്ടിയ ആ മച്ചിങ്ങയും ഫോണിലൂടെയുള്ള അവരുടെ ആക്രോശവും ചുറ്റിനും ആരുമില്ലായിരുന്നു എന്ന സൌകര്യവുമൊക്കെ ഒത്തുവന്നപ്പോൾ അവൻ തന്റെ ആശയം നടപ്പിലാക്കുകയായിരുന്നു. ഒറ്റ നിമിഷത്തിലെടുത്ത മിന്നൽ തീരുമാനം. അത് ഫലവത്തായി എന്നുകണ്ടതിൽ അവനു ചാരിതാർത്ഥ്യം തോന്നി.

സമയം എത്രയായി എന്നൊന്നും അറിയില്ല. ലൂക്കോയുടെ വയറ് കത്തിക്കാളാൻ തുടങ്ങിയിരുന്നു. എന്തെങ്കിലും കഴിക്കാൻ താഴോട്ടു പോകാൻ പറ്റില്ല. ആളില്ലെന്നു കണ്ടാൽ കാക്കകൾ അപ്പോൾ പറന്നിറങ്ങും. പിന്നെ താഴെ സംഭവങ്ങളുടെ സ്ഥിതി എന്തെന്നും അറിയില്ലല്ലോ. അവന്റെ മനസ്സിൽ ഭയപ്പാടുമുണ്ടായിരുന്നു. ഇനി വെയില്ല മങ്ങുമ്പോൾ എല്ലാം വാരിയെടുത്തു വട്ടിയിലാക്കിയ ശേഷം മാത്രമേ എന്തെങ്കിലും കഴിക്കാൻ പറ്റൂ. സാരമില്ല. അനിയത്തി സ്കൂളിൽ നിന്നെത്തുമ്പോഴേയ്ക്കു കൊടുക്കാൻ ഇന്നു ഇരട്ടി ഭക്ഷണമുണ്ടാവും. ഉച്ചത്തേതും വൈകുന്നേരത്തേതുമായി.

അവശയായ അമ്മയും അനിയത്തിയുമടങ്ങുന്ന കൊച്ചു കുടുംബത്തെ പോറ്റുക എന്ന ഉത്തരവാദിത്വം ലൂക്കോ എന്ന പതിമൂന്നുകാരന്റെ തോളിലാണ്. അവനതു സ്വയം ഏറ്റെടുത്തതു തന്നെയാണ്. എട്ടാംക്ലാസ്സു കഴിഞ്ഞപ്പോൾ അവൻ പഠിപ്പ് നിറുത്തി. അവനും അനിയത്തിക്കും പുസ്തകങ്ങളും നോട്ടുബുക്കുകളും വസ്ത്രങ്ങളും വാങ്ങാൻ കാശു വേണം. പുസ്തകങ്ങൾ പഴയതു ശേഖരിക്കാൻ നോക്കും പരമാവധി. പഴയ നോട്ടു ബുക്കുകൾ ശേഖരിച്ച് അവയിലെ എഴുതാത്ത പേജുകൾ കീറിയെടുത്ത് കുത്തിത്തയ്ച്ച് പുതിയ നോട്ടുബുക്കുകൾ ഉണ്ടാക്കിയെടുക്കും. പക്ഷേ അവയൊന്നും ഒരുവർഷത്തെ ആവശ്യത്തിനു തികയില്ല. അടുത്ത ജന്മിവീട്ടിൽ അടുക്കളപ്പണിക്കു പോകുന്ന അമ്മയ്ക്കു കിട്ടുന്ന ശമ്പളം ആഹാരത്തിനുപോലും തികയുന്നില്ല. പോരെങ്കിൽ അമ്മയ്ക്ക് ആസ്ത്മ രോഗം കടുത്തു. അതിനു മരുന്നു വാങ്ങണം. ആ വീട്ടുകാർ അമ്മയെക്കൊണ്ട് കഠിനമായി പണിയെടുപ്പിച്ചിരുന്നു. മിക്സി ഉണ്ടെങ്കിലും അമ്മയെക്കൊണ്ട് അരകല്ലിൽ അരപ്പിക്കും. അരകല്ലിൽ അരച്ചുണ്ടാക്കുന്ന കറികൾക്ക് ഭയങ്കര സ്വാദാണത്രേ. ഗ്യാസ് ഉണ്ടെങ്കിലും ചോറും മീൻകറിയും വയ്ക്കുന്നത് വിറകടുപ്പിൽ തന്നെ വേണമത്രേ. വാഷിങ്ങ് മെഷീൻ ഉണ്ടെങ്കിലും വസ്ത്രങ്ങൾ കുഞ്ഞന്നാമ്മ തന്നെ അലക്കണമത്രേ. കുഞ്ഞന്നാമ്മ അലക്കിയാലേ വസ്ത്രങ്ങൾക്കൊരു മെനയുണ്ടാവുള്ളുപോലും! പാവം അമ്മ, ആറേഴു പേരുള്ള ആ കുടുംബത്തിലെ ജോലി മുഴുവൻ ചെയ്ത് തളർന്ന് അവശയായാണ് വൈകുന്നേരം

വീട്ടിലെത്തുക. അരകല്ലിൽ അരച്ചാലും വിറകടുപ്പിൽ വച്ചാലും സ്വാദുകൂടും എന്നതോ, അമ്മ അലക്കിയാലേ വസ്ത്രങ്ങൾക്ക് മെനയുണ്ടാവൂ എന്നതോ ഒന്നുമല്ലായിരുന്നു കാര്യം. നല്ലവണ്ണം പണിയെടുപ്പിച്ചിട്ടു വേണം തീറ്റയും ശമ്പളവും കൊടുക്കാൻ, അല്ലാതെ ഗ്യാസും മിക്സിയുമൊക്കെ ഉപയോഗിച്ചാൽ പിന്നെ അവൾക്കെന്തു പണിയിവിടെ? എന്ന് അവിടത്തെ അമ്മച്ചി ചോദിക്കുന്നത് ലൂക്കോയുടെ അമ്മ കേട്ടിട്ടുണ്ടത്രേ.

ലൂക്കോയ്ക്ക് ഒരു പത്തു വയസ്സായപ്പോൾതന്നെ വീട്ടിലെ സ്ഥിതിയെ കുറിച്ച് അവനു ബോധ്യമായിത്തുടങ്ങി. രണ്ടുവർഷം കൂടി കഴിഞ്ഞപ്പോൾ അമ്മയ്ക്കു ജോലിക്കു പോകാൻ കഴിയാത്തവിധം രോഗം മൂർച്ഛിച്ചു. അമ്മയ്ക്കു പരിപൂർണ്ണ വിശ്രമമാണു ഡോക്ടർ നിർദേശിച്ചത്. എട്ടാംക്ലാസ്സ് പരീക്ഷ കഴിഞ്ഞതിന്റെ അന്നുതന്നെ ലൂക്കോ ഒരു പണി അന്വേഷിച്ചിറങ്ങി. പലേടത്തും അലഞ്ഞു. ബാലവേല പാടില്ലാത്തതു കൊണ്ട് അവനു ആരും പണി നൽകിയില്ല. അങ്ങനെ ഒരുദിവസം വിശന്നു വലഞ്ഞാണ് ഈ വീട്ടിൽ വന്നുകയറിയത്. ഇത്തിരി കഞ്ഞിവെള്ളം ചോദിച്ചു കൊണ്ടായിരുന്നു അത്. ചെറുചൂടുള്ള ഉപ്പിട്ട കഞ്ഞിവെള്ളം അടുക്കളക്കാരി നൽകി. അവനതു ആർത്തിയോടെ കുടിച്ചു. ഇനിയും വേണോ എന്നു ചോദിച്ചപ്പോൾ വേണമെന്നു തലയാട്ടി. അതും കുടിച്ചു കഴിഞ്ഞപ്പോളാണ് വീട്ടമ്മയായ ആ സ്ത്രീ അങ്ങോട്ടു വന്നത്. അടുക്കളക്കാരി സഹാനുഭൂതിയോടെ പറഞ്ഞു, 'വെശന്നു വന്നേയ്ക്കയാണ്', കഞ്ഞിവെള്ളം എത്ര

കൊടുത്തിട്ടും പോര.' അടുക്കളക്കാരി ചിരിച്ചു. അവർ അവനോട്, ഏതാ എവിടുത്തെയാ എന്നൊക്കെ കാര്യങ്ങൾ അന്വേഷിച്ചു. അവൻ എല്ലാം പറഞ്ഞപ്പോൾ അവർ ചോദിച്ചു, 'നിനക്കിവിടെ ഒരു പണി തന്നാൽ നീ നിന്നു ചെയ്യുമോ?' 'ചെയ്യാം' അവൻ വളരെ റെഡിയായി പറഞ്ഞു. 'എന്നാൽ നീ നാളെത്തൊട്ടു വാ. അതിരാവിലെ ഇങ്ങുവന്നേക്കണം. വൈകുന്നേരം വീട്ടിൽ പൊയ്ക്കോ. രണ്ടു നേരത്തെ ആഹാരവും ശമ്പളവും തരാം.' സന്തോഷത്തോടെ ലൂക്കോ തലയാട്ടി. എന്നിട്ടു പറഞ്ഞു, 'ഇന്നേ നിന്നോളാം.'

'ഓഹോ! എന്നാൽ ഇന്നേ നിന്നോ. പക്ഷേ ഒരുകാര്യം. ഇന്ന് തീയതി ഒൻപത്. അടുത്തമാസം ഒൻപതാംതീയതിക്കേ ശമ്പളം തരൂ.' അവനതു സമ്മതമാണെന്ന മട്ടിൽ തലയാട്ടി. ശമ്പളം എത്രയുണ്ടാവും എന്നൊരു ഊഹംപോലും അവനില്ലായിരുന്നു. അതു ചോദിക്കണമെന്നൊരു ചിന്തയും അവന്റെ മനസ്സിൽ ഉദിച്ചില്ല.

'എടീ ശോശേ, അവനിത്തിരി ചോറു കൊടുത്തിട്ട് ആ അടയ്ക്കയൊക്കെ വാരി ചാക്കിൽ നിറയ്ക്കാൻ പറ. അതു കഴിഞ്ഞ് ആ പന്നിത്തീറ്റ, ഇന്നലെ കൊണ്ടുവന്ന തവിടും പൊടിയരിയും വെയിലത്തു പായിൽ നിരത്താൻ പറ.'

'ഓ കൊച്ചമ്മാ' ശോശ പറഞ്ഞു. അവർ ഒരു പ്ലാസ്റ്റിക് പ്ലേറ്റ് നിറയെ ചോറും കറിയും വിളമ്പി തന്നു. അന്നുണ്ടതിന്റെ സ്വാദ് ഇന്നും ലൂക്കോ മറന്നിട്ടില്ല. അതുകഴിഞ്ഞ് കൊച്ചമ്മ പറഞ്ഞ ജോലിയെല്ലാം

അവൻ ചെയ്തു. വൈകുന്നേരമായപ്പോൾ ശോശ വീണ്ടും അവനു പ്ലാസ്റ്റിക് പ്ലേറ്റിൽ ഭക്ഷണം വിളമ്പാൻ തുടങ്ങി. അപ്പോൾ അവൻ തടഞ്ഞുകൊണ്ടു പറഞ്ഞു, 'ഇതില് വേണ്ട ചേടത്തീ, ഞാനൊരു ഇലയെടുത്തു വരാം. അതിൽ പൊതിഞ്ഞ് ഞാൻ വീട്ടിൽ കൊണ്ടുപോവാം. അപ്പോ അനിയത്തിക്കും കൂടി കൊടുക്കാം.' കൂടെപ്പിറപ്പിനോടുള്ള ആ പതിമൂന്നുകാരന്റെ സ്നേഹംകണ്ട ശോശയ്ക്കു മനസ്സലിഞ്ഞു. അവർ രണ്ടാൾക്കുള്ള ഭക്ഷണം പൊതിഞ്ഞു കെട്ടി കൊടുത്തയച്ചു. കൊച്ചമ്മ കണ്ടാൽ ചിലപ്പോൾ വഴക്കു പറഞ്ഞേയ്ക്കുമായിരിക്കും. ബാക്കിവരുന്ന ചോറൊക്കെ പിറ്റേന്നു പന്നികൾക്കു കൊടുക്കാനാണ്. സാരമില്ല, ഒരു കൊച്ചു പെൺകുട്ടി കഴിക്കുന്നത്രയേ കുറവു വരുള്ളൂ. പോരെങ്കിൽ പുതിയ ചോറു വയ്ക്കുകയും ചെയ്യുമല്ലോ നാളെ. ശോശ ആശ്വസിച്ചു.

പിറ്റേന്നവൻ ആ വീട്ടിൽ എത്തിയപ്പോൾ എട്ടുമണി കഴിഞ്ഞിരുന്നു. കൊച്ചമ്മ ദേഷ്യപ്പെട്ടു, അതിരാവിലെ തന്നെ എത്തണമെന്നല്ലേ പറഞ്ഞിരുന്നതെന്നു ചോദിച്ച്. അമ്മയ്ക്കു സുഖമില്ലെന്നും അതുകൊണ്ട് അമ്മയ്ക്കും അനിയത്തിക്കും ആഹാരമുണ്ടാക്കി വയ്ക്കണം, അതാണു താമസിച്ചത് എന്നും അവൻ പറഞ്ഞു. എന്നും ഈ സമയത്തേ എത്താൻ പറ്റുള്ളൂ എന്ന സത്യവും അവൻ തുറന്നു പറഞ്ഞു. സ്കൂൾ തുറക്കുമ്പോൾ അനിയത്തിയെ സ്കൂളിൽ കൊണ്ടാക്കുന്ന ജോലിയും ഉണ്ടെന്നും അവൻ പറഞ്ഞു. അപ്പോൾ നിന്നെക്കൊണ്ട് വലിയ പ്രയോജനമൊന്നുമില്ലല്ലോ എന്നായി കൊച്ചമ്മ. ശോശ ഇടപെട്ടു, 'സാരമില്ല കൊച്ചമ്മാ, ഈ സമയത്തു വന്നാലും കൊറേ ജോലിയൊണ്ട്

അവനെക്കൊണ്ടു ചെയ്യിക്കാൻ...' കൊച്ചമ്മ നീട്ടി മൂളി. പിന്നെ അവനു തലേന്നു കൊടുത്തതു പോലത്തെ പണികൾ ഏൽപ്പിച്ചു. അവനതെല്ലാം കൃത്യമായി ചെയ്തു. പതിയെ കൊച്ചമ്മയുടെ വിശ്വാസം നേടിയെടുത്തു ലൂക്കോ.

ലൂക്കോയുടെ അമ്മയ്ക്ക് അതൊരു വലിയ ആശ്വാസമായിരുന്നു. കുടുംബഭാരം മുഴുവൻ അവന്റെ പിഞ്ചുതോളുകളിൽ വന്നുഭവിച്ചതോർത്ത് വിഷമമുണ്ടെങ്കിലും വൈകുന്നേരങ്ങളിൽ വിശന്നുവരുന്ന ഇളയ കുഞ്ഞിന് ഇത്തിരിയെന്തെങ്കിലും കൊടുക്കാനുള്ള വക അവൻ കൊണ്ടു വരുന്നുണ്ട്. എങ്കിലും കുഞ്ഞന്നാമ്മ മകനെ ഉപദേശിച്ചു കൊണ്ടിരുന്നു, എടുക്കാൻ വയ്യാത്ത പണിക്കൊന്നും പോകരുതെന്ന്. ഇല്ലെന്ന് സമ്മതിച്ച് ലൂക്കോയും അമ്മയെ സമാധാനിപ്പിച്ചു.

അങ്ങനെ ലൂക്കോ ലിസ് വില്ലയിലെ അനേകം പണിക്കാരുടെ കൂട്ടത്തിൽ ഒരാളായി. ലിസ് വില്ലയിലെ കൊച്ചമ്മ അനേകം പന്നികളെ വളർത്തുന്നുണ്ടായിരുന്നു. എന്തിനാണ് ഇത്രയധികം പന്നികളെ വളർത്തുന്നതെന്ന് അവനു മനസ്സിലായില്ല. സാധാരണ പട്ടിയേയോ പൂച്ചയേയോ വളർത്തുകയാണെങ്കിൽ ഒന്നോ, രണ്ടോ, മൂന്നോ ചിലപ്പോൾ നാലോ എണ്ണത്തിനെയൊക്കെ വളർത്തുമായിരിക്കും. പശുവോ ആടോ ആണെങ്കിലും അങ്ങനെയൊക്കെ തന്നെയല്ലേ. കോഴിയാണെങ്കിൽ കുറേയധികമെണ്ണം ഉണ്ടാവാം. അതൊക്കെ ഓമനമൃഗങ്ങളും, അല്ലെങ്കിൽ പാലും മുട്ടയുമൊക്കെ തരുന്നവയും. പക്ഷേ പന്നികളോ? അതും

ഇത്രയധികമെണ്ണം! അതും ഇനി പാലും മുട്ടയും തരുമോ? അവനു സംശയമായി.

ലൂക്കോ ശോശച്ചേടത്തിയോട് സംശയം ചോദിച്ചു, 'എന്തിനാ ചേടത്തീ ഇത്രേം പന്നികളെ വളർത്തണേ?'

'അത്... അതിനെ... അതിനെ വിക്കും... വിറ്റാ ഒരുവാട് കാശു കിട്ടും... അങ്ങനാ കൊച്ചമ്മ ഇത്രേം വല്യ പണക്കാരിയായത്... ' ശോശ ചിരിച്ചു.

പന്നികളെ വിറ്റാൽ ഒരുപാടു കാശുകിട്ടും എന്നത് ലൂക്കോയ്ക്ക് പുതിയ അറിവായിരുന്നു. അവനും നിശ്ചയിച്ചു, വലുതാവുമ്പോൾ ഞാനും പന്നികളെ വിറ്റ് ധാരാളം കാശുണ്ടാക്കും. എന്നിട്ട് ഇതുപോലൊരു മാളിക പണിയും. അതിൽ അമ്മയും അനിയത്തിയും അവനുംകൂടി സുഖമായി കഴിയും.

പിന്നെപ്പിന്നെ പന്നികളെ നോക്കുന്ന പണിയും അവനു ചെയ്യേണ്ടി വന്നു. പന്നികളെ കുളിപ്പിക്കുക, അവയ്ക്ക് തീറ്റനൽകുക, അവയുടെ ഷെഡ്ഡ് കഴുകുക എന്നിങ്ങനെയുള്ള ജോലികൾ. ആദ്യമാദ്യം അവയുടെ അടുത്തു പോകാൻ വലിയ പേടിയായിരുന്നു. പതിയെ മനസ്സിലായി അവറ്റകൾ വെറും സാധുജീവികളാണെന്ന്. പന്നിക്കുട്ടികളെ കാണാനായിരുന്നു അവനേറെ കൌതുകം. എത്ര കുഞ്ഞുങ്ങളാണ് ഒരു അമ്മപ്പന്നിയുടെ വയറ്റിൽ നിന്നു പാലു കുടിക്കുന്നത്! അമ്മയും മക്കളും കിടക്കുന്ന കൂടിനടുത്തുനിന്ന് ലൂക്കോ അതേറെ നേരം നോക്കിനിൽക്കും.

ഇടയ്ക്കിടെ രണ്ടും മൂന്നും പന്നികളെ പിക്കപ്പ് വാനിൽ കയറ്റി കൊണ്ടുപോകുന്നത് അവൻ കണ്ടിട്ടുണ്ട്. അതു വിൽക്കാൻ കൊണ്ടുപോകുന്നതാണെന്നു അവനു മനസ്സിലായി.

ലൂക്കോ അങ്ങനെ ലിസ് വില്ലയിലെ പണികളുംചെയ്തു, അവിടെനിന്നു കിട്ടുന്ന ഭക്ഷണവും കഴിച്ച്, വൈകുന്നേരങ്ങളിൽ ശോശച്ചേടത്തിയുടെ ദയാകടാക്ഷങ്ങളാൽ കിട്ടുന്ന വലിയ ഭക്ഷണപ്പൊതിയും വീട്ടിലെത്തിച്ച് - ആ പൊതിയിൽ അവനും അനിയത്തിക്കും അമ്മക്കും കൂടി കഴിക്കാവുന്നത്രയും ഭക്ഷണം കാണും മിക്കപ്പോഴും -, മാസം തോറും അമ്മയുടെ കയ്യിൽ വച്ചുകൊടുക്കാൻ ചെറിയൊരു തുകയും സമ്പാദിച്ച് ഏറെക്കുറെ അല്ലലില്ലാത്തൊരു ജീവിതം നയിച്ചു വരവേയായിരുന്നു ആ സംഭവം. ഒരാഴ്ച മുൻപ് - കൃത്യം പറഞ്ഞാൽ ക്രിസ്തുമസ്സിന്റെ തലേന്ന്.

അന്ന് ലൂക്കോ ഒരല്പം താമസിച്ചു പോയിരുന്നു ലിസ് വില്ലയിലെത്താൻ. അതിനവന് കൊച്ചമ്മയുടെ നാവിൽ നിന്ന് പൊതിരേ കിട്ടി. എന്നിട്ട് അവർ ആജ്ഞാപിച്ചു, നേരെ പന്നിക്കൂട്ടിൽ ചെന്ന് പ്രത്യേകമായി ഒരു അറയിൽ ഇട്ടേയ്ക്കുന്ന ഏഴു പന്നികളെ വേഗം കുളിപ്പിച്ചു നിറുത്താൻ. അവനാ ജോലി വേഗം ചെയ്തുതീർത്തു. പന്നികളെ കുളിപ്പിക്കുകയും അവയെ താലോലിക്കുകയും ചെയ്തു. അതുകഴിഞ്ഞ് അടയ്ക്കയും, തവിടും, നുറുക്കരിയും മറ്റും വെയിലത്തിട്ട പായകളിൽ നിരത്തുക തുടങ്ങിയ

പതിവു ജോലികളിൽ മുഴുകിയിരിക്കുമ്പോഴാണു കൊച്ചമ്മ അടുക്കളമുറ്റത്ത് വന്ന് അവനെ ഒരു പുതിയജോലി ഏല്പിച്ചത്. ശോശ ഒരു വലിയ തൂക്കുപാത്രം നിറയെ കഞ്ഞിവെള്ളം ഒഴിച്ചു വയ്ക്കുന്നത് അവൻ കണ്ടിരുന്നു. അതുകൊണ്ടുപോയി ആ വലിയ പറമ്പിന്റെ അങ്ങേയറ്റത്തു ഒരു ഷെഡ്ഡ് ഉണ്ട് അവിടെ കൊണ്ടുപോയി കൊടുക്കുക എന്ന ജോലിയാണ് കൊച്ചമ്മ അവനെ ഏല്പിച്ചത്. അവൻ നോക്കിയിട്ട് അങ്ങനെ ഒരു ഷെഡ്ഡ് ഒന്നും അവന്റെ കണ്ണിൽ പെട്ടില്ല. തിങ്ങിഞെരുങ്ങി വളർന്നു നിൽക്കുന്ന ചെടികളും വൃക്ഷങ്ങളും കൊണ്ട് നിബിഡമായിരുന്നു കൊച്ചമ്മ ചൂണ്ടിക്കാട്ടിയ ആ ദിശയിൽ. ഷെഡ്ഡ് എവിടെ എന്നവൻ ചോദിച്ചപ്പോൾ പറഞ്ഞു, നീ ആ പിക്കപ്പ് വാൻ പോകുന്ന വഴിയേ നടന്നാൽ മതി, ഷെഡ്ഡിലെത്തിക്കോളും എന്ന്.

'അവനെ അങ്ങോട്ടയക്കണോ? അവൻ കുട്ടിയല്ലേ?', ശോശ കൊച്ചമ്മയോട് ചോദിച്ചു.

'ഓ പിന്നെ! കുട്ടി...', കൊച്ചമ്മ പുച്ഛത്തോടെ പറഞ്ഞു 'രണ്ടു മൂന്നു വർഷം കഴിഞ്ഞ് അവനും ഇതൊക്കെ ചെയ്യേണ്ടതു തന്നെ... നീയാ പാത്രം അങ്ങോട്ടെടുത്ത് നടക്കെടാ ചെക്കാ.' ശോശയോടുള്ള ദേഷ്യം കൊച്ചമ്മ അവനോട് തീർത്തു.

ലൂക്കോ ആ വലിയപാത്രം പിടിയിൽ തൂക്കി എടുത്തു നോക്കി. വിചാരിച്ചതു പോലെയല്ല. നല്ല ഭാരമുണ്ട്.

'അങ്ങനെ തൂക്കിപ്പിടിച്ചു നിനക്കു കൊണ്ടുപോവാൻ പറ്റില്ല. നില്ല്, തലയിൽ ചുമന്നു കൊണ്ടു പോ', ശോശ പറഞ്ഞു. അവർ ഒരു തുണി കൊണ്ടുവന്നു

ചുരുട്ടിയെടുത്തു ചുമ്മാടാക്കി. അതവന്റെ തലയിൽവച്ച് അതിനു മേലേ കഞ്ഞിവെള്ളപ്പാത്രം വച്ചുകൊടുത്തു. അവന്റെ കഴുത്ത് ഒരല്പമൊന്ന് ആടി. പാത്രം കൈകൊണ്ടു പിടിച്ചപ്പോൾ ചൂടുണ്ട്. എങ്കിലുമതു സഹിച്ചവൻ പാത്രം പിടിച്ചു കൊണ്ടു നടപ്പായി. ശോശ അവന്റെ പോക്ക് നോക്കിനിന്നു.

കുറച്ചുനടന്നപ്പോൾ ചൂടൊരല്പം കുറഞ്ഞു. അവന്റെ കഴുത്തിനും ആ ഭാരം താങ്ങാമെന്നായി. അവൻ പിക്കപ്പ് വാൻ പോകുന്ന വഴിത്താരയിലൂടെ നടന്നു. കുറേദൂരം പിന്നിട്ടപ്പോൾ ദൂരെ ഷെഡ്ഡ് കണ്ടു. അതിനോടടുക്കാറായപ്പോൾ അവന്റെ ചുണ്ടിൽ ഒരു മൂളിപ്പാട്ടൊക്കെ കളിയാടിയിരുന്നു.

പാത്രവും തലയിൽ ചുമന്നുവരുന്ന അവനെകണ്ട് ഒരാളിറങ്ങിവന്ന് അവന്റെ തലയിൽ നിന്നതു വാങ്ങി തൂക്കിപ്പിടിച്ചു കൊണ്ടു പോയി. അവനും അയാളുടെ പിന്നാലെ നടന്നു. അയാളുടെ വസ്ത്രങ്ങളിലൊക്കെ അനേകം ചുവന്ന പാടുകൾ അവൻകണ്ടു.

അവനും ആ ഷെഡ്ഡിനകത്തേയ്ക്കു കയറി. വല്ലാത്തൊരു ഗന്ധം അവിടെ നിറഞ്ഞുനിൽക്കുന്നതായി അവനു തോന്നി. കഞ്ഞിവെള്ളപ്പാത്രവുമായി പോയയാൾ അകത്തോട്ടു കടന്ന് വിളിച്ചുപറഞ്ഞു, 'എടേയ് വെള്ളം കൊണ്ടുവന്നു. വാ കുടിക്കാൻ...'

ലൂക്കോ അകത്തേക്ക് എത്തിനോക്കി.

അവിടെ കണ്ട കാഴ്ച!! അവനു കണ്ണുകളെ വിശ്വസിക്കാൻ കഴിഞ്ഞില്ല. പക്ഷേ താൻ കാണുന്നത്

യാഥാർത്ഥ്യം തന്നെയാണെന്ന് മനസ്സിലായപ്പോൾ അവൻ ഞെട്ടിത്തെറിച്ചു... ... ഒരാൾ നിന്ന് താൻ അന്നു രാവിലെ കുളിപ്പിച്ചൊരുക്കിയ ഒരു പന്നിയെ...

ഉറക്കെ അലറിവിളിച്ചു കരഞ്ഞുകൊണ്ട് അവൻ പുറത്തേയ്ക്കോടി. ആരോ അവനെ പുറകിൽനിന്ന് വിളിക്കുന്നുണ്ടായിരുന്നു. ഒന്നും ശ്രദ്ധിക്കാതെ അവൻ ഓടി.

വന്ന വഴിയിലൂടെയൊന്നുമല്ല അവൻ ഓടിയത്. നിബിഡമായി വളർന്നു നിൽക്കുന്ന മരച്ചാർത്തുകൾക്കിടയിലൂടെ എങ്ങോട്ടെന്നില്ലാതെ ദിശയറിയാതെ അവനോടി. അവസാനം ഏതോ മരത്തിന്റെ വേരിലോ മറ്റോ തടഞ്ഞ് അവൻ കമിഴ്ന്നടിച്ചു വീണു. കണ്ട കാഴ്ചയും ആ വീഴ്ചയും അവനെ ഒരബോധാവസ്ഥയിൽ എത്തിച്ചിരുന്നു. പിടഞ്ഞെഴുന്നേൽക്കാൻ നോക്കാതെ മണ്ണിനെ പുണർന്നുകൊണ്ട് അവനാ കിടപ്പ് കിടന്നു മണിക്കൂറുകളോളം. ഇടയ്ക്കിടെ ബോധതലത്തിൽ ആ കണ്ട കാഴ്ചയുടെ ഭീതിദദൃശ്യം തെളിഞ്ഞപ്പോൾ അവൻ കൈകാലുകളിട്ടടിച്ചു. തലതല്ലി. അലറിക്കരഞ്ഞു.

ആ കാഴ്ച അവനെ വല്ലാതെ ഉലച്ചു കളഞ്ഞു. താനിത്തിരി മുൻപുമാത്രം കുളിപ്പിച്ച് ഓമനിച്ച ആ പന്നിയെ അവർ...

ആ കിടപ്പ് അവൻ എത്രനേരം തുടർന്നെന്ന് അറിയില്ല. ബോധം തെളിഞ്ഞപ്പോൾ അവൻ പൊട്ടിപ്പൊട്ടിക്കരഞ്ഞു. അവന് അമ്മയെ

കാണണമെന്നു തോന്നി. നിറയെ മരങ്ങൾ ഇടതൂർന്നു വളർന്നു നിന്നിരുന്ന ആ വലിയ പറമ്പിൽ എവിടെയാണ് അവനിരിക്കുന്നതെന്ന് ഒരുപിടിയുമില്ലായിരുന്നു. എങ്കിലും കുറച്ചകലെയായി വാഹനങ്ങൾ പോകുന്ന ശബ്ദം കേൾക്കാമായിരുന്നു. അപ്പോൾ അത് റോഡാണ്. ആ ദിശയിൽ അവൻ നടന്നു. ഒരല്പം നടന്നപ്പോൾ പരിചിത സ്ഥലങ്ങൾ കണ്ടു. ലിസ് വില്ലയുടെ മുറ്റത്തിനരികിലായി അവൻ എത്തിയിരുന്നു. മുറ്റവും പറമ്പും വേർതിരിക്കുന്ന അരമതിൽ ചാടിക്കടന്ന് ആരുടേയും കണ്ണിൽ പെടാതെ ഗേറ്റു ശബ്ദമുണ്ടാക്കാതെ മെല്ലെ തുറന്ന് അവൻ റോഡിലേയ്ക്കോടി.

റോഡിലൂടെയും അവൻ ഓടുകതന്നെയായിരുന്നു. അവന്റെ വീട്ടിലെത്തുവോളം ഒരിക്കൽ പോലും ഒന്നു നിൽക്കാതെ, ഒരിക്കൽ പോലും ഒന്നു തിരിഞ്ഞു നോക്കാതെ അവനോടി.

അമ്മയെ കണ്ടപ്പോഴാണ് അവന് ആശ്വാസമായത്. അവൻ അമ്മയെ കെട്ടിപ്പിടിച്ചു വീണ്ടും പൊട്ടിക്കരഞ്ഞു.

കുഞ്ഞന്നാമ്മ വല്ലാതെ ഭയന്നുപോയി. അവന് എന്തോ കടുത്ത ശിക്ഷയേൽക്കേണ്ടി വന്നുകാണും എന്ന് അവർ ഉറപ്പിച്ചു. സാരമില്ല മോനേ, നീ എന്തു കുറ്റം ചെയ്തിട്ടാണ് അവരു നിന്നെ തല്ലിയത് എന്നൊക്കെ ചോദിച്ചു അവനെ ആശ്വസിപ്പിക്കാൻ ശ്രമിച്ചുകൊണ്ടിരുന്നു. ഇങ്ങനെ ക്രൂരമായി ശിക്ഷിക്കുന്ന ആ വീട്ടിൽ ഇനി പോകണ്ട എന്ന് അമ്മ പറഞ്ഞു. അവന് ഒന്നും പറയാൻ കഴിഞ്ഞില്ല.

തേങ്ങലൊന്നടങ്ങിയിട്ട് വേണ്ടേ എന്തെങ്കിലും പറയാൻ.

അവന്റെ അനിയത്തി വന്ന് അവനെ കെട്ടിപ്പിടിച്ചു. അപ്പോഴാണ് അവൾക്കും അമ്മയ്ക്കും വേണ്ടി ഇന്ന് ഒന്നും കൊണ്ടുവരാൻ പറ്റില്ലല്ലോ എന്നവൻ ഓർക്കുന്നത്. അതവനെ പിന്നേയും കരയിച്ചു. അനിയത്തിയെ മുറുകേ പുണർന്ന് കരഞ്ഞപ്പോൾ അവളും കൂടെകരഞ്ഞുപോയി. അമ്മയുടെ കണ്ണുകളും നിറഞ്ഞൊഴുകി. തേങ്ങലിനിടയിലും അവൻ അവരെ ആശ്വസിപ്പിക്കാൻ നോക്കി.

അന്നു രാത്രി അവന് പനിച്ചു. രാത്രിയിൽ പിച്ചും പേയും പറയുകയും പലതവണ അലറിക്കരയുകയും ചെയ്തു. ഇത്രയും ദുഷ്ടരായ കൂട്ടർക്കു വേണ്ടിയാണല്ലോ തന്റെ മോൻ പണിയെടുത്തിരുന്നതെന്ന് ആ അമ്മയുടെ മനസ്സ് നൊന്തു. ഇനി എന്തായാലും അവനെ അങ്ങോട്ടു ജോലിക്കു വിടുന്ന പ്രശ്നമില്ലെന്ന് തീരുമാനിക്കുകയും ചെയ്തു.

പിറ്റേന്ന് ക്രിസ്തുമസ്സ്. ലൂക്കോയുടെ വീട്ടിൽ ആഘോഷമൊന്നുമുണ്ടായില്ല. കുഞ്ഞന്നാമ്മ മാത്രം രാവിലെ പള്ളിയിൽ പോയിവന്നു. തിരിച്ചുവന്നപ്പോൾ രണ്ടു പൊതിയും കയ്യിലുണ്ടായിരുന്നു. ഇഡ്ഡലിയും സാമ്പാറും ചട്ണിയും അടങ്ങിയ പൊതി.

ലൂക്കോ ഉണർന്നപ്പോൾ തന്നെ എട്ടരമണി കഴിഞ്ഞിരുന്നു. അപ്പോഴും അവനു ചെറുതായി പനിക്കുന്നുണ്ടായിരുന്നു. സമയം വൈകിപ്പോയല്ലോ

എന്ന വെപ്രാളത്തിൽ അവൻ ചാടിയെണീറ്റു. പള്ളിയിൽ നിന്ന് തിരിച്ചെത്തിയിരുന്ന കുഞ്ഞന്നാമ്മ കട്ടായം പറഞ്ഞു, അവനിനി ആ വീട്ടിലേയ്ക്ക് പോകേണ്ടതില്ലെന്ന്. അതവന് വലിയ ആശ്വാസമായി. അന്നത്തെ പകൽ മുഴുവൻ അവൻ അനിയത്തിയുമൊത്ത് ചിലവഴിച്ചു. അമ്മ തൊട്ടടുത്ത വീട്ടിൽ പണിയെന്തെങ്കിലും കിട്ടുമോന്ന് അന്വേഷിച്ചു പോയി. പണി കിട്ടിക്കാണും. കുഞ്ഞന്നാമ്മ ഉച്ചയ്ക്കു വന്നത് ഒരു ഭക്ഷണപ്പൊതിയുമായാണ്. ആ പൊതിയഴിച്ചപ്പോൾ കൊതിപ്പിക്കുന്ന മണം അവന്റെ മൂക്കിലേയ്ക്ക് അടിച്ചു കയറി. നെയ്ച്ചോറും കോഴിക്കറിയുമാണ്. അമ്മയും മക്കളും കൂടി അതു കഴിക്കാനിരുന്നു. ലൂക്കോ ഒരുപിടി ചോറു വാരിത്തിന്നിട്ട് കോഴിക്കറിയിൽ നിന്ന് ഒരു ചെറുകഷണം അടർത്തിയെടുത്തു. പക്ഷേ...

അവനതു വായിലേക്ക് വച്ചില്ല. അതും കയ്യിൽ പിടിച്ചങ്ങനെ ഏറെനേരം ഇരുന്നു. പിന്നെയതു തിരികെയിട്ടു. അമ്മ ചോദിച്ചു, ‘എന്തു മോനേ, തിന്നാൻ തോന്നുന്നില്ലേ?’ അവൻ ഒന്നും മിണ്ടാതെ എണീറ്റു. കൈ കഴുകി.

കുഞ്ഞന്നാമ്മ പറഞ്ഞു, ‘മക്കളു പോയി കെടന്നോ. ഉള്ളിൽ പനികാണും. അതാ ആഹാരം വേണ്ടായ്ക. അമ്മയിത്തിരി പൊടിയരിക്കഞ്ഞി തെളപ്പിച്ചു തരാം. പനിക്കുമ്പോ ഇതൊക്കെ തിന്നാലും ദഹിക്കുല്ല.’ കുഞ്ഞന്നാമ്മയ്ക്കും പിന്നെ ആ ഭക്ഷണം കഴിക്കാൻ തോന്നിയില്ല. മകന്റെ അവസ്ഥയിൽ അവർ വ്യാകുലപ്പെട്ടു. അനിയത്തിക്കുട്ടി കുറേയൊക്കെ ചിക്കിചികഞ്ഞു തിന്നിട്ട് ബാക്കി വച്ചു. കുഞ്ഞന്നാമ്മ

അതെടുത്തു പൊതിഞ്ഞ് വച്ചു. ഇന്നിനി വൈകിട്ട് എന്നത്തേയും പോലെ ലൂക്കോ കൊണ്ടുവരുന്നത് കാത്തിരിക്കാനാവില്ലല്ലോ.

ലൂക്കോ അമ്മ പറഞ്ഞതുപോലെ പായവിരിച്ചു കിടന്നു. തലേദിവസത്തെ ഓർമ്മകൾ അവനെ വേട്ടയാടിക്കൊണ്ടിരുന്നു. അവന്റെ കണ്ണുകൾ നിറഞ്ഞൊഴുകി. അത് അമ്മയും അനിയത്തിയും കാണാതിരിക്കാൻ അവൻ തലയിണയിൽ മുഖംപൂഴ്ത്തി കമിഴ്ന്നു കിടന്നു. ഇച്ചായാ എന്നു അനിയത്തി ഒരിക്കൽ വിളിക്കുന്നതു കേട്ടു. കുഞ്ഞന്നാമ്മ അവളെ തടഞ്ഞു, വേണ്ട അവൻ ഉറങ്ങിക്കോട്ടേ, ശല്യപ്പെടുത്തേണ്ടെന്നു പറഞ്ഞ്. എപ്പോഴോ അവൻ ഉറക്കത്തിലേയ്ക്ക് വഴുതിവീണു.

നന്നേ വൈകിയാണവൻ ഉണർന്നത്. ചുറ്റിലും നോക്കി. നേരം അന്തിയാവാറായിരിക്കുന്നു. ശോശച്ചേടത്തി തന്നയയ്ക്കുന്ന ഭക്ഷണപ്പൊതിയുമായി വീട്ടിലെത്തുന്ന നേരം. അവൻ അനിയത്തിയെ നോക്കി. പതിവു പോലെ കിട്ടുന്ന ഭക്ഷണം ഇന്നവൾക്കില്ല. അവനു വല്ലാത്ത ദു:ഖംതോന്നി.

ലൂക്കോ ഉണർന്നതു കണ്ട് അവനുവേണ്ടി ഉണ്ടാക്കിയ പൊടിയരിക്കഞ്ഞി കുടിക്കാൻ കുഞ്ഞന്നാമ്മ നിർബന്ധിച്ചു. അവനതു കഴിച്ചു, സ്വാദോടെ തന്നെ. അനിയത്തിയെ അവൻ അടുത്തു വിളിച്ചിരുത്തി ഓരോ കവിൾ അവളുടെ വായിലേക്കും പകർന്നു കൊടുത്തു. കുഞ്ഞന്നാമ്മ പറഞ്ഞു, അവൾക്ക് നെയ്ച്ചോറിന്റെ

ബാക്കി ഇരിപ്പുണ്ടെന്ന്. ആ ആറു വയസ്സുകാരി പെൺകിടാവ് പറഞ്ഞു, 'ങ്ഹ്ഹും... എനിച്ചതു വേണ്ട'

'അതെന്താ?' കുഞ്ഞന്നാമ്മ അന്വേഷിച്ചു.

'ഇച്ചായനു വേണ്ടല്ലോ. അതോണ്ട് എച്ചും വേണ്ടാ'

ലൂക്കോ ചിരിച്ചുപോയി. അവന്റെ ചിരികണ്ട് കുഞ്ഞന്നാമ്മയുടെ മനസ്സിൽ ഒരു കുളിർകാറ്റു വീശി.

അന്നത്തെ രാത്രിയിൽ അവൻ ചില തീരുമാനങ്ങളൊക്കെ എടുത്തു. രാവിലെ ഉണർന്നപ്പോൾ അമ്മയോട് പറഞ്ഞു. 'അമ്മാ ഞാനവിടെ പോവ്വാണ്. ഒൻപതാം തീയതി ആവുമ്പോ കൂലി കിട്ടുമല്ലോ. അതുവരെ പോവാം. അതു കഴിഞ്ഞ് നിറുത്താം.'

ആലോചിച്ചപ്പോൾ അമ്മയ്ക്കും അതു നല്ലതെന്നു തോന്നി. പത്തുപതിനഞ്ചു ദിവസം കൂടി അന്തിയാവുമ്പോ കൊച്ചുങ്ങക്കെന്തു കൊടുക്കും എന്നു വേവലാതിപ്പെടാതെ കഴിക്കാം. പിന്നെ അര മാസം അവനവിടെ പണിയെടുത്തതല്ലേ? ആ അര മാസത്തെ ശമ്പളം ചോദിച്ചാൽ അവരു കൊടുക്കുല്ല. അപ്പോ എങ്ങനേയും ബാക്കി അര മാസം കൂടി തികച്ചിട്ട് കിട്ടാനുള്ള കൂലി അവൻ വാങ്ങിവരട്ടേ. കുഞ്ഞന്നാമ്മ ചിന്തിച്ചു. എങ്കിലും അവർ മോനോട് ചോദിച്ചു, 'അതു വേണോ മക്കളേ?'

'വേണം അമ്മാ'

'എന്നാ നീ അവരെ കയ്യീന്നൊന്നും വാങ്ങാൻ നിക്കാതെ നല്ല തഞ്ചത്തിലും തക്കത്തിലും നിന്നോണം' കുഞ്ഞന്നാമ്മ ദു:ഖിച്ചു, വീണ്ടും അവർ തന്റെ മോനെ തല്ലുമോ എന്ന്.

'ഓ അമ്മാ'

വഴിനീളെ അവൻ ചിന്തിക്കുകയായിരുന്നു. തീരുമാനങ്ങൾ എടുക്കുകയായിരുന്നു. മിനഞ്ഞാന്നത്തെ സംഭവത്തിനും ഇന്നലെ ചെല്ലാത്തതിനും പൊതിരേ ശിക്ഷകിട്ടിയെന്നിരിക്കും. ഒന്നിനും പ്രതികരിക്കില്ല. ഇനിയും ആ ഭീകരസ്ഥലത്തേയ്ക്ക് പോകാൻ പറഞ്ഞാൽ പറ്റില്ലെന്ന് ധൈര്യപൂർവ്വം പറയും. തല്ലാൻ കയ്യുയർത്തിയാൽ ആ കൈകൾ പിടിക്കും. ഏറ്റവും പ്രാധാനപ്പെട്ട തീരുമാനം ആ കൊച്ചമ്മ എന്നു പറയുന്ന ദുഷ്ടസ്ത്രീയെ ഒരു പാഠം പഠിപ്പിക്കണം എന്നതായിരുന്നു. ശോശച്ചേടത്തിയോടും അവന് അരിശം തോന്നിയിരുന്നു. പന്നികളെ വിറ്റാണു കാശുണ്ടാക്കുന്നതു പോലും! ഇങ്ങനെയാണ് വിൽക്കുന്നതെന്ന് ആ ദുഷ്ടത്തിയും പറഞ്ഞില്ല.

ലൂക്കോ പ്രതീക്ഷിച്ചതു പോലെ തന്നെ ലിസ്സമ്മ തോമസ് എന്ന കൊച്ചമ്മ അവനെ കണ്ടതും ചാടിക്കടിക്കാൻ വന്നു. അവന്റെ മനസ്സിൽ രോഷം തിളച്ചുപൊങ്ങി. പക്ഷേ എല്ലാം കടിച്ചുപിടിച്ചുനിന്നു കേട്ടു. ഒരക്ഷരം തിരിച്ചു പറഞ്ഞില്ല. അവരുടെ മുഖത്തു തന്നെ കണ്ണു പറിക്കാതെ നോക്കിനിന്നു. അവന്റെ ഉള്ളിൽ പതയുന്ന രോഷം അവന്റെ കണ്ണുകളിൽ കൊച്ചമ്മ ദർശിച്ചിരിക്കാം. അവർ ചോദിച്ചു, 'എന്തെടാ നോക്കി പേടിപ്പിക്കുന്നോ?'

അവൻ മിഴികൾ താഴ്ത്തി. ഇനിയിവിടെ പണിയില്ല, പൊയ്ക്കോ എന്നവർ പലവട്ടം പറഞ്ഞു. ഒടുവിൽ ശോശ ഇടപെട്ടു. 'ഒരു തവണത്തേക്കു പോട്ടു കൊച്ചമ്മാ. അവനെക്കൊണ്ട് നമ്മേക്ക് ഉപകാരമുണ്ട്...'

'ഇനി മേലാൽ ഈവക പണികൾ കാണിച്ചാലൊണ്ടല്ലോ... പിന്നെ ഈ പടി ചവിട്ടിയേക്കല്ല്...' കൊച്ചമ്മ ചവിട്ടിക്കുതിച്ച് അകത്തോട്ടു പോയി.

അവർ മറഞ്ഞതും ശോശ പിറുപിറുത്തു, 'അപ്പഴേ ഞാമ്പറഞ്ഞതാ, കൊച്ചുചെക്കനെ അങ്ങോട്ടയക്കണ്ടെന്ന്.. ആരു കേക്കാൻ.. എടാ ലൂക്കോ, നീയിങ്ങു കേറിവാ...'

അവൻ അനങ്ങിയില്ല. 'എന്തെടാ ചെവി കേട്ടൂടേ? പാലപ്പോം കറീം ദാ എടുത്തു വച്ചേക്കണ്. വന്ന് തിന്ന്.'

ലൂക്കോ അണുവിട അനങ്ങാതെ നിന്നു. ശോശ പിന്നെ പാലപ്പവും കറിയും വിളമ്പിയ പാത്രങ്ങൾ എടുത്ത് അടുക്കള വരാന്തയിൽ കൊണ്ടു വച്ചു പറഞ്ഞു, 'വാ വന്നിരുന്ന് തിന്ന് ലൂക്കോ.'

അവൻ വരാന്തയിൽ വന്നിരുന്നു. ആ വിളമ്പി വച്ചത് നോക്കി. 'എനിക്കിതു വേണ്ട...' അവൻ അലറി. എന്നിട്ടാ കറിപ്പാത്രം എടുത്ത് ദൂരേക്ക് ഒരൊറ്റയേറ് ! പാത്രം വലിയ ഒച്ചയോടെ ടൈൽസ് പാകിയ മുറ്റത്തു പതിച്ച് രണ്ടുമൂന്നു വട്ടം കറങ്ങി ഒരല്പം അകലെ നിന്ന തൈത്തെങ്ങിൻ ചോട്ടിൽ ചെന്നു പതിച്ചു. കറിയും ഇറച്ചിക്കഷ്ണങ്ങളും മുറ്റത്തു ചിതറി.

ശോശ അന്തിച്ചു പോയി. അവർ താടിക്കു കൈകൊടുത്തു ലൂക്കോയെ നോക്കിനിന്നു. അവന്റെ ഒച്ചയും പാത്രം വീണ ഒച്ചയും കേട്ട് കൊച്ചമ്മയെങ്ങാനും ഓടി വന്നേയ്ക്കുമോ എന്ന ഭീതിയിൽ അവർ പലതവണ അകത്തേയ്ക്ക് പാളി നോക്കി.

ലൂക്കോ ഒരുക്കുസലുമില്ലാതെ ആ അപ്പം ചെറുകഷണങ്ങളാക്കി വായിലാക്കാൻ തുടങ്ങിയിരുന്നു. ഏറെനേരം അവനെ നോക്കിനിന്ന ശോശയ്ക്ക് അവനോടെന്തെങ്കിലും ചോദിക്കാൻ ഭയംതോന്നി. അവർ അടുക്കളയിലേയ്ക്ക് പോയി ഒരു വലിയസ്പൂൺ നിറയെ പഞ്ചസാര എടുത്തുവന്നു. അത് പാത്രത്തിലേയ്ക്ക് വയ്ക്കട്ടേ എന്നു അവനോട് അനുവാദം ചോദിക്കുന്ന മട്ടിൽ ആ സ്പൂൺ പാത്രത്തിനു മുകളിലായി പിടിച്ച് അവർ നിന്നു. ലൂക്കോ ഒന്നും പറഞ്ഞില്ല, വേണമെന്നോ വേണ്ടെന്നോ. മൌനം സമ്മതമെന്ന മട്ടിൽ ശോശ ആ പഞ്ചസാര പാത്രത്തിന്റെ ഒരറ്റത്തു വച്ചു കൊടുത്തു. ലൂക്കോ അപ്പക്കഷണങ്ങൾ പഞ്ചസാരയിൽ മുക്കി കഴിക്കാൻ തുടങ്ങി. ശോശ ആശ്വസിച്ചു.

പ്രാതൽ കഴിച്ച ശേഷം ലൂക്കോ പതിവു പോലെ ശോശ ഏല്പിച്ച ജോലികൾ ചെയ്തു. ഇടവേള കിട്ടിയപ്പോഴെല്ലാം അവൻ ചിന്തിച്ചത് അവന്റെ പ്രധാന തീരുമാനത്തെ കുറിച്ചായിരുന്നു. അതെങ്ങനെ പ്രാവർത്തികമാക്കാമെന്നു അവൻ തലപുകഞ്ഞാലോചിച്ചു. ആ സ്ത്രീയെ കൊല്ലാനുള്ള ദേഷ്യം അവനുണ്ട്. പക്ഷേ അതു പറ്റില്ല. അതു ചെയ്താൽ താൻ ജയിലിലാവും. പിന്നെ അനിയത്തിക്കും

അമ്മയ്ക്കും ആരുണ്ട്? ആ പതിമൂന്നുകാരൻ ചിന്തിച്ചു. അതുകൊണ്ട് അവരെ എങ്ങനെയെങ്കിലും മുറിവേൽപ്പിക്കണം. ആ മുറിവിൽ നിന്ന് ചോര വരണം. അതിന്റെ വേദന എത്രയുണ്ടെന്ന് അവരറിയണം. അതെങ്കിലും ചെയ്യാൻ കഴിയണം.

ശോശ വീട്ടിലേയ്ക്കു പൊതിഞ്ഞു കെട്ടി കൊടുക്കുന്ന ഭക്ഷണപ്പൊതിയിൽ ഇനിമേൽ ഇറച്ചിക്കറി വയ്ക്കരുതെന്നവൻ ചട്ടം കെട്ടി. 'നെനക്കു വേണ്ടേങ്കി വേണ്ട. നിന്റെ അമ്മയും അനിയത്തിയും തിന്നട്ടെടാ..', ശോശ പറഞ്ഞു. 'വേണ്ടാ...' അവന്റെ ഒച്ച വല്ലാതെ ഉയർന്നിരുന്നു. ശോശയെ അവൻ തറപ്പിച്ചു നോക്കുകയും ചെയ്തു. ശോശ ഭയന്നു. അവർ പച്ചക്കറി വിഭവങ്ങൾ മാത്രം വച്ച് അന്നു പൊതി കെട്ടി.

അവൻ അതും കൊണ്ട് നടന്നകന്നപ്പോൾ ശോശ പിറുപിറുത്തു. 'വെറും പതിമൂന്നുവയസ്സേ ആയിട്ടുള്ളൂ... അവനേയും കൂടി ഞാൻ പേടിക്കണമല്ലോ എന്റീശോയേ...'

പന്നികളുടെ പരിചരണമൊക്കെ അവനു പിന്നേയും ചെയ്യേണ്ടിവന്നു. അവയെ കുളിപ്പിക്കുമ്പോഴും ഭക്ഷണം കൊടുക്കുമ്പോഴും പലപ്പോഴും അവൻ കരഞ്ഞുപോയി. അവൻ അവയെ കൂടുതൽ ഓമനിച്ചു. നാളെ അവയുടെ അവസ്ഥ എന്തെന്നറിയില്ല. അതുകൊണ്ട് ജീവിച്ചിരിക്കുമ്പോൾ അവയെ ആവതു സ്നേഹിക്കാം

പത്തുപന്ത്രണ്ടു ദിവസങ്ങൾ കൂടി കടന്നു പോയി.

രണ്ടുദിവസം മുൻപ് വീട്ടിൽ എന്തൊക്കെയോ ഒരുക്കങ്ങൾ നടത്തുന്നു. മേശ, കസേര എല്ലാം തുടച്ചു

വൃത്തിയാക്കുന്നു, പൂപ്പാത്രങ്ങളും അവയിലെ പ്ലാസ്റ്റിക് പൂവുകളും സോപ്പ് വെള്ളത്തിൽ മുക്കി കഴുകി എടുത്തു തുടച്ചു വയ്ക്കുന്നു. ജനാലവിരികളും വാതിൽ കർട്ടനുകളും പഴയതുമാറ്റി പുതിയവ ഇടുന്നു. മുറ്റമെല്ലാം ചെത്തിയൊരുക്കുന്നു. പൂച്ചെടികൾ, അവയിലെ പൂക്കളുടെ നിറമനുസരിച്ച് പ്രത്യേകരീതിയിൽ അടുക്കി വയ്ക്കാൻ ആ സ്ത്രീ നിർദ്ദേശിക്കുന്നു. അടുക്കളയിൽ ശോശയ്ക്കും തിരക്കുതന്നെ. പാചകം മാത്രമല്ല അന്നവർക്കു ജോലി. ഊണുമുറിയിലെ കണ്ണാടിഅലമാരയിൽ ഇരുന്ന പാത്രങ്ങൾ പുറത്തെടുത്ത് കഴുകിവെടിപ്പാക്കി തുടച്ച് വീണ്ടും അതിനകത്തുതന്നെ വയ്ക്കുന്നു. ഇന്നെന്താണിവിടെ വിശേഷം എന്നു ശോശച്ചേടത്തിയോട് ചോദിക്കണമെന്നുണ്ട് ലൂക്കോസ്സിന്. പക്ഷേ അവരോട് മിണ്ടാൻ അവന്റെ മനസ്സൊരുക്കമല്ല.

പതിവു പണികൾക്കു പുറമേ അധികപണി അവനും കിട്ടി. പന്നിക്കൂടിന്റെ ചുറ്റുവട്ടത്തു നിൽക്കുന്ന പുല്ലൊക്കെ ചെത്തിപ്പറിച്ചു അവിടം വൃത്തിയാക്കണം. പുല്ലുപറിച്ചു കളഞ്ഞശേഷം അവിടെയൊക്കെ വെള്ളമണൽ വിതറണമത്രേ! നോക്കിയപ്പോൾ അടുക്കള മുറ്റത്തു രണ്ടു വലിയ കൊട്ട നിറയെ വെള്ളമണൽ നിറച്ചു വച്ചേയ്ക്കുന്നു!

ഉറച്ച ചെമ്മണ്ണു നിറഞ്ഞ നിലത്തുനിന്ന് പുല്ലുകൾ പറിച്ചുമാറ്റാൻ അവൻ നന്നേ വിയർത്തു. പുല്ലുമാന്തി കൊണ്ടു വലിച്ചിട്ടു പുല്ലുകൾ പറിഞ്ഞു വരുന്നില്ല. പിന്നെ ചെറിയ കൈക്കോട്ടു കൊണ്ടു ചെത്തിപ്പറിച്ചു. ഇടയ്ക്കു ആ സ്ത്രീ വന്നു. അവന്റെ പണിക്കു പല കുറ്റങ്ങളും കണ്ടു പിടിച്ചു. ഒന്നുരണ്ടിടത്തു പൊങ്ങിനിന്ന ചെറിയ

പുൽനാമ്പുകൾ പോലും പിഴുതുമാറ്റണമെന്നു ശഠിച്ചു. എത്ര ദൂരംവരെ പുല്ലുചെത്തണമെന്നു കാട്ടിത്തന്നു. എല്ലാം അവൻ കേട്ടെങ്കിലും ഒന്നും കേൾക്കാത്തമട്ടിൽ, അവരുടെ മുഖത്തേയ്ക്ക് ഒരുതവണ പോലും കണ്ണുയർത്തി നോക്കാതെ അവൻ പണി തുടർന്നുകൊണ്ടിരുന്നു. അവന്റെ ആ അവഗണനാഭാവം കണ്ടു അവർക്കു ഈർഷ്യയേറി. 'നിനക്കെന്താ ചെക്കാ ചെവി പൊട്ടുണ്ടോ? ഞാൻ പറയുന്നതു വല്ലതും കേട്ടോ നീ?' അവർ ഒച്ചയുയർത്തി ചോദിച്ചു.

അപ്പോൾ മാത്രം അവൻ കണ്ണുയർത്തി അവരുടെ നേർക്ക് ഒന്നുനോക്കി. അവന്റെ കണ്ണുകളിൽ നിന്ന് തീ പാറുന്നതുപോലെ അവർക്കു തോന്നി. അവന്റേയാ നോട്ടത്തിൽ അവരൊന്നു പതറിയ പോലെ. പിന്നവർ കൂടുതൽ നിർദ്ദേശങ്ങളൊന്നും കൊടുക്കാൻ നിൽക്കാതെ തിരിഞ്ഞുനടന്നു.

പുല്ലു ചെത്തിപ്പറിക്കലും വെള്ളമണൽ വിതറലുമൊക്കെ കഴിഞ്ഞപ്പോൾ സമയം ഉച്ചതിരിഞ്ഞ് മൂന്നു മണിയോടടുത്തിരുന്നു. ലൂക്കോ ഉച്ചഭക്ഷണം കഴിച്ചിരുന്നില്ല. ശോശ ഇടയ്ക്കെപ്പഴോ അവന്റെ പേരു വിളിക്കുന്നതു കേട്ടിരുന്നു. അവനതു കേട്ടില്ലെന്നു ഭാവിച്ചു ജോലി തുടരുകയായിരുന്നു. ഇപ്പോളവൻ നന്നേ വിശന്നു തളർന്നിരിക്കുന്നു. എങ്കിലും പണികഴിഞ്ഞു വന്നവിവരം ശോശയെ വിളിച്ചറിയിക്കാതെ അവൻ അടുക്കള വരാന്തയിൽ ഇരുന്നു.

ഇടയ്ക്ക് എന്തോ കളയാനായി പുറത്തേയ്ക്ക് വന്നപ്പോഴാണ് ശോശ അവനെ കണ്ടത്.

'ആ വന്നോ? ചോറെടുക്കട്ടോ ലൂക്കോയേ?'

അവൻ മറുപടി പറഞ്ഞില്ല.

ശോശ ചോറുവിളമ്പിയ പാത്രം അവനടുത്തു കൊണ്ടുവച്ചു. അതിൽ പച്ചക്കറി വിഭവങ്ങൾ മാത്രമേ വിളമ്പിയിരുന്നുള്ളൂ.

'ഞാൻ നിന്നെ വിളിച്ചതല്ലേ ലൂക്കോ, വന്നുണ്ടിട്ടു പോയി ബാക്കി ചെയ്താ മതീന്ന് പറഞ്ഞ്...'

അവനതിനും മറുപടി പറഞ്ഞില്ല.

ശോശയ്ക്ക് അവനോട് വല്ലാത്ത വാത്സല്യം തോന്നി. അവർ അവന്റെ തലയിൽ ചെറുതായൊന്നു ഞോടി. ലൂക്കോ ദേഷ്യത്തിൽ തല വെട്ടിച്ചു. ശോശയുടെ കൈ തട്ടിമാറ്റാനായി അവൻ ഇടത്തേകൈ പൊക്കിവീശി. അതു പക്ഷേ ശോശയുടെ കയ്യിൽ കൊണ്ടില്ല. അവർ ചിരിച്ചു കൊണ്ട് അകത്തേയ്ക്കു പോയി. പോകുന്ന പോക്കിൽ വിളിച്ചു പറഞ്ഞു, 'എടാ ചോറു വേണമെങ്കിൽ പറയണം കേട്ടാ.. നല്ലവണ്ണം വിശന്നതാവുമല്ലോ...'

ആ സൌഹൃദം പറച്ചിൽ തന്റെ നേർക്കേ അല്ലെന്ന മട്ടിൽ ലൂക്കോ ഭക്ഷണം കഴിക്കൽ തുടർന്നു.

ഇന്നലെ അവനെത്തിയപ്പോൾ താമസിച്ചു പോയി എന്നു ശകാരം. താമസിച്ചെങ്കിൽ കണക്കായിപ്പോയി എന്നു അവൻ മനസ്സിൽ കരുതി. വന്നപാടെ പന്നികളെ കുളിപ്പിക്കുക കൂട് വൃത്തിയാക്കുക എന്നീ ജോലികളാണു അവനു ചെയ്യേണ്ടിയിരുന്നത്.

അവനിപ്പോൾ ആ പണികളൊക്കെ എടുക്കാൻ ഇത്തിരി വിമുഖതയുണ്ട്. എങ്കിലും ചെയ്യാതിരിക്കാൻ പറ്റില്ലല്ലോ.

ആ പണി ചെയ്തുകഴിഞ്ഞു വന്നപ്പോൾ ശോശ ഒരു സ്വകാര്യം അവനോട് പറഞ്ഞു, 'എടാ, ഇന്നിവിടെ ടീവീക്കാരു വരണൊണ്ട്. കൊച്ചമ്മേടെയൊക്കെ പടം പിടിക്കാനാണു പോലും. നീ പോയി ആ നല്ല ഷർട്ടും പാന്റും ഇട്ടു നില്ല്...'

കൊച്ചമ്മേടെ പടമെടുക്കുന്നതിനു താനെന്തിനു നല്ല ഷർട്ടിടണം? ലൂക്കോ അതു കൂട്ടാക്കിയില്ല. ഡ്രസ്സ് മാറിയുമില്ല. അവൻ പണിയെടുക്കുമ്പോൾ ധരിക്കുന്ന ഡ്രസ്സിട്ടു തന്നെ നിന്നു. ശോശച്ചേടത്തി ഇന്നിത്തിരി മെനയായി നില്പുണ്ട്, അവൻ ശ്രദ്ധിച്ചു. കുറച്ചു കഴിഞ്ഞപ്പോൾ കൊച്ചമ്മ അടുക്കളഭാഗത്തേയ്ക്ക് വന്നു. അവർ തിളങ്ങുന്ന പട്ടു സാരിയാണ് അണിഞ്ഞിരിക്കുന്നത്. മുടി പ്രത്യേക സ്റ്റൈലിൽ കെട്ടിയിരിക്കുന്നു. മുഖത്തിനു നല്ല റോസ് നിറം. ചുണ്ടുകൾ ചായം പൂശി ചുവപ്പിച്ചിരിക്കുന്നു. അവർ ലൂക്കോയോട് പറഞ്ഞു, 'എടാ കുറച്ചു ചുടുകല്ലുകൾ നിരത്തി വയ്ക്ക്. എന്നിട്ട് അതിന്റെ മേലേ പായ വിരിച്ചു അതിൽ പന്നിത്തീറ്റ നിരത്ത്..' ലൂക്കോ അമ്പരന്നു. സാധാരണ നിലത്തു മണ്ണിൽ പായവിരിച്ചാണു നുറുക്കരിയും തവിടും മറ്റും നിരത്തുന്നത്. അതിനു പകരം ഇന്നിപ്പോൾ ഇഷ്ടിക നിരത്തി അതിനു മേലേ പായ വിരിച്ച് പന്നിത്തീറ്റ നിരത്തണം പോൽ!

ശോശ അവന്റെ സഹായത്തിനെത്തി. അവർ മുറ്റത്തിറങ്ങി ഒരിടത്ത് അടുക്കി വച്ചിരുന്ന ചുടുകല്ലുകൾ

ഒന്നൊന്നായി നിലത്ത് അടുപ്പിച്ചടുപ്പിച്ചു നിരത്തി വച്ചു. ലൂക്കോയും ആ ജോലിയിൽ കൂടി. ഒരു പായ വിരിക്കാനുള്ള വിസ്തൃതിയിൽ ചുടുകല്ലുകൾ അടുക്കിക്കഴിഞ്ഞപ്പോൾ അതിന്റെ മേലേ പായ വിരിച്ചു, ആ പായിൽ അരിയും തവിടും നിരത്തി.

'ഓ ഇന്നെന്തൊരു പരിഷ്കാരമാണാവോ?' ലൂക്കോ ഉള്ളിൽ പുച്ഛത്തോടെ വിചാരിച്ചു. 'പടം പിടിക്കാൻ വരണതു കൊണ്ടാവും!'

സമയം പതിനൊന്നോടടുത്തപ്പോൾ മുൻവശത്ത് കാർ വന്നുനിൽക്കുന്ന ശബ്ദം കേട്ടു. 'ടീവീക്കാരു വന്നു', ശോശ പുറത്തു വന്ന് അവനോട് പറഞ്ഞു. 'എടാ നീ പോയി ഡ്രസ്സ് മാറി വാ'

അവനതു കേട്ടഭാവം കാണിക്കാതെ വരാന്തയിൽ ഇരുന്നു. മുൻവശത്തു പോയി പടം പിടിക്കാൻ വന്നവരെ കാണണമെന്നും അവനു തോന്നിയില്ല. കുറേ നേരം അങ്ങനെ ഇരുന്നശേഷം അവൻ മെല്ലെ എണീറ്റു പന്നിക്കൂടിനടുത്തേയ്ക്ക് നടന്നു.

തങ്ങളെ കാത്തിരിക്കുന്ന വിധി എന്തെന്നറിയാതെ തിന്നും കുടിച്ചും കളിച്ചും തമ്മിൽ പൊരുതിയും കഴിയുന്ന ആ സാധു ജീവികളെ അവൻ നോക്കിനിന്നു. ഒരു കൂട്ടിൽ ഒരമ്മപ്പന്നിയും പതിനാലു കുഞ്ഞുങ്ങളും. അമ്മപ്പന്നി നീണ്ടു നിവർന്നു കിടക്കുന്നു, കുഞ്ഞുങ്ങളിൽ ചിലർ പാൽകുടിക്കുന്നു, ചിലർ ഉറങ്ങുന്നു, ചിലർ തത്തിനടക്കുന്നു. മറ്റൊരു കൂട്ടിലുമുണ്ട് അമ്മയും പത്തു മക്കളും. അവ കുറച്ചു കൂടി മുതിർന്നവയാണ്. മുതിർന്ന പന്നികളുടെ കൂട്ടിനരികിൽ ചെന്നപ്പോൾ അവയിൽ ചിലർ അവനെ കണ്ടു സൗഹൃദഭാവത്തിൽ

അഴികൾക്കടുത്തു വന്നു. അവൻ അവരോട് സംസാരിച്ചു. ലോലമനസ്സുള്ള, സ്നേഹവും സൗഹൃദവും പുലർത്തുന്ന സാധുജീവികളാണു പന്നികൾ എന്നവൻ നന്നായി മനസ്സിലാക്കിയിരുന്നു. അവന്റെ കണ്ണുകൾ വീണ്ടും നിറഞ്ഞുതുളുമ്പി.

ആരൊക്കെയോ അങ്ങോട്ടു നടന്നടുക്കുന്നതിന്റെ ശബ്ദവും സംസാരവും കേൾക്കായി. ഒന്ന് ആ സ്ത്രീയുടേതാണ്. അവൻ കൂടിനരുകിൽ നിന്ന് എത്തി നോക്കി. ക്യാമറയും മൈക്കും ലൈറ്റും പിടിച്ചു കൊണ്ടു രണ്ടു മൂന്നു പേർ, കാര്യക്കാരൻ, തോട്ടക്കാരൻ, ശോശ ഇവരുടെയൊക്കെ അകമ്പടിയോടെ ആ സ്ത്രീ വരികയാണ്. അവൻ ഒഴിഞ്ഞുമാറി നിന്നു.

കൂടിനടുത്തു വന്ന് അവർ ലൈറ്റ് ഓൺ ആക്കി പടം പിടിക്കാൻ തുടങ്ങി. ലൈറ്റിന്റെ തൂവെള്ള വെളിച്ചത്തിൽ വെള്ളമണലിനു ഒന്നുകൂടി വെണ്മയേറി. അവർ കൂട്ടും പരിസരവും പന്നികളേയുമൊക്കെ ഷൂട്ട് ചെയ്തു. വെളിച്ചവും ആൾക്കൂട്ടവും കണ്ട് ചില പന്നികൾ ഭയന്നു മറുവശത്തേയ്ക്കു മാറി നിന്നു. ആകാംക്ഷാഭരിതരായ ചിലർ എല്ലാം കൗതുകപൂർവ്വം വീക്ഷിച്ചു നിന്നു.

ശോശ അവനെ അരികത്തേക്കു വരാൻ ആംഗ്യം കാട്ടി. അവൻ കൂട്ടാക്കിയില്ല. തന്റെ പടം പിടിക്കേണ്ടതില്ലെന്ന് അവൻ മനസ്സിൽ ഉറപ്പിച്ചിരുന്നു. ഒന്നോ രണ്ടോ വട്ടം ക്യാമറ അവന്റെ നേർക്കു തിരിച്ചപ്പോൾ അവൻ പുറം തിരിഞ്ഞു നിൽക്കുകയും ചെയ്തു.

പടം പിടിക്കുന്നവർ അമ്മപ്പന്നികളുടെ കൂടുകൾക്കരികിലെത്തി. അപ്പോഴാണ് ഒരു നാടകം അരങ്ങേറിയത്. ആ സ്ത്രീ പന്നിക്കൂടിന്റെ വാതിൽ തുറന്ന് രണ്ടു പന്നിക്കുട്ടികളെ വാരിയെടുത്തു ദേഹത്തോട് ചേർത്തു പിടിച്ചു. മനുഷ്യനുമായി സഹവസിച്ചു പരിചയമില്ലാത്ത കുഞ്ഞുങ്ങൾ കൈകാലുകളിളക്കി പിടയുന്നുണ്ടായിരുന്നു. എന്നിട്ടുമവയെ നിലത്തു നിറുത്താതെ ക്യാമറയ്ക്കു മുന്നിൽ അവയെ തഴുകലും താലോലിക്കലും ഓമനിക്കലും ഒക്കെ തകൃതിയായി നടന്നു. എന്നിട്ടൊരു ഡയലോഗും കാച്ചി, 'ഓ, ഐ ലവ് അനിമൽസ്...'

കണ്ടു നിന്ന ലൂക്കോസ്സിന്റെ രക്തം തിളച്ചു. ഒരു മുഴുത്ത കല്ലെടുത്ത് അവരുടെ തലയ്ക്കു നേർക്ക് ഒരേറു വച്ചു കൊടുക്കാൻ അവന്റെ കൈ വല്ലാതെ തരിച്ചു. ഓ, മൃഗങ്ങളോടവർക്ക് അതിഭയങ്കരമായ സ്നേഹമാണത്രേ! രോഷമടക്കാനല്ലാതെ മറ്റൊന്നിനുമാവില്ലല്ലോ.

ഷൂട്ടിങ്ങ് ഒക്കെ കഴിഞ്ഞ് അവർ മടങ്ങിയപ്പോൾ ശോശ അവനരികിൽ വന്നു. 'എടാ ടീവീ കാണിക്കാനാ... നിന്നോടു ഞാൻ പറഞ്ഞതല്ലേ നല്ല വേഷത്തിലൊക്കെ നിക്കാൻ. എന്നിട്ട് ആ കൂട്ടിനടുത്തുവന്ന് ചുറ്റിപ്പറ്റി നിന്നെങ്കിൽ നിന്റെ പടോം അവരു പിടിച്ചേനേല്ലോ... എന്നാ നിന്നേം ടീവീ കാണിക്കുല്ലായിരുന്നോ? ഞാൻ അടുക്കളേൽ നിക്കണ പടമൊക്കെ എടുത്തു. ഞാനെത്ര നാളായിവിടെ നിക്കണേന്നും ചോദിച്ചു.' ശോശ വലിയ സന്തോഷത്തിലും അഭിമാനത്തിലുമായിരുന്നു. 'ഇങ്ങനൊരു ചെറുക്കൻ...' അവർ വീണ്ടും അവന്റെ

തലയിൽ ഞോടി. അവൻ ദേഷ്യത്തോടെ ആ കൈ തട്ടിമാറ്റാൻ ശ്രമിച്ചെങ്കിലും ശോശ അതിനുമുമ്പ് കൈ പിൻവലിച്ചിരുന്നു.

അങ്ങനെ, ഇന്നലെ ചെയ്യണമെന്ന് ആഗ്രഹിച്ച കാര്യമാണ് ഇന്ന് ചെയ്യാൻ ഓർക്കാപ്പുറത്ത് അവസരം കിട്ടിയത്. കല്ലിനു പകരം നല്ല മുഴുത്ത ഒരു മച്ചിങ്ങ. നല്ലവണ്ണം പരിക്കേറ്റിട്ടുണ്ടാവും. അതല്ലേ ആശുപത്രിയിൽ കൊണ്ടുപോയത്. അനുഭവിക്കട്ടേ അവർ. വേദന എന്തെന്ന് അവരും അറിയട്ടേ.

***   ***   ***

വെയിലു മങ്ങിത്തുടങ്ങിയിരിക്കുന്നു. ലൂക്കോ തേങ്ങാപ്പൂളുകൾ വാരി കൊട്ടകയിലിട്ടു. അവയിൽ നിന്നു പ്രസരിക്കുന്ന എണ്ണയുടെ മണം കൊതിപ്പിച്ചു. അവൻ ഒന്നുരണ്ടു കഷണങ്ങൾ വായിലിട്ടു ചവച്ചു. കുറേയെണ്ണം പോക്കറ്റിൽ തിരുകി. അനിയത്തിക്കു കൊടുക്കാം. കൊട്ടക തലയിൽ വച്ചു അവൻ ടെറസ്സിൽ നിന്ന് താഴേയ്ക്കിറങ്ങി വന്നു.

'അയ്യോ...', അവനെ കണ്ടപ്പോൾ ശോശ കുണ്ഠിതത്തോടെ പറഞ്ഞു 'നീയൊന്നും കഴിച്ചില്ലായിരുന്നല്ലോ... ഇവിടത്തെ ബഹളത്തിനിടയിൽ നിന്റെ കാര്യം അപ്പടിയങ്ങു മറന്നു. നീ വേഗം കൈകഴുകി വാ. ഇവിടെ നടന്നതു വല്ലോം നീയറിഞ്ഞോ ലൂക്കോ? ഒരു വലിയ മച്ചിങ്ങ വന്നു കൊച്ചമ്മേടെ തലേൽവീണു. തല പൊട്ടി.

പിന്നെ ഒടനേ ആശ്ശുത്രീ കൊണ്ടോയി. അതോണ്ടു രക്ഷകിട്ടി. നാലഞ്ചു തുന്നലുമായാ വന്നത്. ഇപ്പോ കെടക്കവാ... നീ മോളിലിരുന്നപ്പോ കൊച്ചമ്മേടെ നെലവിളി ഒന്നും കേട്ടില്ലേ?'

അവൻ ഇല്ലെന്നു തലയാട്ടി.

ശോശ ഭക്ഷണം വിളമ്പാൻ തുടങ്ങിയപ്പോൾ അവൻ പറഞ്ഞു, 'പൊതികെട്ടി തന്നാ മതി. ഇതും വൈകുന്നേരത്തേം ചേർത്ത്..'

'ഓ, ഒന്നു വാ തൊറന്നല്ലോ...അതുമതി...', ശോശ ചിരിച്ചു.

ആ സംഭവത്തിനു ശേഷം അവനു ശോശയോടും ഈർഷ്യയായിരുന്നു. അതുകൊണ്ടവൻ ഒരു വാക്കും അവരോടും ഉരിയാടിയിരുന്നില്ല.

'അപ്പോ നെനക്കു വെശക്കുന്നില്ലേടാ?' ഇല്ലെന്ന് അവൻ തലയാട്ടി.

അവനു പൊതി കെട്ടിക്കൊണ്ടിരുന്നപ്പോൾ ആത്മഗതമെന്നോണം ശോശ പറഞ്ഞു, 'ഇന്നലെ പടം പിടിപ്പും അതിന്റെ ബഹളോം... ഇന്നിതാ തലേൽ വലിയൊരു കെട്ടുമായി കിടക്കുന്നു... മനുഷേന്റെ ഓരോ അവസ്ഥയേ...'

ലൂക്കോ പൊതി കെട്ടുന്നതു നോക്കി നിന്നു.

വീട്ടിലേയ്ക്ക് നടക്കുമ്പോൾ അവൻ ഓർത്തു, നാളെ തീയതി ഒൻപത്. ശമ്പളം കിട്ടും. അതും വാങ്ങി

കെട്ടുകെട്ടണം ഈ വീട്ടിൽ നിന്ന്. അവർ ചെയ്യുന്ന പാപത്തിന്റെ അംശം ഇനിമേൽ തനിക്കു വേണ്ട. പന്നികളെ കാണാനാവില്ലല്ലോ എന്നൊരു സങ്കടം അവനു തോന്നി. പിന്നെ ആലോചിച്ചു, കാണാതിരിക്കുന്നതുതന്നെ നല്ലത്. കാണുംതോറും സങ്കടമാണ്.

അന്നു വൈകുന്നേരം ലൂക്കോ കൊണ്ടുപോയ പൊതിയഴിച്ചു അനിയത്തിക്കുട്ടിക്കു മുന്നിൽ വച്ചു കൊടുത്തപ്പോൾ കുഞ്ഞന്നാമ്മ ചോദിച്ചു, 'കുറേ ദിവസമായി ഇതിൽ ഇറച്ചിക്കറിയൊന്നും കാണുന്നില്ലല്ലോ മോനേ?'

'അതു വേണ്ടെന്നു പറഞ്ഞു.'

'അയ്യോ അതെന്തടാ മക്കളേ?', കുഞ്ഞന്നാമ്മ അമ്പരന്നു.

'ഇവിടിനി ആരും ഇറച്ചിക്കറി കഴിക്കണ്ട', അവന്റെ ശബ്ദം കനത്തിരുന്നു.

കുഞ്ഞന്നാമ്മയ്ക്ക് എന്തോ പന്തികേട് തോന്നി. അവർ ശബ്ദം മയപ്പെടുത്തി പറഞ്ഞു, 'ഓ വേണ്ടെങ്കിൽ വേണ്ട... ഇവക്കിത്തിരി കൊടുക്കാന്നു വിചാരിച്ചു... അല്ലാതെ എനിക്കൊന്നും വേണ്ട...'

ലൂക്കോ അതിനു മറുപടിയൊന്നും പറഞ്ഞില്ല.

കുഞ്ഞന്നാമ്മ എന്തൊക്കെയോ ചിലത് ഊഹിച്ചെടുത്തു. അതൊക്കെ ശരിയാണോ എന്നു ചോദിക്കാനുള്ള ധൈര്യം അവർക്കുണ്ടായില്ല താനും.

പിറ്റേന്ന് ലൂക്കോ പതിവുപോലെ ലിസ് വില്ലയിൽ ജോലിക്കു പോയി. പതിവു പണികളെല്ലാം ചെയ്തു. ശേഷിക്കുന്ന സമയം മുഴുവൻ അവൻ പന്നിക്കൂടിനരുകിൽ ഇരുന്നു. പന്നികളെ ആവോളം ഓമനിച്ചു. അവയോട് സംസാരിച്ചു. അവയെ കുളിപ്പിച്ചു. കളിപ്പിച്ചു.

വൈകുന്നേരമായപ്പോൾ അവയോട് മൂകമായി വിടപറഞ്ഞു. അപ്പോൾ അവന്റെ കണ്ണുകൾ നിറഞ്ഞൊഴുകുന്നുണ്ടായിരുന്നു.

ഒൻപതാം തീയതിയാണെന്നും അവന് ശമ്പളം നൽകണമെന്നുമുള്ള കാര്യം ആരും ഓർക്കുന്നുണ്ടായിരുന്നില്ലെന്ന് തോന്നി. ശോശ അവന്റെ ഭക്ഷണപ്പൊതി തയ്യാറാക്കുമ്പോൾ അവൻ പറഞ്ഞു, 'ഇന്ന് തീയതി ഒമ്പതാണ്. എന്റെ ശമ്പളം തരാൻ പറയണം.'

'ഓ ഒമ്പതാന്തിയാണല്ലേ? കൊച്ചമ്മ കെടപ്പായിപ്പോയോണ്ടല്ലേ? അല്ലെങ്കിൽ ഇപ്പോ കൊണ്ടന്നു തരുല്ലായിരുന്നോ?'

'ഓ അത്ര കിറുകൃത്യം ശമ്പളം തരുന്നോരൊന്നുമല്ല അവര്... മിക്ക മാസങ്ങളിലും അങ്ങോട്ടു ചോദിക്കണം. എങ്കിലേ തരൂ...' ലൂക്കോ മനസ്സിലോർത്തു കൊണ്ടു പറഞ്ഞു, 'എനിക്കിന്നു കാശു വേണം.'

'നാളെ പോരേടാ?'

'ഇല്ല ഇന്നു വേണം. അമ്മയ്ക്കു മരുന്നു വാങ്ങണം.'

അതൊരു ന്യായമായ ആവശ്യമാണല്ലോ. 'ശരി നില്ല്. ഞാൻ കൊച്ചമ്മേടടുത്ത് പോയി ചോദിക്കട്ട്...' ശോശ അകത്തേയ്ക്കു പോയി.

കുറച്ചേറെ നേരം കഴിഞ്ഞ് അവർ കാശുമായി വന്നു. അതവനെ ഏല്പിച്ചു കൊണ്ട് അവർ പറഞ്ഞു, 'ഞാനിവിടെ വയ്യാതെ കെടക്കുമ്പഴാണോ അവനു കാശിനിത്ര ദുരിശം എന്നു ചോദിച്ചോണ്ടാ വല്ലവിധേനേം എടുത്തു തന്നത്. നിന്റെ അമ്മയ്ക്കു സൂക്കേടു കലശലാ, മരുന്നു വാങ്ങിക്കേണ്ടത് അത്യാവശ്യാന്നൊക്കെ ഞാൻ കൊറേ കേറ്റിപ്പറഞ്ഞിട്ടൊണ്ട്... കേട്ടാടാ...'

ആ കാശു പോക്കറ്റിലിടുകയല്ലാതെ ശോശയോട് നന്ദിപറയാനൊന്നും അവനു തോന്നിയില്ല.

പണിയെടുക്കുമ്പോൾ ഇടുന്ന ഡ്രസ്സ് ചുരുട്ടി ഒരു പ്ലാസ്റ്റിക് ബാഗിൽ വച്ചിരുന്നു. അതിലേയ്ക്ക് ഭക്ഷണപ്പൊതിയിടുമ്പോൾ ശോശ ചോദിച്ചു, 'അതേലെന്താ വേറൊരു പൊതി?'

'എന്റെ ഡ്രസ്സ്... നാളെ മുതൽ ഞാൻ പണിക്കു വരുന്നില്ല.'

'ങേ!' ശോശ അന്തിച്ചു. 'വരുന്നില്ലെന്നോ?... പിന്നെ നീ എങ്ങനെ വയറു കഴിക്കുമെടാ?'

'എനിക്കു വേറെ പണികിട്ടി.'

'വേറേ പണിയോ? അപ്പോ അതിനു ശമ്പളം കൂടുതൽ കിട്ടുമോ?'

'ഉം.'

മറ്റൊന്നും പറയാതെ അവൻ ആ പ്ലാസ്റ്റിക് ബാഗുമായി നടന്നു. ശോശ അവന്റെ പോക്കു നോക്കിനിന്നു.

യഥാർത്ഥത്തിൽ അവനു മറ്റൊരു പണിയൊന്നും തരപ്പെട്ടിരുന്നില്ല. വീട്ടിനടുത്തുള്ള മുതിർന്ന ഒരു പയ്യൻ കുറച്ചകലെ ഒരു പാറമടയിൽ ജോലി ചെയ്യുന്നുണ്ടായിരുന്നു ആ ചേട്ടനോടു ചോദിച്ചു നോക്കണം അവിടെ അവനും ഒരു പണി തരപ്പെട്ടുമോന്ന്. പണി കിട്ടിയാലും ഇല്ലേലും ഇനി ഈ വീട്ടിലേയ്ക്ക് ഇല്ല. അവൻ മനസ്സിലുറപ്പിച്ചു നടന്നു.

ഭാഗം 2.

കുറേക്കാലമായി ആഗ്രഹിക്കുന്നതാണ് ആ ചെറിയ പട്ടണം ഒന്നു സന്ദർശിക്കണമെന്ന്. ഇന്നുച്ചയ്ക്ക് ഒരവധിയും വീണു കിട്ടിയിരിക്കുന്നു. ലൂക്കോസ് ലൂക്കോസ് എന്ന ആ ഐ.ടി. പ്രൊഫഷണൽ കാർ അങ്ങോട്ടു തിരിച്ചു.

നീണ്ട പതിനാലു വർഷങ്ങൾ. ആ പട്ടണത്തിന്റെ മുഖച്ഛായ മാറിയിട്ടുണ്ട്. എങ്കിലും സ്ഥലം നല്ല പരിചയം തോന്നി. ആദ്യം പോകേണ്ടത് കോൺട്രാക്റ്റർ മാധവൻ പിള്ളയുടെ വീട്ടിലാണ്. അദ്ദേഹത്തെ കണ്ടിട്ടിപ്പോൾ ഏഴെട്ടു വർഷമാകുന്നു; എങ്കിലും അദ്ദേഹവുമായി ഫോണിലൂടെ ഇപ്പോഴും നല്ല ബന്ധം പുലർത്തുന്നുണ്ട്. എങ്കിലും വരുന്ന കാര്യം വിളിച്ചറിയിക്കണ്ട എന്നുതന്നെ ലൂക്കോസ് തീരുമാനിച്ചു.

അദ്ദേഹത്തിന്റെ ബംഗ്ലാവിനു മുന്നിൽ കാർ നിറുത്തി. ഇന്നത്തെ സ്റ്റാൻഡേർഡ് അനുസരിച്ച് ആ വീടിനെ ഒരു ബംഗ്ലാവ് എന്നൊന്നും പറയുക വയ്യ. ഇപ്പോൾ അതൊരു പഴഞ്ചൻ വീടായിരിക്കുന്നു. പഴമ തോന്നിക്കുമെങ്കിലും ആ വീടിന്റെ മുറ്റത്തേയ്ക്കു കയറിയപ്പോൾ ലൂക്കോസിനു തോന്നി, ഇപ്പോഴും ഈ വീട്ടിൽ ഐശ്വര്യം കളിയാടുന്നുണ്ട്. അടിച്ചു വെടിപ്പാക്കിയിട്ട മുറ്റവും, നടുമുറ്റത്തെ ചെറിയ തുളസിത്തറയും, അതിൽ തഴച്ചു വളർന്നു നിൽക്കുന്ന കൃഷ്ണതുളസിയും, മുറ്റത്തിനു അതിരിടുന്ന, വർണ്ണശബളിമയാർന്ന പൂക്കൾ വിടർന്നു നിൽക്കുന്ന പലതരം ചെടികളും ഒക്കെക്കൂടി ആ വീടിന്റെ പൂമുഖത്തിനു സ്വർഗ്ഗീയമായൊരു ഐശ്വര്യവും ശാന്തിയുമൊക്കെ പകരുന്നുണ്ട്.

പൂമുഖവാതിൽ തുറന്നു കിടപ്പുണ്ട്. പക്ഷേ ആരേയും പുറത്തു കാണാനില്ല. സന്ദർശകരുടെ വരവറിയിക്കാനുള്ള ആ മണി ഇപ്പോഴും പഴയ സ്ഥലത്തു തന്നെ തൂങ്ങിക്കിടപ്പുണ്ട്. ലൂക്കോസ് ആ മണി അടിച്ചു. സംഗീതാത്മകമായ മണിനാദം പരന്നൊഴുകി.

അകത്തുനിന്ന് മാധവൻ പിള്ള 'കൺട്രാക്ക്' ഒരു കുഞ്ഞിനേയും തോളത്തേറ്റി പുറത്തുവന്നു. അദ്ദേഹം ഒന്നു തടിച്ചിട്ടുണ്ട്. മുടി ഏറെ വെളുത്തിരിക്കുന്നു. ആ കുഞ്ഞ് ഏതാവും?

ലൂക്കോസ് അദ്ദേഹത്തെ വണങ്ങി. അദ്ദേഹം ചിരിച്ചെങ്കിലും ആ മുഖഭാവത്തിൽ നിന്നു മനസ്സിലായി, അദ്ദേഹത്തിനു തന്നെ മനസ്സിലായിട്ടില്ല.

'ഞാൻ ലൂക്കോയാണ മാമാ...'

അദ്ദേഹത്തിന്റെ മുഖം വിടർന്നു. സന്തോഷം നിറഞ്ഞ പുഞ്ചിരിയോടെ അദ്ദേഹം പറഞ്ഞു, 'ആങ്ഹാ ലൂക്കോയോ? നിന്നെ തിരിച്ചറിയാനേ പറ്റിയില്ലല്ലോടാ... വാ വാ കയറി വാ...' അദ്ദേഹത്തിന്റെ പിന്നാലേ വീട്ടിനകത്തേയ്ക്കു കയറി. അദ്ദേഹം അകത്തേയ്ക്കു നോക്കി ഉറക്കെ പറഞ്ഞു, 'സുമേ നീയിങ്ങു വന്നേ, ഇതാരാ ഈ വന്നേയ്ക്കുന്നെന്നു നോക്ക്...'

'ദാ വരുന്നേ', സുമ മാമിയുടെ ശബ്ദം കേട്ടു.

മാമിയും ഒരല്പം തടിച്ചിട്ടുണ്ട്. തലയിൽ അങ്ങിങ്ങായി വെള്ളിയും വീണിരിക്കുന്നു. അവരും തന്നെ മനസ്സിലാക്കിയില്ല.

'ഇതു നമ്മുടെ പഴയ ലൂക്കോയാ... എത്ര മാറിയിരിക്കുന്നു അവനെന്നു നോക്ക്...', മാധവൻ പിള്ള മാമന്റെ സ്വരത്തിൽ സന്തോഷവും അൽഭുതവും കലർന്നിരുന്നു.

'ലൂക്കോയോ!?' മാമി താടിക്കു കൈകൊടുത്തു. 'ഞാനിവനെ അവസാനം കാണുമ്പോൾ ഇവൻ നൂലു പോലൊരു പയ്യൻ...' മാമി ചിരിച്ചു. ഇപ്പോൾ മാമിയുടെ മുന്നിൽ നിൽക്കുന്നത് ആറടി രണ്ടിഞ്ചു പൊക്കത്തിൽ വിരിഞ്ഞ തോളുകളും ബലിഷ്ഠശരീരവുമായി തികഞ്ഞ ആകാര സൗഷ്ടവമുള്ള ഒരു ചെറുപ്പക്കാരൻ!

'നീ ഇരിക്കു ലൂക്കോ', സോഫ ചൂണ്ടിക്കാട്ടി അദ്ദേഹം പറഞ്ഞു. ലൂക്കോസിനു മടി തോന്നി. സോഫയിൽ ഇരിക്കുക പോയിട്ട് ഈ മുറിയിലേയ്ക്കൊന്നു

കടക്കുകപോലും ചെയ്തിട്ടില്ല. മുൻ വശത്തെ തിണ്ണയും അടുക്കളവരാന്തയും ചായ്പ്പും മാത്രമായിരുന്നല്ലോ അന്നു തന്റെ ലോകം.

ലൂക്കോസിന്റെ മടി കണ്ട് അദ്ദേഹം പറഞ്ഞു, 'നീയവിടെ ഇരിയ്ക്കെടാ ചെക്കാ...' അദ്ദേഹം ഉറക്കെ ചിരിച്ചു. 'നിന്റെ വിശേഷങ്ങളൊക്കെ കേൾക്കട്ടേ...'

ലൂക്കോസ് ചിരിച്ചു കൊണ്ട് ആ പഴയ സോഫയിൽ ഇരുന്നു.

'നീയിപ്പം എവിടാ ലൂക്കോ?' മാമി ചോദിച്ചു.

'ടെക്സിറ്റിയിൽ തന്നെ മാമി'

'പ്രീതീടെ കല്യാണസമയത്ത് നീയിവിടല്ലാരുന്നല്ലോ?'

'അതേ മാമി. അന്നെന്നെ കമ്പനി ജർമ്മനിയിൽ അയച്ചേക്കുകയായിരുന്നു.'

'അങ്ങനെ വിദേശരാജ്യോക്കെ കാണാൻ യോഗോണ്ടായീല്ലേ?...' മാമി ചിരിച്ചു.

'നീയെവിടൊക്കെ പോയി ലൂക്കോ?' മാമനും കൗതുകമായി.

'യു.എസ്സിലും കാനഡയിലും ജപ്പാനിലും പിന്നെ ജർമ്മനിയിലും കമ്പനി അയച്ചു മാമാ. ഏറ്റവും കൂടുതൽ തവണ യു.എസ്സിലേയ്ക്കാണ് അയച്ചത്...'

'വിദേശരാജ്യമൊക്കെ സന്ദർശിക്കാൻ പറ്റുക എന്നത് ഒരു ഭാഗ്യം തന്നെയാണു ലൂക്കോ. പഠിപ്പുണ്ടേലും എല്ലാർക്കുമൊന്നും സാദ്ധ്യമാവൂല്ലല്ലോ അത്...' അദ്ദേഹം ചിരിച്ചു.

'എല്ലാം മാമന്റെ അനുഗ്രഹം ഒന്നു കൊണ്ടു മാത്രം...' ലൂക്കോസിന് അതു പറഞ്ഞപ്പോൾ തൊണ്ടയിടറിപ്പോയി.

ആ ഭാഗ്യത്തിനും യോഗത്തിനുമൊക്കെ കാരണമായത് മുന്നിലിരിക്കുന്ന ഈ വലിയ മനുഷ്യനാണല്ലോ. കോൺട്രാക്ടർ മാധവൻ പിള്ള എന്ന ദൈവതുല്യനായ ഈ മനുഷ്യസ്നേഹി. ഭൂമിയിൽ അദ്ദേഹത്തെപ്പോലെ ചിലരേയും കർത്താവു സൃഷ്ടിച്ചിട്ടുണ്ട്.

വർഷങ്ങൾക്കു മുമ്പ് ലിസ് വില്ല വിട്ട് ഇവിടെ ഒരു പണി തേടിവന്നപ്പോൾ ലൂക്കോയ്ക്ക് പ്രായം പതിനാല് തികഞ്ഞിട്ടില്ല.

'ഈ പ്രായത്തിൽ നിനക്കു കടുത്ത പണിയൊന്നും തരാൻ പറ്റില്ലല്ലോടാ. നീയിപ്പോൾ സ്കൂളിൽ പഠിക്കേണ്ട പ്രായമല്ലേ? നീയെന്താ സ്കൂളിൽ പോകാത്തേ?' മാധവൻ പിള്ള 'കോൺട്രാക്ക്' ചോദിച്ചു.

പഠിക്കാൻ വളരെ ഇഷ്ടമാണെന്നും എന്നാലതു തുടരാൻ കഴിയാത്ത വിധമുള്ള പരിതാപാവസ്ഥ എന്താണെന്നും അവൻ വിവരിച്ചു.

'നിനക്കു പഠിക്കാൻ ഇഷ്ടമാണോ? നിന്നെ സ്കൂളിൽ ചേർത്താൽ പഠിക്കുമോ?'

ലൂക്കോ തലയാട്ടി. പിന്നെ പറഞ്ഞു, 'പഠിക്കാൻ പോയാൽ പിന്നെ വേല ചെയ്യാൻ പറ്റൂല്ലല്ലോ മാമാ. കൂലിയും കിട്ടൂല്ല. അമ്മയ്ക്കു മരുന്നു വാങ്ങിക്കണം. അനിയത്തിക്കു ബുക്കും ഉടുപ്പും വാങ്ങിക്കണം. അവളു പഠിക്കണുണ്ട്...'

മാധവൻ പിള്ള കോണ്ട്രാക്ക് കുറേനേരം ആലോചിച്ചു നിന്നു. പിന്നെ പറഞ്ഞു, 'നിനക്കു പഠിക്കാമെങ്കിൽ അടുത്ത സ്കൂൾ വർഷം നിന്നെ ഇവിടടുത്തുള്ള സർക്കാരു സ്കൂളിൽ ചേർക്കാം. അതുവരെ ഇവിടെ ചില്ലറജോലികളൊക്കെ ചെയ്തു നില്ല്. അതിനു കൂലി തരാം.'

ലൂക്കോ സസന്തോഷം സമ്മതിച്ചു. അവനു ധാരാളം പുറംപണികൾ കിട്ടി. മുറ്റം വൃത്തിയാക്കുക, പൂച്ചെടികൾക്കിടയിൽ വളരുന്ന കള പറിച്ചു കളയുക, കാലിത്തൊഴുത്തു വൃത്തിയാക്കുക, പശുക്കൾക്കു വെള്ളവും വയ്ക്കോലും കൊടുക്കുക, അവയ്ക്കു വേണ്ടി പരുത്തിക്കുരു അരയ്ക്കുക, പുറത്തു കൂട്ടിയ അടുപ്പിൽ വലിയ ചെമ്പിൽ നെല്ലു പുഴുങ്ങുക, അതു പിന്നെ ഊറ്റി വാരി വെയിലത്തിട്ട വേമ്പായിൽ നിരത്തിയിട്ടു കാക്കകളേയും കോഴികളേയും ആട്ടി പാകത്തിനു ഉണക്കിയെടുക്കുക ഇങ്ങനെ അനേകം പണികൾ. എല്ലാറ്റിലും അവൻ സാമർത്ഥ്യം നേടി. നെല്ലു പുഴുങ്ങേണ്ട പാകം, അതിന്റെ ഉണക്കിന്റെ പാകം ഒക്കെ അവൻ കൃത്യമായി നിരീക്ഷിച്ചു പഠിച്ചു. വീട്ടമ്മയായ സുമ ഒരിക്കൽ പറഞ്ഞു, ലൂക്കോ നെല്ലു പുഴുങ്ങി ഉണക്കിയാൽ അരി പൊടിയില്ല. നെല്ലിന്റെ വേവിലോ ഉണക്കിലോ പാകം തെറ്റിയാൽ മില്ലിൽ കൊണ്ടുപോയി നെല്ലു കുത്തി അരിയാക്കുമ്പോൾ മുഴുവൻ അരിമണികൾക്കു പകരം നുറുക്കരിയാവും കിട്ടുക.

മാധവൻ പിള്ള കോണ്ട്രാക്ക് മേയ് മാസത്തിൽ ലൂക്കോയ്ക്ക് തൊട്ടടുത്തുള്ള സർക്കാർ സ്കൂളിൽ ഒമ്പതാം ക്ലാസ്സിലേയ്ക്കുള്ള അഡ്മിഷൻ തരപ്പെടുത്തിക്കൊടുത്തു.

അന്നു മുതൽ ലൂക്കോ വീണ്ടും പഠിക്കാനുള്ള തയ്യാറെടുപ്പുകൾ തുടങ്ങി.

ഏകദേശം സമപ്രായക്കാരായ രണ്ടു പയ്യന്മാർ ഉണ്ടായിരുന്നവിടെ. മാധവൻ പിള്ള കോണ്ട്രാക്കിന്റെ സഹോദരിയുടെ പുത്രന്മാർ. അവർ വിളിക്കുന്നതു കേട്ടാണ് ലൂക്കോയും അദ്ദേഹത്തെ മാമാ എന്നും, അദ്ദേഹത്തിന്റെ ഭാര്യയെ മാമീ എന്നും വിളിക്കാൻ തുടങ്ങിയത്. ആ പയ്യന്മാരിലൊരാൾ ഇനി പത്താം ക്ലാസ്സിലെത്തുകയാണ്. ലൂക്കോ ആ പയ്യന്റെ കയ്യിൽനിന്ന് പഴയ പാഠപുസ്തകങ്ങൾ ശേഖരിച്ചു. എഴുതാത്ത പേജുകൾ ഉള്ള നോട്ടുബുക്കുകൾ അവൻ രണ്ടു പയ്യന്മാരിൽ നിന്നും ശേഖരിച്ചു. അവയിൽ നിന്ന് എഴുതാത്ത പേജുകൾ സൂക്ഷ്മതയോടെ വിടർത്തിയെടുത്ത് പുതിയ നോട്ടുബുക്കുകൾ കുത്തിത്തയ്ച്ചെടുത്തു. അവന്റെ ഈ പ്രവർത്തി കണ്ട് മാധവൻ പിള്ള കോണ്ട്രാക്ക് ചിരിച്ചുപോയി. എന്നാലും ഏതു വസ്തുവും പാഴിൽ കളയാതെ പരമാവധി ഉപയോഗിക്കാനും, ഉള്ളതിൽ തൃപ്തിയടയാനുമൊക്കെയുള്ള അവന്റെ ആ വാസനയെ പുകഴ്ത്തുകയും ചെയ്തു.

ഒമ്പതാം ക്ലാസ്സിലേയ്ക്കുള്ള പഴയ ടെക്സ്റ്റ് ബുക്കുകളും കുത്തിത്തയ്ച്ചെടുത്ത കുറേ നോട്ടുബുക്കുകളും, ആ പയ്യന്മാർ ഉപയോഗിക്കാതായ ഒരു പഴയ ബാഗുമൊക്കെ ലൂക്കോ സംഘടിപ്പിച്ചു വച്ചിരുന്നത് മാധവൻ പിള്ള കോണ്ട്രാക്ക് കണ്ടിരുന്നെങ്കിലും, സ്കൂൾ തുറക്കുന്നതിന്റെ തലേന്ന് അദ്ദേഹം എത്തിയത് ആ പയ്യന്മാർക്കും സ്വന്തം മകൾക്കും ലൂക്കോയ്ക്കും കൂടിയുള്ള പുത്തൻ പുസ്തകങ്ങളും നോട്ടുബുക്കുകളുമായാണ്.

ലൂക്കോ സന്തോഷം കൊണ്ടു തുള്ളിച്ചാടിപ്പോയി. അവൻ ഇന്നുവരെ ഒരു പുതിയ ടെക്സ്റ്റ്ബുക്ക് വച്ച് പഠിച്ചിട്ടില്ലായിരുന്നു. പുത്തൻ പുസ്തകങ്ങൾക്കു ഒരു മണമുണ്ടല്ലോ, അതവനു വളരെ ഇഷ്ടമായിരുന്നു. ക്ലാസ്സിൽ മറ്റു കുട്ടികൾ പുതിയ ടെക്സ്റ്റുബുക്കുകളും നോട്ടുബുക്കുകളുമൊക്കെ തുറന്നു വയ്ക്കുമ്പോൾ ലൂക്കോ മൂക്കു വിടർത്തി ആ വാസന ആവോളം നുകരുമായിരുന്നു.

ലൂക്കോ തനിക്കായി കിട്ടിയ ആ പുസ്തകക്കെട്ടിനെ നെഞ്ചോടു ചേർത്തുപിടിച്ചു. അവയെ തൊട്ടുതലോടി. അതിന്റെ ആ വാസന ആസ്വദിച്ചു അനേകം തവണ. പിന്നെ ആ പയ്യന്മാരോട് ചോദിച്ച് കുറച്ചു പഴയ പത്രങ്ങൾ വാങ്ങി. പുതിയ പുസ്തകങ്ങൾക്കെല്ലാം അവൻ പുറം ചട്ട അണിയിച്ചു. അതിനു പുറത്ത് തന്റെ പേരെഴുതണമല്ലോ എന്നാലോചിച്ചപ്പോഴാണ് കയ്യിൽ ഒരു പേനയില്ലല്ലോ എന്നവൻ ഓർത്തത്. അന്നവൻ ആദ്യമായി തനിക്കു കിട്ടിയ കൂലിയിൽ നിന്ന് തുച്ഛമായ ഒരു തുകയെടുത്ത് ഏറ്റവും വിലകുറഞ്ഞ ഒരു പേന വാങ്ങി. ഇതുവരെ, കിട്ടുന്ന ശമ്പളം അമ്മയെ അതുപടി ഏല്പിക്കയല്ലാതെ ഒരു ചില്ലിക്കാശു പോലും ചിലവാക്കിയിട്ടില്ലായിരുന്നു.

ലൂക്കോസ് ഒരു ചെറുചിരിയോടെ ഓർത്തു, ഇന്നും ആ പുസ്തകങ്ങളും ആ പേനയും തന്റെ അലമാരയിൽ ഉണ്ട്. ജീവിതാന്ത്യം വരെ ഒരു നിധി പോലെ സൂക്ഷിക്കുവാൻ...

സ്കൂൾ തുറന്നപ്പോൾ മാമന്റെ വീട്ടിൽ ചെയ്തുകൊണ്ടിരുന്ന പുറംപണികൾ ചെയ്യാൻ നേരം പരപരാ

വെളുക്കുമ്പോഴേ അവനെത്തുമായിരുന്നു. രാവിലെ ചെയ്തു തീരാത്തവ ഉച്ചയ്ക്ക് വന്നു ഊണു കഴിച്ച ശേഷവും ബാക്കിയുള്ള വൈകുന്നേരങ്ങളിലും ചെയ്തു തീർക്കും. അതുവരെ ചെയ്തുകൊണ്ടിരുന്ന പണികൾക്കൊന്നും ഒരു തടസ്സവും വരരുത് തന്റെ പഠനം കാരണം എന്നതായിരുന്നു അവന്റെ ലക്ഷ്യം. ഒരു പകൽ മുഴുവൻ വേണ്ടി വരുന്ന നെല്ലു പുഴുങ്ങി ഉണക്കിയെടുക്കുക എന്ന ജോലികളെല്ലാം അവൻ ശനി, ഞായർ ദിവസങ്ങളിൽ ചെയ്തു. ഈ വക ജോലികൾക്കിടയിലും അവൻ പഠനത്തിൽ വളരെയേറെ ശ്രദ്ധിച്ചു.

ഒൻപതാം ക്ലാസ്സിൽ നല്ല മാർക്കോടെ പാസ്സായി. മാമനും അതിൽ സന്തോഷിച്ചു. പത്താം ക്ലാസ്സിലേയ്ക്കും മാമൻ പുതിയ പുസ്തകങ്ങളും നോട്ടുബുക്കുകളും അവനു വാങ്ങി നൽകി.

അവൻ സ്വപ്രയത്നം ഒന്നു കൊണ്ടു മാത്രമായിരുന്നു പഠിച്ചിരുന്നത്. പ്രീതിക്കുഞ്ഞിനും മാമന്റെ സഹോദരിയുടെ മക്കൾക്കുമൊക്കെ ട്യൂഷൻ തരപ്പെടുത്തിയിരുന്നു. ഒരിക്കൽ അവനോടും മാമൻ ചോദിച്ചിരുന്നു, നിനക്കു ട്യൂഷൻ വല്ലതും വേണമെന്നു തോന്നുന്നുണ്ടോ എന്ന്. ലൂക്കോക്ക് അന്നു തന്നെ പ്രായത്തിൽ കവിഞ്ഞ സാമാന്യമര്യാദയും നീതിബോധവുമൊക്കെ ഉണ്ടായിരുന്നു. മാമൻ ഇപ്പോൾ തന്നെ തന്റെ പഠിപ്പിനായി ഒരു നല്ല തുക ചിലവാക്കുന്നുണ്ട്. എന്നാലും താൻ ചെയ്തു കൊടുക്കുന്ന പുറം പണികൾക്കെല്ലാം ശമ്പളവും തരുന്നുണ്ട്. ഇനി ട്യൂഷനു വേണ്ടി കൂടി അദ്ദേഹത്തെക്കൊണ്ട് ചിലവാക്കിപ്പിക്കുകയോ? അതു വേണ്ട. വേണ്ട മാമാ, തന്നത്താനേ പഠിച്ചോളാമെന്നു പറഞ്ഞു.

എസ്.എസ്.എൽ.സി. പരീക്ഷ വന്നു. ലൂക്കോ ഏറ്റവും നല്ല നിലയിൽ ജയിച്ചു. അവന്റെ സ്കൂളിൽ എല്ലാ വിഷയങ്ങൾക്കും എ പ്ലസ് ഗ്രേഡ് നേടിയ ഏക വിദ്യാർത്ഥിയും അവനായിരുന്നു. സ്കൂളിൽ അനുമോദനം നടന്നു. ആ ചടങ്ങിൽ അവന്റെ അമ്മയും മാധവൻ പിള്ള മാമനും സുമ മാമിയും പങ്കെടുത്തിരുന്നു. കുപ്പയിൽ കിടന്ന ഒരു മാണിക്യത്തെ കണ്ടെടുത്ത മാമനെ ഹെഡ്മിസ്ട്രസ്സ് വാനോളം പുകഴ്ത്തി. അവന്റെ ഉന്നത പഠനത്തിനായി സ്കൂളിൽ നിന്ന് ഒരു തുക സമാഹരിക്കുകയും അത് അവന്റെ പേരിൽ ഒരു ബാങ്ക് അക്കൗണ്ട് തുടങ്ങി അതിൽ നിക്ഷേപിക്കുകയും ചെയ്തു.

പിന്നെ തിരിഞ്ഞു നോക്കിയില്ല. എങ്ങനേയും പഠിച്ച് ഒരു ഉന്നതജോലി നേടണമെന്ന ആഗ്രഹമായി. അതിനു വേണ്ടി മാത്രം ശ്രമിച്ചു. മാമനെ കൊണ്ട് ഏറ്റവും മിനിമം മാത്രം ചിലവാക്കിക്കുക എന്ന ലക്ഷ്യത്തോടെ പഠനത്തോടൊപ്പം അവൻ മറ്റു പല പണികളും കണ്ടെത്തി ചെയ്തു. രാവിലെ ന്യൂസ്പേപ്പർ വിതരണം, കുറച്ചു വീടുകളിലെ കാർ കഴുകൽ, അവധി ദിവസങ്ങളിൽ പറ്റിയാൽ പാറമടകളിലോ ഇഷ്ടികക്കളങ്ങളിലോ ഉള്ള ജോലി... അങ്ങനെ പലതും പലതും.

പത്താംക്ലാസ്സു കഴിഞ്ഞ് പ്ലസ് ടുവിനു ചേർന്നില്ല. പകരം പോളിടെക്നിക്കിൽ ചേർന്നു. സാധിക്കുമോന്നറിയില്ലെങ്കിലും ഒരു എഞ്ചിനീയറിങ്ങ് മോഹം മനസ്സിൽ ഒളിഞ്ഞു കിടന്നിരുന്നു. പ്ലസ് ടുവിനു ചേർന്നാൽ എൻട്രൻസ് എക്സാം എഴുതണം. അതിന്റെ കോച്ചിങ്ങിനു പോവുക എന്നത് തന്നെക്കൊണ്ട് കൂട്ടിയാൽ കൂടുന്നതല്ല. പോളിടെക്നിക്കിൽ ചേർന്നാൽ

അവിടെ ഉന്നത വിജയം നേടിയാൽ ലാറ്ററൽ എൻട്രി വഴി എഞ്ചിനീറിങ്ങ് പ്രവേശനം തരപ്പെടും. ആ വഴിക്കു ശ്രമിച്ചു. അതിൽ അവൻ വിജയം വരിക്കുകയും ചെയ്തു.

ഇന്ന് പേരെടുത്തൊരു ഐ.ടി. കമ്പനിയിൽ ഉന്നതസ്ഥാനത്തിരുന്ന് വളരെ ഉയർന്ന ശമ്പളം കൈപ്പറ്റുന്ന ഐ.ടി. പ്രൊഫഷണൽ ആണ് ലൂക്കോസ് ലൂക്കോസ് എന്ന പഴയ ലൂക്കോ.

ഒൻപതാം ക്ലാസ്സിൽ മാധവൻപിള്ള മാമൻ സ്കൂളിൽ അഡ്മിഷൻ എടുത്തു കൊടുക്കുന്ന വേളയിൽ ലൂക്കോയുടെ വിവരങ്ങൾ ശേഖരിച്ച കൂട്ടത്തിലെ ഒരു ചോദ്യം രക്ഷകർത്താവിന്റെ പേരെന്ത് എന്നായിരുന്നു. രക്ഷകർത്താവിന്റെ സ്ഥാനത്ത്, അമ്മയേയും മക്കളേയും ഉപേക്ഷിച്ചു സുന്ദരിപ്പെണ്ണിന്റെ പുറകേപോയ അപ്പന്റെ പേരെന്തിനു പറയണം? അതുകൊണ്ട് താൻ തന്നെയാണ് തന്റെ രക്ഷകർത്താവ് എന്ന ചിന്തയാൽ അവൻ ലൂക്കോസ് എന്ന പേരു തന്നെ പറഞ്ഞുകൊടുത്തു. ക്രിസ്ത്യാനികളുടെ ഇടയിൽ അപ്പന്റെ പേരു തന്നെ മകനും ഇടുന്ന സമ്പ്രദായമുള്ളതു കൊണ്ട് അവന്റെ പേര് ലൂക്കോസ് ലൂക്കോസ് എന്ന് രേഖപ്പെടുത്തി.

ലൂക്കോയുടെ മനസ്സിലൂടെ ഈ പഴയ കാര്യങ്ങളെല്ലാം കടന്നു പോയി. അവന്റെ ഹൃദയം മാധവൻപിള്ള എന്ന ആ വലിയ മനുഷ്യനും അദ്ദേഹത്തിന്റെ കുടുംബത്തിനും വേണ്ടി പ്രാർത്ഥനാനിരതമായി.

'നീയിരിക്ക് ലൂക്കോ... ഞാനൊരു ചായയെടുക്കാം.' മാമി പറഞ്ഞു.

'ഓ...' ലൂക്കോ ഭവ്യതയോടെ പറഞ്ഞു.

'മാമാ, ഈ കുഞ്ഞ്? പ്രീതിക്കുഞ്ഞിന്റെയോ?'

'അതേയതേ പ്രീതിയുടെ തന്നെ. അവളിവിടെയുണ്ട്. നാളെ പോകും. ഇപ്പോൾ വെളിയിൽ പോയിരിക്ക്യാ അവളും ഭർത്താവും കൂടി.'

മാധവൻപിള്ള മാമൻ വിശേഷങ്ങളെല്ലാം ചോദിച്ചറിഞ്ഞു. അമ്മയെ കുറിച്ചും അനിയത്തിയെ കുറിച്ചുമൊക്കെ.

മാമി ചായ കൊണ്ടുവന്നു. എന്നിട്ട് അവരും സോഫയിൽ അവന്റെ അരികിലായി ഇരുന്നു, അവന്റെ വിശേഷങ്ങൾ കേൾക്കാൻ.

'മാമാ, മാമീ, അനിയത്തിയുടെ വിവാഹമാണ്... ആഗസ്റ്റിൽ...'

'ഓ, നല്ല വാർത്തയാണല്ലോ! എവിടെയാ അവളെ അയക്കുന്നത്? പയ്യനെന്തു ചെയ്യുന്നു?' മാമൻ ചോദിച്ചു.

'പയ്യന്റെ വീട് ടെക്സിറ്റിക്കു അടുത്തു തന്നെ. അയാളും ഐ.ടി. ഫീൽഡിൽ തന്നെ. സോഫ്റ്റ്‌വെയർ എഞ്ചിനീയർ... വിവാഹത്തിനു ക്ഷണിക്കാൻ ഞാൻ വരും മാമാ... മാമനും മാമിക്കുമാണ് ആദ്യക്ഷണപത്രം നൽകേണ്ടത്. ആദ്യഅനുഗ്രഹം വാങ്ങേണ്ടതും മാമനിൽ നിന്നും മാമിയിൽ നിന്നുമാണ്... അതിനു മുമ്പ് ഇവിടെ വന്ന് വിശേഷം പറയാനാണ് മാമാ ഞാൻ വന്നത്...'

'നിനക്കും നിന്റെ അനിയത്തിക്കും എല്ലാ അനുഗ്രഹങ്ങളും എപ്പോഴും ഉണ്ടാകും ലൂക്കോ.'

ലൂക്കോ മാമന്റേയും മാമിയുടേയും പാദങ്ങൾ തൊട്ടു വന്ദിച്ചു. അവർ അവനെ തലയിൽ കൈ വച്ച് അനുഗ്രഹിച്ചു.

മനം നിറഞ്ഞാണ് ലൂക്കോ അവിടെ നിന്നിറങ്ങിയത്. മാധവൻ പിള്ള മാമൻ ദൈവതുല്യനാണ്; അദ്ദേഹത്തിന്റെ ദയാവായ്പ് ഒന്നുകൊണ്ടു മാത്രം ഇന്നു തന്റെ ജീവിതം കൂരിരുൾ മാറി നിലാവുദിച്ച രാവ് പോലെ ആയിരിക്കുന്നു.

***   ***   ***

ആ പട്ടണത്തിൽ ഇനി സന്ദർശിക്കണമെന്ന് വിചാരിച്ചിരുന്നിടത്തേയ്ക്ക് പോകണമോ വേണ്ടയോ എന്ന് ലൂക്കോ സംശയിച്ചു. ലിസ് വില്ല! അവിടെ കയറിച്ചെന്നാൽ എന്തു പ്രതികരണമാണുണ്ടാവുക? തന്നെ അവർ തിരിച്ചറിയില്ല, അതുറപ്പാണ്.

പോകണോ വേണ്ടയോ എന്നു ചാഞ്ചാടുന്ന മനസ്സുമായായാണെങ്കിലും ആ വീട് മിസ്സ് ചെയ്യാതിരിക്കാൻ ശ്രദ്ധിച്ചു കൊണ്ടായിരുന്നു ലൂക്കോ കാറോടിച്ചിരുന്നത്. ഈ വഴിക്കൊക്കെ വന്നിട്ട് ഏറെ നാളുകളായിരുന്നെങ്കിലും, സ്ഥലമൊക്കെ നല്ല പരിചിതം തന്നെ.

വീട് മിസ്സ് ആയില്ല. ആ വീടിന്റെ കരിങ്കല്ലു കൊണ്ടു കെട്ടിയ പൊക്കമുള്ള മതിലും വലിയ ആർച്ചുള്ള ഗേറ്റും

ഇപ്പോഴും അങ്ങനെ തന്നെയുണ്ട്. മതിലിൽ നിറയെ പായൽ പിടിച്ച് കറുത്തു കാണപ്പെട്ടുന്നു. മേലേ കൂടി ധാരാളം വള്ളിച്ചെടികൾ പടർന്നു പന്തലിച്ചു കിടക്കുന്നു. ലിസ് വില്ല എന്നെഴുതി മതിലിൽ ഉറപ്പിച്ചിരുന്ന മാർബിൾ ഫലകം നന്നേ നിറം മങ്ങിയും പായൽ പിടിച്ചും കാണപ്പെട്ടുന്നു.

ലൂക്കോ കാറ് അറിയാതെ തന്നെ വശത്തേയ്ക്കൊതുക്കിപ്പോയി. പിന്നെ ഗേറ്റ് വിട്ട് നിറുത്തി.

പുറത്തിറങ്ങി പരിസരം വീക്ഷിച്ചു. അകത്തു പോകണോ വേണ്ടയോ എന്ന് പിന്നേയും സംശയിച്ചു. പിന്നെ തീരുമാനിച്ചു. ഏതായാലും ഇത്രടം വന്നു, ഒന്നു കയറി കണ്ടിട്ടു പോകാം. ആരെ കണ്ടില്ലെങ്കിലും ശോശച്ചേടത്തി ഇവിടെ ഇപ്പോഴുമുണ്ടെങ്കിൽ അവരെ ഒന്നു കാണണം. അവരുടെ സൗമനസ്യം ഒന്നു കൊണ്ട് മാത്രം എത്രയോ നാൾ തന്റെ അനിയത്തിക്കുട്ടിക്കും അമ്മയ്ക്കും വയറു നിറയെ അത്താഴം തരപ്പെട്ടിരുന്നതാണ് ! ലൂക്കോ ഗേറ്റു തുറന്ന് അകത്തു കടന്നു.

പഴയ കാലത്തെ പോലെ ഭംഗിയായി വെട്ടി നിറുത്തിയ അലങ്കാരച്ചെടികളോ പലനിറങ്ങളിലുള്ള പൂച്ചെടികളോ കാണുന്നില്ല. പൂച്ചട്ടികൾ പലതും പൊട്ടിയും പായൽ പിടിച്ചും ഇരിക്കുന്നു. ഗേറ്റിൽ നിന്ന് ഒരു ഇരുപതു മീറ്ററോളം നടന്നാലാണു വീടിന്റെ പൂമുഖത്തെത്തുക. ഈ നടവഴിയുടെ അരികിലെല്ലാം പലപല വർണ്ണങ്ങളിൽ ഉള്ള പൂക്കൾ വിരിയുന്ന ചെടികൾ നട്ടുപിടിപ്പിച്ച പൂച്ചട്ടികൾ അടുക്കി

വച്ചിരുന്നത് ലൂക്കോ ഓർമ്മിച്ചു. കണ്ണിന് വിരുന്നു തന്നെയായിരുന്നു അത്.

ഇന്ന് എല്ലാം പോയിരിക്കുന്നു. ആകെ കൂടി നരച്ച ഒരന്തരീക്ഷം.

കാളിങ്ങ് ബെൽ അമർത്തി. ഒരു പുരുഷൻ വന്നു വാതിൽ തുറന്നു. അത് കൊച്ചമ്മയുടെ മകൻ അലൻ ആണെന്നു ലൂക്കോയ്ക്കു മനസ്സിലായി. താനിവിടെ ഉണ്ടായിരുന്ന കാലത്ത് കോളേജ്കുമാരനായിരുന്ന അലൻ ചേട്ടൻ. ഇന്നിപ്പോൾ ചെറുതായി കഷണ്ടി ബാധിച്ചു തുടങ്ങിയിരിക്കുന്നു.

കൊച്ചമ്മയുടെ മകന് വന്ന ആളെ മനസ്സിലായില്ല. അയാൾ സംശയിച്ചു നിന്നു.

'ഞാൻ ലൂക്കോയാണ്...'

ഏതു ലൂക്കോ എന്നു മനസ്സിൽ ചികയുന്ന മട്ടിൽ അയാൾ നിന്നു.

'ഞാനീ വീട്ടിൽ പണ്ടു നിന്നിട്ടുണ്ട്...' ലൂക്കോ വീണ്ടും പരിചയപ്പെടുത്തി. പക്ഷേ പന്നികളെ പരിചരിക്കാനും പന്നിക്കൂട്ടു വൃത്തിയാക്കാനുമാണ് താനിവിടെ നിന്നിട്ടുള്ളതെന്നു വെളിപ്പെടുത്താൻ ലൂക്കോയുടെ നാവു പൊങ്ങിയില്ല.

എന്നിട്ടും അയാൾക്കു ആളെ പിടി കിട്ടുന്നില്ല. വീട്ടിലെത്തിയ ആളെ വന്ന കാലിൽത്തന്നെ നിറുത്താതെ അകത്തേയ്ക്കു ക്ഷണിക്കുക എന്ന അതിഥി മര്യാദയും കാണിക്കുന്നില്ല. അതു ക്ഷമിക്കാം.

ഇക്കാലത്തു അപരിചിതരെ വീട്ടിനകത്തു വിളിച്ചിരിത്തുന്നതു സൂക്ഷിച്ചു വേണമല്ലോ.

ഇനി അയാളോട് കൂടുതൽ പറഞ്ഞിട്ടു കാര്യമില്ല എന്നു മനസ്സിലായി. അതുകൊണ്ടു ചോദിച്ചു, 'ലിസമ്മ കൊച്ചമ്മയില്ലേ?'

'ഉണ്ട്. അമ്മയ്ക്കു സുഖമില്ല. കിടക്കുകയാണ്...'

അപ്പോൾ അവരും പുറത്തേയ്ക്കു വന്നു തന്നെ കണ്ടു മനസ്സിലാക്കും എന്ന പ്രതീക്ഷ ലൂക്കോയ്ക്ക് ഇല്ലാതായി.

അവസാനമായി ഒരു പരീക്ഷണം കൂടി നടത്താമെന്നു വിചാരിച്ചു. 'ശോശച്ചേടത്തിയുണ്ടോ?'

'ആ... ഉണ്ട്...' ഒരു നിമിഷം സംശയിച്ചു നിന്ന ശേഷം അയാൾ ചോദിച്ചു, 'വിളിക്കണോ?'

'ആ...'

ലൂക്കോയെ വെളിയിൽത്തന്നെ നിറുത്തി വാതിൽ ചാരി അയാൾ ഉള്ളിലേയ്ക്കു പോയി.

മിനിറ്റുകൾ എടുത്തു, ശോശച്ചേടത്തി വന്നു വീണ്ടും വാതിൽ തുറക്കാൻ.

ശോശച്ചേടത്തി ഒരല്പം ചടച്ചിട്ടുണ്ട്. പക്ഷേ, കുറച്ച് ചുളിവുകൾ പ്രത്യക്ഷപ്പെട്ടിട്ടുണ്ടെന്നതൊഴിച്ചാൽ മുഖത്തിനു വലിയ വ്യത്യാസമില്ല.

ശോശച്ചേടത്തി വന്നു ലൂക്കോയെ നോക്കി മിഴിച്ചു നിന്നു. തന്നെ കാണാൻ വന്ന സുമുഖനായ ഈ ചെറുപ്പക്കാരൻ ആരെടാ എന്ന മട്ടിൽ. ചേടത്തിയുടെ പിന്നിൽ കൊച്ചമ്മയുടെ മകൻ നിൽപ്പുണ്ട്.

'ശോശച്ചേടത്തീ, എന്നെ ഓർമ്മയുണ്ടോ? ഞാൻ ലൂക്കോയാണ്... പണ്ടിവിടെ നിന്ന...'

'ങേ?!' ശോശച്ചേടത്തി അന്തം വിട്ടു. 'ലൂക്കോയാ?...' അവരുടെ കണ്ണുകൾ വല്ലാതെ വിടർന്നു.

ലൂക്കോ ചിരിച്ചു കൊണ്ടു നിന്നു.

ചേടത്തി പെട്ടെന്ന് ചാടിയിറങ്ങി മുറ്റത്തു നിൽക്കുകയായിരുന്ന ലൂക്കോയുടെ അടുത്തെത്തി.

ലൂക്കോയുടെ നേർപകുതിയേ ഉണ്ടായിരുന്നുള്ളൂ ശോശച്ചേടത്തി. ഒരു ഗോപുരത്തിന്റെ മുകളിലേയ്ക്കു നോക്കുന്ന പോലെ തല ഉയർത്തി പിടിക്കേണ്ടി വന്നു അവർക്ക് ലൂക്കോയുടെ മുഖത്തേയ്ക്കു നോക്കാൻ. അവർ ആ നിൽപ്പു നിന്നു നിമിഷങ്ങളോളം. ലൂക്കോ പുഞ്ചിരി പൊഴിച്ചു കൊണ്ട് അവരേയും നോക്കിനിന്നു.

'ലൂക്കോയാ...?' അവർ വീണ്ടും ആരാഞ്ഞു.

'അതേ, ചേടത്തീ... ലൂക്കോ തന്നെ.'

'പണ്ടിവിടെ നിന്ന...?'

'ആ ആൾ തന്നെ ചേടത്തീ...' ലൂക്കോ ചിരിച്ചു പോയി.

'എന്റെ കർത്താവേ...' അവർ താടിക്കു കൈ കൊടുത്തു. 'എനിക്കിതു വിശ്വസിക്കാൻ മേലല്ലോ ഈശോയേ...'

ലൂക്കോ പിന്നേയും ചിരിച്ചു പോയി.

എന്നിട്ടും വിശ്വാസം വരാതെ ചേടത്തി പിന്നേയും ചോദിച്ചു, 'അന്നിവിടെ പന്നികളെ...'

'അതേ ചേടത്തീ... ഒട്ടും സംശയിക്കണ്ട. അന്ന് പന്നികളെ നോക്കാൻനിന്ന അതേ ലൂക്കോ തന്നെയാണ് ഈ ലൂക്കോ...' ലൂക്കോ ചിരിച്ചു. ആ ചിരിയിൽ ഗതകാലഓർമ്മകളുടെ കയ്പ്പ് കലർന്നിരുന്നെന്ന് ശോശച്ചേടത്തിക്കു തോന്നി.

'മോന് ഓർമ്മയുണ്ടോ ലൂക്കോയെ?' ശോശച്ചേടത്തി തിരിഞ്ഞ് വാതിൽക്കൽത്തന്നെ നിൽക്കുകയായിരുന്ന അലൻചേട്ടനോടു ചോദിച്ചു. അയാൾ ഉണ്ടെന്നോ ഇല്ലെന്നോ പറഞ്ഞില്ല.

'പണ്ടിവിടെ പുറംപണിക്കു നിന്നിരുന്ന ഒരു മെലിഞ്ഞ പയ്യൻ...' അതു പറയുമ്പോൾ അവർ ചെറുവിരൽ നിവർത്തി കാണിച്ചു. 'ലൂക്കോ... ഓർമ്മയില്ലേ?... ഒരിക്കെ കൊച്ചമ്മ അവന്റെ കയ്യീ കശാപ്പുശാലയിലേയ്ക്ക് കഞ്ഞിവെള്ളം കൊടുത്തയച്ചപ്പോ അവിടേന്ന് അലറി കരഞ്ഞോണ്ട് ഓടിയ പയ്യൻ...'

ആ സംഭവം പറഞ്ഞപ്പോൾ അയാൾക്ക് ചെറുതായി ഓർമ്മ വന്നതുപോലെ ഒന്നു തലയാട്ടി.

'ആ ലൂക്കോയാണെന്ന് ഇത്...' ശോശച്ചേടത്തി വീണ്ടും താടിക്കു കൈവച്ചു പറഞ്ഞു, 'എനിക്കങ്ങു വിശ്വസിക്കാൻ വയ്യല്ലോ ഈശോയേ...'

ആ പഴയ സംഭവത്തിന്റെ ഓർമ്മയിൽ ലൂക്കോയുടെ മുഖത്തെ ചിരി മാഞ്ഞിരുന്നു. അലൻചേട്ടന്റെ മുഖത്തു നോക്കാനും തോന്നിയില്ല.

'ശോശച്ചേടത്തിക്കു സുഖമാണോ?' ലൂക്കോ പെട്ടെന്ന് വിഷയം മാറ്റി.

'ഓ... അങ്ങനെയൊക്കെയങ്ങു പോണു ലൂക്കോ... ഒരു മോളൊള്ളതിനെ കെട്ടിച്ചു. അവളും ഭർത്താവും കൊച്ചും അങ്ങു ദുബായീലാ... അവരു സുഖായി കഴിയണു... ഞാനിവിടേം കഴിയണ്..' അവർ നിറുത്തി. പിന്നെ പെട്ടെന്നു പറഞ്ഞു, 'ഇനി ലൂക്കോടെ വിശേഷം പറ... ലൂക്കോക്കല്ലേ വിശേഷം മൊത്തം ഇരിക്കണേ...' ശോശച്ചേടത്തി ചിരിച്ചു.

'എനിക്കു വലിയ വിശേഷമൊന്നും ഇല്ല ചേടത്തീ. എനിക്കൊരു ജോലിയുണ്ട്. അനിയത്തിയും പഠിപ്പു കഴിഞ്ഞ് ഒരു കമ്പനിയിൽ ജോലിക്കു കയറിയിട്ടുണ്ട്. അവളുടെ വിവാഹമാണ് ആഗസ്റ്റിൽ. അമ്മയ്ക്ക് പഴയ ശ്വാസംമുട്ടൽ ഇപ്പോഴും ഇടയ്ക്കൊക്കെ വരും. അല്ലാതെ വേറെ കുഴപ്പമൊന്നുമില്ല.'

'എന്തായാലും ശോശച്ചേടത്തിക്കു സന്തോഷായി ലൂക്കോ... ഈ നെലയി കാണാൻ പറ്റീലോ...' അവർ സ്നേഹപൂർവ്വം ലൂക്കോയുടെ കവിളിൽ തലോടി.

ഇത്രയൊക്കെ ആയിട്ടും അലൻചേട്ടൻ ഒരു സൗഹൃദഭാവം കാട്ടുകയോ, ഒന്നു അകത്തു കടന്നിരിക്കാൻ ക്ഷണിക്കുകയോ ചെയ്യുന്നില്ലല്ലോ എന്നു ലൂക്കോയ്ക്കൊരു വേദന തോന്നി. കുറ്റം പറയാൻ പറ്റില്ല. പണ്ടു വീട്ടിൽ വേലയ്ക്കു നിന്നിരുന്ന ഒരു ചെക്കൻ വർഷങ്ങൾ കഴിഞ്ഞ് വീട്ടിലെ വേലക്കാരിയെ കാണാനെത്തിയിരിക്കുന്നു.
അങ്ങനെയുള്ളവരെയൊക്കെ വീട്ടിലെ സ്വീകരണമുറിയിൽ സ്വീകരിച്ചിരുത്തുകയോ? തനിക്കും ശോശച്ചേടത്തിക്കുമൊക്കെ അടുക്കളപ്പുറത്തല്ലേ സ്ഥാനമുള്ളൂ. ആ അടുക്കളപ്പുറം

ഒന്നു കാണണമെന്ന മോഹം പെട്ടെന്ന് ലൂക്കോയിൽ ഉണർന്നു. പക്ഷേ പറഞ്ഞില്ല.

ഇനി ഇവിടെ നിന്നിട്ട് കാര്യമില്ല. ലൂക്കോ യാത്ര പറയാൻ ഒരുങ്ങി. ശോശച്ചേടത്തിയുടെ കയ്യിൽ ഒരു തുക വച്ചു കൊടുക്കണമെന്ന് ലൂക്കോ ആഗ്രഹിച്ചു. പക്ഷേ അലൻചേട്ടൻ നോക്കി നിൽക്കേ അതു വയ്യ. ഗേറ്റിലേക്ക് കുറച്ചു ദൂരം നടന്നിട്ട് പിന്നെ തിരിഞ്ഞു നിന്ന് എന്തോ ചോദിക്കാൻ മറന്നെന്ന പോലെ ശോശച്ചേടത്തിയെ അങ്ങോട്ടു വിളിക്കാം. എന്നിട്ട് ആരും കാണാതെ ആ തുക കയ്യിൽ വച്ചു കൊടുക്കാം. ലൂക്കോ പ്ലാൻ ചെയ്തു.

'എന്നാൽ പിന്നെ ഞാനിറങ്ങട്ടേ ചേടത്തീ... അലൻചേട്ടാ...' ലൂക്കോ ഇരുവരോടും യാത്രചോദിച്ചു.

അങ്ങനെ പേരുചൊല്ലി വിളിക്കുന്നതുകേട്ട് അലന്റെ കണ്ണുകൾ വിടർന്നു.

'ങേ? ങാ ഹാ... അങ്ങനങ്ങു പോവാനോ ലൂക്കോ? ഇങ്ങു പോരേ... വന്നു കൊച്ചമ്മേ കണ്ടിട്ടു പോ...' ശോശച്ചേടത്തി ലൂക്കോയുടെ കൈ പിടിച്ചു വലിച്ചു.

ലൂക്കോ ഒന്നു വിഷമിച്ചു. വീട്ടുകാരൻ അകത്തേയ്ക്കു വരാൻ ക്ഷണിക്കുന്നില്ല. അടുക്കളക്കാരിയായ ചേടത്തി ക്ഷണിക്കുകയും ചെയ്യുന്നു. എന്തു ചെയ്യണം?

ശോശച്ചേടത്തി അതൊന്നും കൂസാതെ ലൂക്കോയുടെ കൈപിടിച്ച് അകത്തേയ്ക്കു നടക്കാൻ തുടങ്ങിയപ്പോൾ അലൻചേട്ടൻ വാതിൽക്കൽനിന്ന് ഒഴിഞ്ഞു നിന്നു.

ശോശച്ചേടത്തി അകത്തോട്ടു കയറിയിട്ടും ലൂക്കോയുടെ കയ്യിലെ പിടി വിട്ടില്ല. അവർ ഹാളിലൂടെ കടന്ന് കൊച്ചമ്മയുടെ മുറിയിലേയ്ക്കാവും, നടന്നു. ഇവിടെ നിന്ന കാലത്ത് ലൂക്കോ ഒരിക്കലും ഈ വീട്ടിനുള്ളിലേയ്ക്ക് കടന്നിട്ടില്ല.

ഹാളിലേയ്ക്ക് കടന്നപ്പോൾ, അഞ്ചോ ആറോ വയസ്സുതോന്നിക്കുന്ന ഒരു കുഞ്ഞിന്റെ കൈ പിടിച്ച് രണ്ടാം നിലയിൽ നിന്ന് സ്റ്റെയർകേസ് ഇറങ്ങി ഒരു യുവതി വരുന്നത് ലൂക്കോ കണ്ടു.

ആ യുവതിയെ ഒന്നു നോക്കിയ ലൂക്കോ വീണ്ടുമൊരിക്കൽ കൂടി നോക്കി. എവിടെയോ കണ്ടു മറന്നൊരു മുഖം പോലെ. ഇത് കൊച്ചമ്മയുടെ മകളാകാൻ ഇടയില്ല. അലീനചേച്ചിയെ ലൂക്കോയ്ക്ക് ഓർമ്മയുണ്ട്. ഇത്തിരി തടിച്ച് കുറുകിയ രൂപമായിരുന്നു അലീനചേച്ചിക്ക് അന്ന്. ഈ യുവതിക്ക് അത്ര വണ്ണമില്ല, കുറേക്കൂടി പൊക്കവുമുണ്ട്. അലീനചേച്ചി ഇങ്ങനെയായതാണോ?

ശോശച്ചേടത്തി ഒരു യുവാവിനെ കൈയിൽ പിടിച്ചുകൊണ്ടു പോകുന്നതു കണ്ട് ആ യുവതി അമ്പരന്നു നിന്നു. ശോശച്ചേടത്തി അതു കണ്ടു. 'റീനക്കുഞ്ഞേ, ഇത് ഇവിടെ പണ്ട് നിന്നിട്ടുള്ള ഒരു പയ്യനാ... ലൂക്കോ... ഇപ്പോ നല്ല സ്ഥിതീലൊക്കെ ആയി. നമ്മളെ കാണാൻ വന്നതാ. ഞാൻ കൊച്ചമ്മേ കാണിക്കാൻ കൊണ്ടുപോവ്വാ...'

റീനക്കുഞ്ഞെന്നു വിളിച്ച ആ യുവതി ലൂക്കോയെ നോക്കി തെളിഞ്ഞു ചിരിച്ചു. ലൂക്കോയ്ക്ക് ആശ്വാസമായി.

വീട്ടുകാരിൽ ഒരാളെങ്കിലും തന്നോടൊരു സൗഹൃദഭാവത്തിൽ ചിരിച്ചല്ലോ.

ശോശച്ചേടത്തി തിരിച്ചും പരിചയപ്പെടുത്തി. 'ഇത് അലൻകുഞ്ഞിന്റെ കെട്ട്യോളാണു ലൂക്കോ. പേരു റീനാന്ന്. ഇതു അവരുടെ കുഞ്ഞ് ഏഞ്ചല...'

'ഹായ് ഏയ്ഞ്ചലാ...' ലൂക്കോ കുഞ്ഞിനോട് സൗഹൃദം കാട്ടി. കുഞ്ഞു ചിരിച്ചു.

'അങ്കിളിനൊരു ഹായ് പറഞ്ഞേ മോളേ...' റീന കുഞ്ഞിനോടു പറഞ്ഞു.

'ഹായ് അങ്കിൾ...' കുനുകുനെ ചുരുണ്ടമുടിയുമായി ഒരു ഏയ്ഞ്ചലിനെ പോലെ തന്നെ മനോഹരിയായ കുഞ്ഞും തികഞ്ഞ സൗഹൃദം കാട്ടി.

ലൂക്കോയ്ക്ക് അതിശയവും അതിലുപരി സന്തോഷവും തോന്നി. ഒരിക്കലിവിടെ പുറംപണിക്കു നിന്ന് ഇവരുടെ ഔദാര്യത്തിൽ കഴിഞ്ഞിരുന്ന തന്നെ അടുത്ത തലമുറയിൽ പെട്ട കുഞ്ഞ് അങ്കിൾ എന്നു വിളിക്കുന്നു. ഒരു പക്ഷേ റീന കാര്യങ്ങളൊക്കെ അറിയുമ്പോൾ ആ വിളി വേണ്ടെന്നു മോളോടു പറഞ്ഞേയ്ക്കും!

യുവതിയും കുഞ്ഞും അടുക്കള ഭാഗത്തേയ്ക്കു നടന്നു.

ശോശച്ചേടത്തി ലൂക്കോയെ കൊച്ചമ്മയുടെ മുറിയിലേയ്ക്ക് നയിച്ചു.

കൊച്ചമ്മയുടെ മുറിയുടെ വാതിൽക്കലെത്തി. വാതിൽ തുറന്നു കിടക്കുകയായിരുന്നെങ്കിലും പുറത്തു നിന്നു ശോശച്ചേടത്തി വിളിച്ചു ചോദിച്ചു, 'ഞാനങ്ങോട്ടു വരട്ടോ കൊച്ചമ്മാ?'

'എന്താടീ ശോശേ?...' അകത്തു നിന്നു കേട്ട ശബ്ദത്തിന് പഴയ ഉശിരും ഗാംഭീര്യവുമൊന്നുമില്ലായിരുന്നു.

'ദേ എന്റൊപ്പം ഒരാളൊണ്ട്... കൊച്ചമ്മേ കാണാൻ വന്നതാ...'

ശോശച്ചേടത്തി ലൂക്കോയുടെ കയ്യിലെ പിടി ഒന്നുകൂടി മുറുക്കി, ലൂക്കോ പിടി വിട്ട് ഓടിക്കളയുമോ എന്ന ഭയത്താലെന്ന പോലെ. ലൂക്കോ ചിരിച്ചു പോയി.

'ആരാടീ അത്? നീ പേരു പറയ്...'

'ലൂക്കോ... കൊച്ചമ്മയ്ക്ക് ഓർമ്മയൊണ്ടോ പഴയ ലൂക്കോയെ... പണ്ടിവിടെ നിന്ന...'

കുറച്ചു നിമിഷങ്ങൾ കഴിഞ്ഞാണ് അകത്തു നിന്ന് ഉത്തരം വന്നത്. കൊച്ചമ്മ ഓർമ്മയിൽ ചികയുകയായിരുന്നിരിക്കണം.

'അന്ന്... ആ ഓടിപ്പോയ ചെക്കനോ?'

'ഓ, അതുതന്നെ കൊച്ചമ്മോ... ആ ലൂക്കോ തന്നെ... ഇപ്പോ ചെക്കനൊന്നുമല്ല...' ശോശച്ചേടത്തി ചിരിച്ചു.

വീണ്ടും കുറച്ചു നിമിഷങ്ങൾ കഴിഞ്ഞാണ് അതിനു പ്രതികരണമുണ്ടായത്.

'നീ ഒരു മിനിറ്റ് അവിടെ നില്ല്... ഞാനൊന്ന്... എഴിച്ചിരുന്നോട്ടേ...'

'ഓ, ശരി കൊച്ചമ്മോ...'

ശോശച്ചേടത്തി ലൂക്കോയെ നോക്കി ഒരല്പം വെയിറ്റ് ചെയ്യ്, ഇപ്പം ശരിയാവും എന്ന മട്ടിൽ കണ്ണുകളിറുക്കി കാട്ടി. ലൂക്കോ ചിരിച്ചതേയുള്ളൂ.

'ശോശേ നീ വാ...' അകത്തു നിന്ന് കൊച്ചമ്മ വിളിച്ചു.

ശോശച്ചേടത്തി ലൂക്കോയുടെ കയ്യും പിടിച്ച് അകത്തു കടന്നു.

ലിസമ്മ കൊച്ചമ്മ ശോശ കൈപിടിച്ച് അകത്തേയ്ക്കു കൊണ്ടുവന്ന യുവാവിനെ കൺമിഴിച്ചു നോക്കി. ലൂക്കോ കൊച്ചമ്മയെ നോക്കി ചിരിച്ചു. അവർ എത്ര മാറിയിരിക്കുന്നു! അങ്ങേയറ്റം ഫാഷനബിൾ ആയി, എപ്പോഴും പുറത്തു പോകാൻ ഒരുങ്ങി നിൽക്കുകയാണോ എന്നു തോന്നത്തക്ക വിധം മാത്രം വേഷഭൂഷാദികൾ അണിഞ്ഞു നിൽക്കുന്ന കൊച്ചമ്മേയെയാണു താൻ കണ്ടിട്ടുള്ളത്. ഇതിപ്പോൾ ഒരു ഹൗസ് കോട്ടിൽ ക്ഷീണിതയും അവശയുമായി, ചീകിയൊതുക്കാത്ത ചപ്രച്ചതലമുടിയുമായി... ഇതാ പഴയ കൊച്ചമ്മ തന്നെയോ? ഈ വീടിനെ അടക്കി ഭരിച്ചിരുന്ന ആ കൊച്ചമ്മ?

അവർ കട്ടിലിൽ ഇരിക്കുകയാണ്. മടിയിൽ ഒരു ഷീറ്റ് വിതിർത്ത് ഇട്ടേയ്ക്കുന്നു. കാൽപ്പാദങ്ങൾ കാണാതെ.

'ഇതാര്?... ലൂക്കോയെവിടെ ശോശേ?'

ശോശച്ചേടത്തി ചിരിച്ചുകൊണ്ടു പറഞ്ഞു, 'ഇതു തന്നെയാണു ലൂക്കോ കൊച്ചമ്മാ...'

ലൂക്കോയും ചിരിച്ചു. 'കൊച്ചമ്മ എന്നെ മറന്നോ?'

അവർ അതിനു മറുപടി പറഞ്ഞില്ല. പകരം ലൂക്കോയെ തന്നെ മിഴിച്ചു നോക്കിയിരുന്നു.

ഇവിടെ നിന്നു എന്തെങ്കിലും പറ്റിക്കൊണ്ടു പോകാമെന്നു കരുതി വീണ്ടും വലിഞ്ഞു കയറി വന്നേയ്ക്കുന്ന മുഷിഞ്ഞ വസ്ത്രധാരിയായ മെല്ലിച്ച ഒരു യുവാവിനെ പ്രതീക്ഷിച്ചിരുന്ന അവർക്ക്, മുന്നിൽ നിൽക്കുന്ന സുമുഖനായ ഈ ചെറുപ്പക്കാരനെ ലൂക്കോയാണെന്ന് വിശ്വസിക്കാൻ കഴിഞ്ഞില്ല.

'ഇതിവിടെ നിന്ന ലൂക്കോയോ?' കുറേ നിമിഷങ്ങൾ കഴിഞ്ഞാണ് അവരിൽ നിന്നു പ്രതികരണമുണ്ടായത്.

'അതേ കൊച്ചമ്മാ...'

ആ യുവതിയും കുഞ്ഞും മുറിയിലേയ്ക്ക് കടന്നു വന്നു. കുഞ്ഞിന്റെ കയ്യിൽ ഒരു ചെറിയ പാത്രത്തിൽ കുറച്ചു കശുവണ്ടിപ്പരിപ്പും ഈന്തപ്പഴവും. അവളതു കഴിച്ചു കൊണ്ടിരുന്നു.

'ഇവിടെ പന്നിക്കൂട് വൃത്തിയാക്കാൻ നിന്ന ലൂക്കോയോ?' കൊച്ചമ്മയ്ക്ക് വിശ്വാസം വരുന്നില്ല.

'അതേ കൊച്ചമ്മാ... അതേ ലൂക്കോ തന്നെയാണു ഈ ലൂക്കോ... എനിക്കും ആദ്യം വിശ്വസിക്കാൻ പറ്റീല്ല...' ശോശച്ചേടത്തി സംശയം തീർത്തു കൊടുത്തു.

ലൂക്കോ ഒന്നു വിളറിപ്പോയിരുന്നു. ആ യുവതി കേൾക്കേയാണു കൊച്ചമ്മ അതു പറഞ്ഞത്. അല്പം മുൻപ് കുഞ്ഞിനെക്കൊണ്ട് അങ്കിൾ എന്നു വിളിപ്പിച്ചതേയുള്ളൂ. ഇനിയിപ്പോൾ എന്തായിരിക്കും അവരുടെ സമീപനം?

പിന്നെ ചിന്തിച്ചു, എന്തിനങ്ങനെ വിഷമിക്കണം? എന്നായാലും അവരീ കാര്യങ്ങളൊക്കെ അറിയും. അറിഞ്ഞാൽ തന്നെ തനിക്കെന്ത്? ആ യുവതിയുമായോ ഈ വീട്ടുകാരുമായോ തനിക്കൊരു ബന്ധവുമില്ല. ഇനിയൊരിക്കലും ഈ വഴിക്കു താൻ വരാനും പോകുന്നില്ല. ലൂക്കോ ചിന്തിച്ചു.

ശോശച്ചേടത്തി സംശയം തീർത്തുകൊടുത്ത ശേഷം ഏറെ കഴിഞ്ഞാണ് കൊച്ചമ്മ താടിക്കു കൈ വച്ചത്. അവരുടെ മിഴികൾ ലൂക്കോയിൽ തന്നെ തറഞ്ഞു നിന്നു. ലൂക്കോ ഒന്നും പറയാതെ ചിരിച്ചു കൊണ്ടു നിന്നു.

ആ മുറിയിൽ ഇരിക്കാൻ പറയാനൊന്നും ഒരു ഇരിപ്പിടം ഇല്ലായിരുന്നു. ഒരു കസേരയുള്ളതിൽ എന്തൊക്കെയോ പേപ്പറുകൾ അടുക്കി വച്ചേക്കുകയാണ്. ഇനി ഇരിപ്പിടം ഉണ്ടായിരുന്നെങ്കിൽ തന്നെ അവർ തന്നെ ഇരിക്കാൻ പറയുമായിരുന്നു എന്ന പ്രതീക്ഷയും ലൂക്കോയ്ക്കില്ലായിരുന്നു.

അസ്വസ്ഥകരമായ ഒരു മൗനം അവിടെ തളം കെട്ടി. അതിനു വിരാമമിട്ടു കൊണ്ട് റീന ചോദിച്ചു, ‘ലൂക്കോ ഇപ്പോൾ എന്തു ചെയ്യുന്നു?’

ലൂക്കോയ്ക്ക് ആശ്വാസം തോന്നി. താനീ വീട്ടിൽ നിത്യവൃത്തിക്കു വകയില്ലാതെ പന്നിക്കൂട് വൃത്തിയാക്കാൻ നിന്നവനാണ് എന്നു കേട്ടിട്ടും ആ യുവതിക്കു ഒരു കുശലം ചോദിക്കാൻ തോന്നിയല്ലോ! പിന്നെ ആ ശബ്ദമോ സംസാരരീതിയോ ഒക്കെ പരിചിതം എന്നൊരു തോന്നലും!

'ഞാനിപ്പോൾ ടെക്സിറ്റിയിലെ ഒരു കമ്പനിയിൽ വർക്കു ചെയ്യുന്നു.'

'ഓ, ഏതു കമ്പനിയിലാണു ലൂക്കോ?'

ലൂക്കോ കമ്പനിയുടെ പേരു പറഞ്ഞു.

'ആങ്ഹാ... അവിടെയാണോ?' റീന അൽഭുതത്തോടെ ചോദിച്ചു. 'എന്റെ സിസ്റ്റർ അവിടെയുണ്ടല്ലോ...'

'ഓ, അതേയോ?... എന്താ സിസ്റ്ററുടെ പേര്?'

'റൂബി... റൂബി ജെയിംസ്...'

'ഓ മൈ ഗോഡ് !... റൂബി ജെയിംസ് !?' ഇത്തവണ അൽഭുതപരതന്ത്രനായത് ലൂക്കോയായിരുന്നു.

'ഉം... റൂബി ജെയിംസ്... ലൂക്കോയ്ക്ക് അറിയുമോ?'

'പിന്നെ അറിയുമോന്നോ! റോബിൻ ജെയിംസിന്റെ സിസ്റ്റർ... അല്ലേ?'

'ആ... അതെന്റെ ബ്രദറാ... ചേട്ടനേം അറിയുമോ?' റീനയും അതിശയിച്ചു. റീനയുടെ ചേട്ടൻ റോബിൻ മറ്റൊരു കമ്പനിയിലാണ്. എങ്കിലും ലൂക്കോയ്ക്ക് അറിയാമത്രേ.

'പിന്നേ... ഞങ്ങൾ ക്ലോസ് ഫ്രണ്ട്സല്ലേ... ഞങ്ങളുടെ കമ്പനികൾ അടുത്തടുത്ത ബിൽഡിങ്ങ്സിലാണ്...'

'ആങ്ഹാ! അതറിഞ്ഞില്ലല്ലോ!...' റീന മധുരമായി പുഞ്ചിരിച്ചു.

കൊച്ചമ്മ ഇതൊക്കെ കേട്ട് അന്തം വിട്ട് വാ പൊളിച്ചിരിക്കുന്നത് ലൂക്കോ ശ്രദ്ധിക്കാതിരുന്നില്ല.

ശോശച്ചേടത്തിയും താടിയിൽ കൈവച്ച് നിൽക്കുകയാണ്. ലൂക്കോ അവരെ നോക്കി ചിരിച്ചു. ശോശച്ചേടത്തിക്ക് തന്നെ പ്രതി ഒരൽപം അഭിമാനം തോന്നുന്നുണ്ടോ? ആ മുഖത്ത് അങ്ങനെയൊരു ഭാവമായിരുന്നു തെളിഞ്ഞു നിന്നിരുന്നത്.

റീന തുടർന്നു പറഞ്ഞു, 'ലൂക്കോയുടെ പോലെ ഏകദേശം സിമിലർ നെയിം ഉള്ള ഒരാളെ കുറിച്ചു റൂബി പറഞ്ഞു കേട്ടിട്ടുണ്ട്... അവളുടെ ബോസ്സാണ്... ലൂക്കാസ് ലൂക്കാസ് എന്നോ മറ്റോ ആണ് പേര്...' പക്ഷേ ലൂക്കോ എന്നൊരാളെ കുറിച്ചു റൂബി പറഞ്ഞു കേട്ടിട്ടില്ലെന്ന് പറയാൻ വന്നത് റീന വിഴുങ്ങി. ലൂക്കോയുടെ വാക്കുകളെ അവിശ്വസിക്കുന്നതു പോലെയാവില്ലേ അത് എന്ന ചിന്തയാൽ.

റീന പറഞ്ഞതു കേട്ട് ലൂക്കോ പൊട്ടിച്ചിരിച്ചു. പിന്നെ പറഞ്ഞു, 'ലൂക്കാസ് ലൂക്കാസ് അല്ല, ലൂക്കോസ് ലൂക്കോസ് ആണ്...' വീണ്ടും ഒരു ചിരിയുടെ ഇടവേളയ്ക്ക് ശേഷം ലൂക്കോ തുടർന്നു, 'ആ ആളു തന്നെയാണ് ഞാൻ...' ലൂക്കോ വിനയപൂർവ്വം ചിരിച്ചു.

'ങേ!!!...' റീന അന്തം വിട്ടു. ഇതു റൂബി വാചാലയാവാറുള്ള, ലൂക്കാസച്ചായൻ എന്ന് അവൾ പറയാറുള്ള ലൂക്കാസ് ലൂക്കാസോ! അല്ല, ലൂക്കോസ് ലൂക്കോസോ? റൂബിയുടെ ബോസ്സോ ഈ നിൽക്കുന്നത്?

'മിശിഹാ തമ്പുരാനേ!... റൂബീടെ ബോസ്സോ!?...', റീന അൽഭുതം ഒട്ടും മറച്ചു വയ്ക്കാതെ ചോദിച്ചു. 'കേട്ടോ അമ്മേച്ചീ... ഇതു റൂബീടെ കമ്പനിയിലെ ബോസ്സാ...'

റീന ലൂക്കോയെ നോക്കി തെളിഞ്ഞു ചിരിച്ചു.

'അതാണ്, എനിക്ക് മാഡത്തെ കണ്ടപ്പോൾ എവിടെയോ കണ്ടു മറന്നൊരു മുഖം പോലെ തോന്നി. ശബ്ദവും പരിചിതമെന്ന പോലെ... റൂബി ജെയിംസിന്റെ സിസ്റ്റർ ആണെന്നറിഞ്ഞില്ലല്ലോ!'

റീന ചിരിച്ചുകൊണ്ടു പറഞ്ഞു, 'ഞാനുമറിഞ്ഞില്ലല്ലോ, റൂബി പറയാറുള്ള...' റീന ഒന്നു നിറുത്തി. പിന്നെ തുടർന്നു, 'അവൾ പേരു തെറ്റിച്ചാണു പറയാറുള്ളത്... ആ ആളാണീ ലൂക്കോയെന്ന്...'

ഇരുവരും ചിരിച്ചു. റീനയുടെ മുഖത്ത് നല്ല സൗഹൃദഭാവം തെളിഞ്ഞു. ലൂക്കോയുടെ മുഖത്ത് അത്ഭുതം നിറഞ്ഞുനിന്നു.

ലിസ്സമ്മ കൊച്ചമ്മ ലൂക്കോയുടെ മുഖത്തു തന്നെ കണ്ണു നട്ടിരുന്നു, ഈ കേൾക്കുന്നതൊക്കെ സത്യമാണോ മിഥ്യയാണോ എന്ന മട്ടിൽ. അവരുടെ കണ്ണുകളിൽ അവിശ്വാസം മാത്രം തളംകെട്ടി നിന്നു.

ശോശച്ചേടത്തിയുടെ മുഖം ഒന്നുകൂടി അഭിമാനപൂരിതമായപോലെ. തന്നെപ്പോലെ താഴേക്കിടയിൽ കിടന്ന ഒരുത്തൻ ഇന്നിപ്പോൾ ഈ നിലയിൽ എത്തിയിരിക്കുന്നു! എന്നു മാത്രമല്ല, ഇവിടത്തെ കൊച്ചമ്മയുടെ മരുമകളുടെ സഹോദരിയുടെ മേലാധികാരിയും! ആ ചിന്തയാവും അവരുടെ മനം കുളിർപ്പിച്ചതും അഭിമാനപൂരിതമാക്കിയതും.

ലൂക്കോയും അതു ചിന്തിക്കുകയായിരുന്നു. എന്തൊരു ഡ്രമാറ്റിക് ടേൺ ഓഫ് ദി ഇവന്റ്സ്!

ശോശച്ചേടത്തി ഒരു സ്വപ്നത്തിൽ നിന്നുണർന്നെന്നതു പോലെ പറഞ്ഞു, 'ഞാൻ ചായയിട്ടോണ്ടു വരാം. ലൂക്കോ കുടിച്ചേച്ചു പോയാ മതി.'

'ഓ, അതു വേണ്ട ചേടത്തീ...' ലൂക്കോ പറഞ്ഞു നോക്കി.

'അതെന്താ?... അല്ലേലും ചായ കുടിക്കാനുള്ള സമയമായല്ലോ... ഇനി ചായ കുടിച്ചിട്ടു പോയാൽമതി.' റീനയും നിർബന്ധിച്ചു. 'ശോശച്ചേടത്തി വാ... നമുക്കു ചായയിടാം...' റീന ശോശച്ചേടത്തിയുടെ ഒപ്പം പോയി. ഏയ്ഞ്ചലയും അമ്മയുടെ പിന്നാലെ പോയി.

'അച്ചായാ, ദേ കേട്ടോ? ഈ വന്നിരിക്കുന്ന ലൂക്കോ റൂബീടെ ബോസ്സാണ്... റൂബി പറയാറുള്ള ലൂക്കാസ് ലൂക്കോസ്...' ഹാളിൽ നിന്ന് റീനയുടെ ശബ്ദം മുഴങ്ങിക്കേട്ടു, ഒരു അൽഭുതവാർത്ത പറയുന്ന മട്ടിൽ. ഭർത്താവായ അലൻ ചേട്ടനോട് പറഞ്ഞതാവും.

പക്ഷേ അതിനു തിരിച്ചൊരു മറുപടിയൊന്നും കേട്ടില്ല.

ലിസമ്മ കൊച്ചമ്മ അപ്പോഴും ലൂക്കോയുടെ മുഖത്തു നിന്നു കണ്ണെടുത്തിട്ടില്ലായിരുന്നു.

ശോശച്ചേടത്തിയും റീനയും കേൾക്കില്ലെന്ന് ഉറപ്പായപ്പോൾ കൊച്ചമ്മ ചോദിച്ചു, 'നീ എങ്ങനെ ഇങ്ങനെയൊക്കെയായി കൊച്ചേ?'

ലൂക്കോ ചിരിച്ചു. കൊച്ചമ്മയുടെ വീട്ടിന്റെ പിന്നാമ്പുറത്ത് പന്നിക്കൂടു വൃത്തിയാക്കാനും പന്നിത്തീറ്റ ഉണക്കാനുമൊക്കെ നിന്ന ഗതിയില്ലാപയ്യൻ ഇന്നീ നിലയിൽ - അതും അവരുടെ മരുമകളുടെ

സഹോദരിയുടെ ബോസ്സ് എന്ന നിലയിൽ പോലും - എത്തി എന്ന യാഥാർത്ഥ്യം അവർക്ക് ഉൾക്കൊള്ളാവുന്നതിലും അപ്പുറമായിരുന്നു എന്ന് ലൂക്കോസ്സ് മനസ്സിലായി.

'ഞാൻ ഇവിടെ നിന്ന് പോയതിൽ പിന്നെ കോൺട്രാക്ടർ മാധവൻ പിള്ള സാറിന്റെ അടുത്തു പോയി, ഒരു പണി അന്വേഷിച്ച്... മാധവൻ പിള്ള മാമൻ എനിക്കു കൺസ്ട്രക്ഷൻ സൈറ്റിലെ ജോലി ഒന്നും തന്നില്ല. ബാലവേല പാടില്ല എന്നു പറഞ്ഞ്. നീ ഇപ്പോൾ പഠിക്കേണ്ട പ്രായമല്ലേ, നിനക്ക് പഠിക്കാമെങ്കിൽ സ്കൂളിൽ ചേർക്കാം എന്നു പറഞ്ഞ് മാമൻ എന്നെ സ്കൂളിൽ ചേർത്തു. ഞാൻ എട്ടു വരെ പഠിച്ചിട്ടുണ്ടായിരുന്നു. അതുകൊണ്ട് ഒൻപതാം ക്ലാസ്സിൽ ചേർത്തു. മാമൻ തന്നെ ബുക്ക്സ് ഒക്കെ വാങ്ങിത്തന്നു. അങ്ങനെ പഠിച്ചു. ഒപ്പം മാമന്റെ വീട്ടിലെ കുറച്ചു പുറംപണിയും ഞാൻ ചെയ്തു കൊടുത്തു. അതിനെനിക്കു ശമ്പളവും തന്നു. അങ്ങനെ അമ്മയുടെ മരുന്നിനും അനിയത്തിയുടെ പഠനത്തിനും വേണ്ട തുകയും കിട്ടി.'

കൊച്ചമ്മ ഇടയ്ക്കു കയറി ചോദിച്ചു, 'അല്ല, നീ ഇവിടന്നു അങ്ങനെയങ്ങു ഓടിപ്പോയതെന്തിന്? ഇവിടെ നിനക്കു വയറു നിറച്ചു ആഹാരമില്ലായിരുന്നോ? നിന്റെ അമ്മയ്ക്കും അനിയത്തിക്കും വേണ്ടി വരുന്ന ചിലവിനുള്ള തുക ഞാൻ ശമ്പളമായി തരുന്നുണ്ടായിരുന്നില്ലേ? അപ്പോ നിന്റെ ഒരു അഹങ്കാരത്തിനല്ലേ നീ ഇവിടന്നു പൊയ്ക്കളഞ്ഞത്?'

അന്നത്തെ ആ ഗതിയില്ലാപയ്യൻ ഇന്നീ നിലയിൽ ആയിത്തീർന്നതിലെ അസൂയയും ഈർഷ്യയുമാണോ അവർക്ക്? ലൂക്കോ അങ്ങനെ ചിന്തിക്കാൻ പോയില്ല. കാരണം അന്നത്തെ ആ അവസ്ഥയിൽ ഇവർ തന്നെ വീട്ടുവേലയ്ക്കെടുക്കാനുള്ള സൗമനസ്യം കാട്ടിയില്ലായിരുന്നെങ്കിൽ താനും തന്റെ കുടുംബവും എന്തു ചെയ്യുമായിരുന്നു എന്ന നന്ദി കലർന്ന ചിന്തയേ ലൂക്കോയുടെ മനസ്സിലുണ്ടായിരുന്നുള്ളൂ.

ലൂക്കോ ചിരിച്ചതേയുള്ളൂ ആ ചോദ്യത്തിന് ഉത്തരമായി. പിന്നെ മുടിയിലൂടെ കൈവിരലുകൾ ഓടിച്ചുകൊണ്ട് പറഞ്ഞു, 'അന്നങ്ങനെയൊക്കെ തോന്നി കൊച്ചമ്മാ... വിവരമില്ലാത്ത പ്രായമല്ലേ?...'

'ആ, എന്നിട്ട്?'

'എന്നിട്ട് ഞാൻ കുത്തിയിരുന്നു പഠിച്ചു. പത്താം ക്ലാസ്സിൽ സ്കൂളിലെ ഫസ്റ്റ് ആയി ജയിച്ചു. അങ്ങനെ ഫസ്റ്റ് ആയപ്പോൾ സ്കൂൾ ഹെഡ്മിസ്ട്രസ്സ് എനിക്കു പിന്നെയുള്ള പഠനത്തിനു വേണ്ടി ഒരു ഫണ്ട് സ്വരൂപിച്ചു തന്നു. അങ്ങനെ ഞാൻ എഞ്ചിനീയറിങ്ങ് പാസ്സായി. ക്യാമ്പസ് ഇന്റർവ്യൂവിൽ ഈ ജോലിയും കിട്ടി.' ലൂക്കോ ചിരിച്ചു.

'നല്ല ശമ്പളമൊക്കെ കാണുമായിരിക്കും അല്ലേ?'

'ഒരുവിധം നല്ല ശമ്പളമുണ്ട് കൊച്ചമ്മാ...'

'നിന്റെ അമ്മയും അനിയത്തിയുമൊക്കെ ഇപ്പോഴുമുണ്ടോ?'

ആ ചോദ്യം ലൂക്കോയെ ഞെട്ടിച്ചു. ഈ പ്രായത്തിലും കൊച്ചമ്മ മനുഷ്യത്വവും മര്യാദയും പഠിച്ചില്ലേ?!

'അമ്മ സുഖമായിരിക്കുന്നു. അനിയത്തിയുടെ വിവാഹമാണ് ആഗസ്റ്റിൽ.'

'ഓ, അതുവരെയൊക്കെ എത്തിയോ?'

അപ്പോഴും ലൂക്കോ ചിരിച്ചതേയുള്ളൂ.

ശോശച്ചേടത്തി വന്നു പറഞ്ഞു, 'ലൂക്കോ വന്നാട്ടേ, അപ്രത്തിരുന്ന് ചായ കുടിക്കാം. കൊച്ചമ്മ അങ്ങോട്ടു വരുന്നോ അതോ ചായ ഇങ്ങോട്ടെടുക്കണോ?'

'ഇങ്ങോട്ടു കൊണ്ടുവന്നാൽ മതി.'

'കൊച്ചമ്മയുടെ ബിസിനെസ്സ് ഒക്കെ ഇപ്പോഴെങ്ങനെയുണ്ട്?' മുറിക്കു പുറത്തിറങ്ങുന്നതിനു മുൻപ് ലൂക്കോ കൊച്ചമ്മയോട് കുശലം ചോദിച്ചു.

'ഓ, ബിസിനെസ്സൊന്നും ഇല്ല കൊച്ചേ... അതൊക്കെ എന്നേ നിറുത്തി.' കൊച്ചമ്മ തീരെ തൃപ്തിയില്ലാതെയാണ് അതു പറഞ്ഞത്.

'ഓ അതേയോ?'

കൂടുതലൊന്നും ചോദിക്കാൻ ലൂക്കോയ്ക്ക് തോന്നിയില്ല. എങ്കിലും ഉള്ളിന്റെ ഉള്ളിൽ ഒരു ആശ്വാസം അനുഭവപ്പെടുന്നത് ലൂക്കോയ്ക്ക് മനസ്സിലായി.

ലൂക്കോ ശോശച്ചേടത്തിയുടെ പിന്നാലെ ചെന്നു.

ഡൈനിങ്ങ് ടേബിളിൽ ചായയും സ്നാക്സ് നിറച്ച പ്ലേറ്റുകളും നിരത്തിവച്ച് റീന വെയിറ്റ് ചെയ്യുകയായിരുന്നു.

'ലൂക്കോ ചായ കുടിക്കൂ...' റീന പറഞ്ഞു.

ലൂക്കോയ്ക്ക് ആ കസേരകളിലൊന്നിൽ ഇരിക്കാൻ മടി തോന്നി. ചെയ്യരുതാത്തതെന്തോ ചെയ്യുന്നതു പോലൊരു തോന്നൽ. ഒരു കാലത്ത് ഈ വീടിന്റെ അകത്തളങ്ങളിലേയ്ക്കൊന്നും പ്രവേശനമില്ലാത്ത ഒരുവനായിരുന്നല്ലോ താൻ.

മടിച്ചു മടിച്ച് ലൂക്കോ ഇരുന്നു. ചൂടുചായ നുകരുന്നതിനിടയിൽ ഏയ്ഞ്ചല വന്ന് അടുത്തുനിന്നു. അവൾക്ക് ഒരു ബിസ്കറ്റ് എടുത്തു നീട്ടി. അവളതു സന്തോഷത്തോടെ വാങ്ങി.

റീന ഹാളിലേയ്ക്ക് നോക്കി വിളിച്ചു ചോദിച്ചു, 'അച്ചായാ വരുന്നില്ലേ ചായ കുടിക്കാൻ?'

അതിനു മറുപടിയില്ലായിരുന്നു.

'അച്ചായാ... ...' റീന ഒരിക്കൽ കൂടി നീട്ടിവിളിച്ചു.

'ഞാനൊരു രണ്ടു മിനിറ്റ് കഴിഞ്ഞു വരാം. നിങ്ങൾ കുടിച്ചോ...' അലൻചേട്ടന്റെ സ്വരം വളരെ അകലെനിന്നു വരുന്നതു പോലെ തോന്നി.

തന്റെ ഒപ്പമിരുന്നു ചായ കുടിക്കാൻ അലൻചേട്ടനു ബുദ്ധിമുട്ടു കാണുമല്ലോ!

റീന മറ്റൊരു കസേരയിലിരുന്നു ചായ കുടിക്കാൻ തുടങ്ങി. ശോശച്ചേടത്തിയും ഒരു വലിയ ഗ്ലാസ്സിൽ

ചായയും മറുകയ്യിൽ ബിസ്കറ്റും പിടിച്ചു കൊണ്ട് അവരുടെ അരികിൽ വന്നുനിന്നു.

മൗനം കനക്കണ്ട എന്നു കരുതി ചോദിച്ചു, 'കൊച്ചമ്മ ഇങ്ങോട്ടു വന്നിരിക്കില്ലേ ചേടത്തീ?'

'വല്ലപ്പോഴുമൊക്കെ വരും... നടക്കാനൊക്കെ പാടല്ലേ...'

'കൊച്ചമ്മയ്ക്ക് നടക്കാനെന്താ?...'

'ആ, ലൂക്കോ അറിഞ്ഞിട്ടില്ല അല്ലേ?... ഒരു കാലു മുറിച്ചിരിക്ക്യാ...' ശോശച്ചേടത്തി ശബ്ദം താഴ്ത്തി പറഞ്ഞു.

'ഓ... അതു ഞാനറിഞ്ഞില്ല... സോറി...' ആ ചോദ്യം ചോദിക്കേണ്ടിയിരുന്നില്ലെന്നു തോന്നി.

'ഒരു അപകടത്തിൽ പെട്ടാ... കണങ്കാലിന്റെ പകുതിക്കു വച്ച്...' ഒന്നു നിറുത്തിയ ശേഷം അവർ തുടർന്നു, 'ഇപ്പോ നടക്കേക്കെ ചെയ്യും. ഊന്നുവടി പിടിച്ച്...'

'സ്വന്തം കാര്യങ്ങളൊക്കെ തന്നത്താനെ ചെയ്തോളും.' റീനയും പറഞ്ഞു.

ചായകുടി കഴിഞ്ഞ് ലൂക്കോ വേഗം എണീറ്റു.

'എന്നാലിനി ഇറങ്ങട്ടേ? വേറെ ഒന്നുരണ്ടിടത്ത് പോകാനുണ്ട്...'

'ശരി ലൂക്കോ... ഞാൻ റൂബിയോട് പറഞ്ഞേക്കാം... അവൾ അമ്പരക്കും.' റീന ചിരിച്ചു. ലൂക്കോയും ചിരിച്ചു.

കൊച്ചമ്മയോടും ശോശച്ചേടത്തിയോടും റീനയോടും യാത്ര പറഞ്ഞ് ഇറങ്ങി. അലൻചേട്ടനെ കണ്ടതേയില്ല. ശോശച്ചേടത്തി ആവശ്യപ്പെടാതെ തന്നെ ഗേറ്റ് വരെ ലൂക്കോയെ അനുഗമിച്ചു. അത് ലൂക്കോയ്ക്ക് എളുപ്പമായി. ശോശച്ചേടത്തിയുടെ കയ്യിൽ ഒരു തുക ഏല്പിച്ചു. 'മോനേ' എന്നു വിളിച്ച് അവർ സസന്തോഷം ആ തുക വാങ്ങി വച്ചു. നന്നായി വരും എന്നു അനുഗ്രഹിക്കുകയും ചെയ്തു.

ഗേറ്റിനു വെളിയിൽ പാർക്കു ചെയ്തിരുന്ന കാറിൽ കയറുന്നതിനു മുൻപ് തിരിഞ്ഞു നോക്കി കൈവീശിയപ്പോൾ ശോശച്ചേടത്തി ഓടി അടുത്തുവന്നു.

'ഇതു ലൂക്കോടെ കാറാ?' അവർ അതിശയിച്ചെന്നപോലെ ചോദിച്ചു.

'അതേ ചേടത്തി...' ലൂക്കോ ചിരിച്ചു. അവർ താടിക്കു കൈകൊടുത്തു നിന്നു. എന്നിട്ടു പറഞ്ഞു, 'ചേടത്തിക്കു സന്തോഷമായി മോനേ നിന്നെ ഈ സ്ഥിതിയിൽ കാണാൻ കഴിഞ്ഞതിന്...' അവർ കയ്യെത്തിച്ചു ലൂക്കോയുടെ കവിളിൽ തലോടി. പിന്നെ ആ വിരലുകൾ അവരുടെ ചുണ്ടുകളിൽ ചേർത്തു. ലൂക്കോ ചിരിച്ചു.

'ഇവിടെ മതിയാക്കി മാധവൻ പിള്ള മാമന്റെയടുത്ത് ജോലി തേടി പോയതുകൊണ്ട് ഇങ്ങനെയൊക്കെ സാധിച്ചു ചേടത്തീ. മാധവൻ പിള്ള മാമൻ എന്നെ സ്കൂളിൽ ചേർത്തു പഠിപ്പിച്ചു. ഞാൻ കഷ്ടപ്പെട്ടു പഠിച്ചു. അങ്ങനെ പഠിച്ചതു കൊണ്ട് ഈ ജോലി കിട്ടി... ഈ നിലയിലൊക്കെ ആവാനും പറ്റി. എല്ലാം കർത്താവിന്റെ അനുഗ്രഹം എന്നേ പറയാനുള്ളൂ ചേടത്തീ...'

'അതേയതേ. കർത്താവിന്റെ അനുഗ്രഹം തന്നെയാണ്. ഇനിയും കർത്താവ് അനുഗ്രഹിക്കും മോനെ.' അവർ ലൂക്കോയുടെ കരം പിടിച്ച് മുഖത്തോടടുപ്പിച്ച് പുറംകൈയിൽ ഒരു മുത്തമേകി. ലൂക്കോ അവരുടെ ഇരുകരങ്ങളും ചേർത്തുപിടിച്ച് കണ്ണിൽ വച്ചു.

*** *** ***

ലൂക്കോ യാത്രപറഞ്ഞ് ഇറങ്ങിക്കഴിഞ്ഞു എന്ന് മനസ്സിലായ ശേഷമാണ് അലൻ മുറിയിൽനിന്ന് പുറത്തിറങ്ങി വന്നത്. റീന വാതിക്കൽനിന്ന് ലൂക്കോയും ശോശച്ചേടത്തിയും കൂടെ ഗേറ്റിലേക്ക് നടക്കുന്നത് നോക്കി നിൽക്കുകയായിരുന്നു. അലൻ റീനയുടെ അടുത്തെത്തി.

'ഇവിടെ പന്നികളെ നോക്കാനും പന്നിക്കൂട് വൃത്തിയാക്കാനും നിന്ന ഒരുത്തനാണ്. ഇപ്പോൾ അവന്റെയൊരു പോസ് നോക്ക്...'

റീന ഭർത്താവിന്റെ മുഖത്തേക്ക് സൂക്ഷിച്ചു നോക്കി. പിന്നെ പറഞ്ഞു, 'അങ്ങനെ പറയരുത് അച്ചായാ... അങ്ങനെ ഒരു ലെവലിൽ കിടന്ന ഒരാൾ ഇപ്പോൾ ഇങ്ങനെ ആയിത്തീർന്നെങ്കിൽ, അതിനയാളെ അപ്രീഷിയേറ്റ് ചെയ്യുകയും അനുമോദിക്കുകയുമല്ലേ വേണ്ടത്? എത്രയോ പ്രശസ്തരുടെ കാര്യങ്ങൾ എടുത്തു നോക്കിയാൽ അവരുടെയൊക്കെ പാസ്റ്റ് ഇതുപോലെയുള്ള ദുരിതജീവിതങ്ങൾ തന്നെയായിരുന്നു. പിന്നെ അവരുടെ പ്രയത്നം കൊണ്ട് അവരുയർന്നു വന്നു. അതൊരു നല്ല കാര്യമല്ലേ? ഈ

ലൂക്കോയും അതു പോലെ...' റീന ഒരു നിമിഷം ആലോചനയിലാണ്ടു നിന്നു. 'റൂബി ഇതറിയുമ്പോൾ വല്ലാതെ അമ്പരക്കുമല്ലോ!'

റീന ആ പറഞ്ഞതിനു അലൻ ഉത്തരമൊന്നും നൽകിയില്ല. റീനയ്ക്കു മനസ്സിലായി, തന്റെ ഭർത്താവിന്റെ മനസ്സ് അസൂയ കൊണ്ട് ഒരല്പം കലുഷിതമായിരിക്കുകയാണെന്ന്. കൂടുതൽ അലോസരപ്പെടുത്തേണ്ടെന്നു കരുതി റീന പിന്നെ മറ്റൊന്നും പറഞ്ഞില്ല. എന്തായാലും ഈ മനോഭാവം മാറ്റിയെടുക്കണം മെല്ലെ എന്നും റീന മനസ്സിൽ കരുതി.

ലൂക്കോയെ യാത്രയാക്കാൻ പോയ ശോശച്ചേടത്തി തിരിച്ചുവന്നത് അകലെവച്ചേ ഉച്ചത്തിൽ പറഞ്ഞുകൊണ്ടായിരുന്നു, 'റീനക്കുഞ്ഞേ, അലൻകുഞ്ഞേ, ലൂക്കോ കാറിലാ വന്നത്... എന്നാ വലിയ കാറാന്നോ!', അവർ ഇരുകരങ്ങളും വശങ്ങളിലേയ്ക്കു വിടർത്തി പിടിച്ചു. 'ഇവിടത്തെ കാറിനേക്കാളും വലുത്... പളപളാ തെളങ്ങേം ചെയ്യുണ്... കർത്താവ് അനുഗ്രഹിച്ചോനാ ലൂക്കോ...'

ശോശച്ചേടത്തിയുടെ നിഷ്കളങ്കമായ കമന്റ് കേട്ട് റീന ചിരിച്ചു. 'അതു പിന്നെ, നല്ല ശമ്പളമൊക്കെ കാണില്ലേ ലൂക്കോയ്ക്ക്... റൂബീടേം മോളിലുള്ള ആളാ... അപ്പോൾ പിന്നെ അങ്ങനത്തെ കാറൊക്കെ വാങ്ങാനുള്ള കാശു കാണും ചേടത്തീ...'

'ആന്നു കുഞ്ഞേ... ഇനീം അവനെ കർത്താവനുഗ്രഹിക്കട്ടേ...'

റീന ഭർത്താവിന്റെ മുഖത്തേയ്ക്കൊന്നു പാളി നോക്കി. തീരെ തെളിച്ചമില്ല അവിടെ. റീനയ്ക്കു ചിരി വന്നു.

*** *** ***

റീനയുടെ മനസ്സിൽ നിഗൂഢമായ ഒരു സന്തോഷം ഉണർന്നിരുന്നു. തുറന്ന് സമ്മതിച്ചിട്ടില്ലെങ്കിലും റൂബിയുടെ മനസ്സിൽ അവളുടെ ബോസ്സായ ലൂക്കോസ് ലൂക്കോസ് കടന്നു കൂടിയിട്ടുണ്ടെന്ന് റീനയ്ക്കു പലവട്ടവും തോന്നിയിട്ടുണ്ട്. ബോസ്സ് ചൂടായ കാര്യമൊക്കെയാണു അവൾ പറയാറുള്ളതെങ്കിലും അയാളുടെ പേരുച്ചരിക്കുമ്പോൾ അവളുടെ കണ്ണുകളിലെ ഒരു പ്രത്യേക തിളക്കം റീന കണ്ടുപിടിച്ചിട്ടുണ്ട്. ബോസിനെ അവൾ ലൂക്കാസച്ചായൻ എന്നാണു പറയുക. ലൂക്കോസ് എന്ന യഥാർത്ഥപേരിനെ ലൂക്കാസ് എന്നാക്കുന്നതും അവൾക്ക് അയാളോടുള്ള മമത കൊണ്ടാവും, റീന ചിന്തിച്ചു. ബോസ്സ് ഒരു ചൂടനാണ്, അങ്ങനെയുള്ളവരെ ഇറിറ്റേറ്റ് ചെയ്യുന്നത് ഒരു രസമാണ്, അതുകൊണ്ട് മന:പൂർവ്വം അവൾ ഓരോന്നു ചെയ്തു വയ്ക്കുമത്രേ! ലൂക്കാസച്ചായൻ ചൂടാവുന്നത് കാണാൻ! കണ്ടു രസിക്കാൻ!!

റൂബി റീനയേക്കാൾ ഏഴു വയസ്സിനു ഇളപ്പമാണ്. അതു കൊണ്ട് അവളെ ഒരുപാടു കൊഞ്ചിച്ചിട്ടുണ്ട് റീനയും ചേട്ടൻ റോബിനും. അങ്ങനെ കൊഞ്ചിച്ചതു കൊണ്ട് ഇപ്പോൾ അവളൊരു സ്പോയിൽഡ് ബ്രാറ്റ് ആണെന്നാണ് ചേട്ടൻ പറയുക. റൂബിക്ക് ഇത്തിരി വികൃതി കൂടുതലാണെന്നുള്ളതിന് രണ്ടുപക്ഷമില്ല തന്നെ.

താൻ മനസ്സിൽ കൊണ്ടുനടക്കുന്ന ലൂക്കാസച്ചായൻ തന്റെ ചേച്ചിയെ കെട്ടിച്ച വീട്ടിലെ പുറം പണിക്കാരനായിരുന്നു ഒരു കാലത്ത് എന്നറിയുമ്പോഴുള്ള പ്രതികരണം എന്തായിരിക്കും? റീന ചിന്തിച്ചു നോക്കി. അവൾ ലൂക്കാസച്ചായനെ വേണ്ടെന്നു വയ്ക്കുമോ? അതോ സ്വീകരിക്കുമോ? അഥവാ ഇനി സ്വീകരിച്ചാൽ തന്റെ ഭർത്താവിന്റേയും അമ്മച്ചിയുടേയും പ്രതികരണങ്ങൾ എന്താവും?! എല്ലാം രസമാണ് ആലോചിച്ചാൽ.

റീന മനസ്സിലൊന്നുറപ്പിച്ചു, റൂബി ലൂക്കാസച്ചായനെ സ്വീകരിക്കാൻ തയ്യാറാണെങ്കിൽ താനവളെ സപ്പോർട്ട് ചെയ്യും, തീർച്ച. ഇവിടെ അച്ചായനും അമ്മച്ചിയുമൊക്കെ എതിർത്തേയ്ക്കും, എന്നാലും.

*** *** ***

ലൂക്കോ വീട്ടിലെത്തിയപ്പോഴും അതു തന്നെ ആലോചിച്ചിരിക്കുകയായിരുന്നു, സംഭവങ്ങൾ എങ്ങനെയൊക്കെയാണു തിരിഞ്ഞു മറിഞ്ഞു വരുന്നത്! ഒരിക്കൽ മനസ്സു വെറുത്ത് ഇറങ്ങിപ്പോന്നതായിരുന്നു ആ വീട്ടിൽനിന്ന്. അന്നങ്ങനെ ചെയ്തതു കൊണ്ട് ഇന്ന് താനീ നിലയിലെത്തി. ആ വീട്ടിൽ വീണ്ടുമൊരിക്കൽ കൂടി കയറി ചെല്ലണമെന്ന് ഒരിക്കലും ആഗ്രഹിച്ചിരുന്നതല്ല. എങ്കിലും, മനസ്സു വേണ്ടെന്നു പറഞ്ഞെങ്കിൽ കൂടി കാലുകൾ തന്നെ അങ്ങോട്ടു നയിച്ചു. അവിടാരെങ്കിലും തന്നെ തിരിച്ചറിയുമെന്ന് പ്രതീക്ഷിച്ചതല്ലതന്നെ. പക്ഷേ അവിടെ റൂബിയുടെ സിസ്റ്ററിനെ കാണാനിടയാവുക എന്നാൽ!!

തന്റെ അഭിവൃദ്ധിയിൽ ലിസമ്മ കൊച്ചമ്മയ്ക്കോ അലൻചേട്ടനോ തീരെ സന്തുഷ്ടിയില്ലെന്നു മനസ്സിലായി. ശോശച്ചേടത്തിയുടെ സ്നേഹവും അനുഗ്രഹവും ആത്മാർത്ഥത നിറഞ്ഞതു തന്നെയായിരുന്നു. റീനയുടെ ഉള്ളിലെന്താണാവോ? പ്രത്യേകിച്ചും റൂബിയുടെ കാര്യത്തിൽ... റൂബി തന്റെ കാര്യം പറയാറുണ്ടെന്നും റീന പറഞ്ഞു. അത് എന്താണാവോ?

ലൂക്കോ റൂബി ജെയിംസ് എന്ന, തന്റെ കീഴിൽ വർക്കുചെയ്യുന്ന കമ്പനി എമ്പ്ലോയിയെ കുറിച്ച് ചിന്തിച്ചു പോയി. റൂബിയെ പോലൊരു കഥാപാത്രത്തെ താനിതുവരെ കണ്ടിട്ടില്ലെന്നു തന്നെ പറയാം. എന്തു സ്വഭാവമാണ് ആ കുട്ടിയുടേത്? വികൃതിയെന്നോ? കുസൃതിയെന്നോ? ചിലപ്പോൾ അങ്ങേയറ്റം ഇറിറ്റേറ്റിങ്ങ് ! ദേഷ്യം പിടിച്ച് മേശപ്പുറത്തിരിക്കുന്ന പേപ്പർ വെയിറ്റോ മറ്റോ ആ കുട്ടിയുടെ നേർക്ക് വലിച്ചെറിയാൻ വരെ തോന്നിയിട്ടുണ്ട്. എത്ര വാണിങ്ങ് കൊടുത്തിരിക്കുന്നു! എല്ലാം വെള്ളത്തിൽ വരച്ച വരപോലെ. റൂബിക്ക് മാറ്റമൊന്നുമില്ല. മാറാൻ ഉദ്ദേശിച്ചിട്ടില്ല. അത്രതന്നെ.

റൂബിക്ക് തന്നോടൊരു ക്രഷ് ഉണ്ടെന്നു മനസ്സിലായിട്ടുണ്ട്. അവളതു മറച്ചു വയ്ക്കാൻ ശ്രമിച്ചിട്ടില്ലെന്നു മാത്രമല്ല വളരെ ഓപ്പണായി തന്നോടതു പറയാനും മടി കാണിച്ചില്ല. അവൾ അത് ലവ് എന്നാണ് വിശേഷിപ്പിക്കുക. താനതു വെറുമൊരു ഇൻഫച്വേഷൻ മാത്രമായിട്ടാണ് കാണുന്നത്.

കാലത്തിന്റെ ഒഴുക്കിൽ മങ്ങി മറഞ്ഞു പോകുന്നൊരു ഇഷ്ടം. അത്രമാത്രം. ഒരിക്കലും താനതു പ്രോൽസാഹിപ്പിച്ചിട്ടില്ല. മനസ്സ് കൈവിട്ടു കളഞ്ഞിട്ടുമില്ല. എങ്കിലും ആദ്യമാദ്യം റൂബിയുടെ നേർക്ക് തോന്നിയിരുന്ന ദേഷ്യവും ഇറിറ്റേഷനും മെല്ലെ മെല്ലെ കുറഞ്ഞു വരുന്നുണ്ടോ എന്നും ലൂക്കോ സംശയിച്ചു. ഇപ്പോൾ റൂബിയുടെ പ്രവർത്തികളെ കുറിച്ച് ഓർക്കുമ്പോൾ അറിയാതൊരു പുഞ്ചിരി തന്റെ ചുണ്ടുകളിൽ വിടർന്നു പോകുന്നു.

തന്റെ കീഴിൽ പുരുഷന്മാർ മാത്രമേ ഉണ്ടായിരുന്നുള്ളൂ ആദ്യം. അപ്പോഴാണ് ഒരുപറ്റം പെൺകുട്ടികളെ ക്യാമ്പസ് ഇന്റർവ്യൂ വഴി കമ്പനിയിലേയ്ക്ക് തിരഞ്ഞെടുക്കുന്നത്. അതിൽ റൂബിയും മറ്റു മൂന്നു പെൺകുട്ടികളും തന്റെ കീഴിൽ ആയി. സുഹൃത്തായിരുന്ന റോബിൻ പറഞ്ഞിട്ടുണ്ടായിരുന്നു അയാളുടെ സിസ്റ്റർ ഇവിടെ ജോയിൻ ചെയ്യുന്നുണ്ടെന്ന്. ആദ്യദിനം തന്നെ റോബിൻ പെങ്ങളെ പരിചയപ്പെടുത്തി. എന്നിട്ടവളോടായി പറഞ്ഞു, 'എടീ മോളേ, നീ പേടിക്കയൊന്നും വേണ്ട, നിന്റെ ബോസ്സ് എന്റെ ഫ്രണ്ടാ കേട്ടോ...' റൂബി തലയാട്ടി ചിരിച്ചു. വളരെ നിഷ്കളങ്കമായ ചിരി. റോബിൻ പിന്നെ തന്നോടായി പറഞ്ഞു, 'കേട്ടോ ലൂക്കോസേ, ഇവൾക്കും കൂട്ടുകാർക്കുമൊക്കെ ബോസ്സ് എങ്ങനെയായിരിക്കും, ചാടിക്കുന്ന ബോസ്സ് ആയിരിക്കുമോ എന്നൊക്കെയായിരുന്നു പേടി...' റോബിൻ ചിരിച്ചു.

'വർക്ക് നന്നായി ചെയ്യുന്ന ആരേയും ഒരു ബോസ്സും ചാടിക്കില്ല കേട്ടോ.' ലൂക്കോയും ചിരിച്ചു. റൂബിയുടെ ചുണ്ടിലും നിഷ്കളങ്കമായൊരു ചിരിവിടർന്നു.

വർക്ക് നന്നായി ചെയ്യണമെന്നും ഇല്ലെങ്കിൽ ചിലപ്പോൾ ചാടിക്കലൊക്കെ ഉണ്ടായേക്കും എന്നൊരു മുന്നറിയിപ്പും കൂടിയായിരുന്നു ലൂക്കോ ആ സമാശ്വസിപ്പിക്കലിലൂടെ റൂബിക്കു നൽകിയത്.

ദിവസങ്ങൾ മുന്നോട്ടു പോയപ്പോൾ റൂബിയുടെ ആ നിഷ്കളങ്കമായ ചിരിക്കു പിന്നിൽ ഒളിഞ്ഞിരുന്ന വികൃതികളും കുസൃതികളുമൊക്കെ ഒന്നൊന്നായി പുറത്തു വരാൻ തുടങ്ങി. ആദ്യമാദ്യം വർക്കിൽ പറ്റിയ അപാകത ചൂണ്ടിക്കാട്ടുമ്പോൾ ആ തെറ്റു സമ്മതിക്കാതെ അതിനൊരു ന്യായീകരണം കണ്ടെത്തലായിരുന്നു. പിന്നതു തറുതല പറയലായി മാറി. റോബിന്റെ പെങ്ങൾ എന്ന കൺസിഡറേഷൻ കൊണ്ട് ദേഷ്യപ്പെടാനും വയ്യെന്നുള്ള സ്ഥിതി.

അതു തുടർന്നപ്പോൾ ഒരിക്കൽ പറഞ്ഞു, 'റൂബീ, ഇതു ശരിയാകില്ല... റോബിന്റെ പെങ്ങളല്ലേ എന്ന പരിഗണന വച്ച് ഞാൻ ക്ഷമിക്കുകയാണ്... പക്ഷേ എപ്പോഴും അതു നടന്നെന്നിരിക്കില്ല. യു ഷുഡ് ബി മോർ കെയർഫുൾ ഇൻ ദി ജോബ്. ടേക് ഇറ്റ് സീരിയസ്‌ലി.'

മുഖം കനപ്പിച്ചാണ് റൂബി അന്ന് മുറിയിൽനിന്ന് ഇറങ്ങിപ്പോയത്. താൻ ദേഷ്യപ്പെട്ടെന്ന് ചിലപ്പോൾ റോബിനോട് പറഞ്ഞെന്നിരിക്കും. അവൻ വിളിച്ചേക്കും. വിളിച്ചാൽ ഉള്ള കാര്യം പറയും. ഒരു സുഹൃത്തിനേയും താൻ ഭയക്കേണ്ടതില്ലല്ലോ. കമ്പനിക്കാര്യം നന്നായി നടക്കണം. അതിനാണല്ലോ പ്രാധാന്യം കൊടുക്കേണ്ടത്.

പക്ഷേ റോബിൻ വിളിച്ചില്ല. എന്നു മാത്രമല്ല, രണ്ടു ദിവസം കഴിഞ്ഞ് കാന്റീനിൽ വച്ച് റോബിനെ

കണ്ടപ്പോൾ അവനു യാതൊരു ഭാവഭേദവുമില്ല. പെണ്ണുങ്ങളെ ചാടിച്ചു എന്നൊരു പരിഭവമൊന്നും അവനിൽ കണ്ടില്ല. റൂബി ചിലപ്പോൾ പറഞ്ഞിട്ടുണ്ടാവില്ല. സ്വന്തം കുറ്റമാണെന്നുള്ള ബോദ്ധ്യം കൊണ്ടാവും.

മൂന്നു നാലു ദിവസം കഴിഞ്ഞപ്പോൾ റൂബി ക്യാബിനിൽ വന്നു.

'സർ, ഒരു ഫേവർ ചെയ്യണം. ഞാൻ വീട്ടിലിരുന്നു വർക്കുചെയ്യുമ്പോൾ എനിക്ക് ഒരുപാട് ഡൗട്ട്സ് വരും. അത് ക്ലിയർ ചെയ്യാൻ ഒരു മാർഗ്ഗവുമില്ല. അതാണ് എന്റെ വർക്കിൽ ധാരാളം എറേർസ് വരുന്നത്. സർ ഒരു ഉപകാരം ചെയ്യുമോ? എനിക്ക് സാറിന്റെ പേഴ്സണൽ മെയിൽ ഐഡി തരുമോ? എങ്കിൽ എനിക്ക് സാറിനോട് നേരിട്ട് എഴുതി ചോദിക്കാമല്ലോ... പ്ലീസ് സർ...'

വർക്ക് ഏറ്റവും ഭംഗിയായി ചെയ്യാനുള്ള ആത്മാർത്ഥമായ ആഗ്രഹം ഉള്ളതു പോലെയായിരുന്നു റൂബിയുടെ മുഖഭാവം. അങ്ങനെയെങ്കിൽ അങ്ങനെ. തന്റെ മെയിൽ ഐഡി കൊടുത്തതു കൊണ്ടിപ്പോൾ പ്രത്യേകിച്ചു ദോഷമൊന്നും വരാനില്ലല്ലോ. വർക്ക് നന്നാവുന്നെങ്കിൽ നന്നാവട്ടേ.

ലൂക്കോ മെയിൽ ഐഡി കൊടുത്തു.

അന്ന് രാത്രി മെയിൽ ചെക്ക് ചെയ്തു ലൂക്കോ ഞെട്ടി.

പുതിയൊരു ഐഡിയിൽ നിന്ന് ഒരു മെയിൽ ഉണ്ട്. സബ്ജക്ട് കോളത്തിൽ നോ സബ്ജക്ട് എന്നേയുള്ളൂ. ഓപ്പൺ ചെയ്തു നോക്കി.

Sir, I Love You.

Ruby.

ലൂക്കോ അമ്പരന്നു പോയി. ഈ കുട്ടി ഇതെന്താണ് കാട്ടിയിരിക്കുന്നത് ! പിന്നെ ആലോചിക്കുംതോറും ലൂക്കോയ്ക്ക് എങ്ങുമില്ലാത്ത ദേഷ്യംവന്നു. ഇതിനായിരുന്നോ ഡൗട്ട്സ് ക്ലിയർ ചെയ്യാനെന്നും പറഞ്ഞ് മെയിൽ ഐഡി വാങ്ങിയത് ! നാളെയാകട്ടേ. നല്ല ഡോസ് കൊടുക്കുന്നുണ്ട്. സുഹൃത്തിന്റെ പെങ്ങളാണെന്നു വിചാരിച്ചിട്ടൊന്നും കാര്യമില്ല.

പതഞ്ഞു പൊങ്ങുന്ന ദേഷ്യവുമായാണ് അന്ന് ലൂക്കോ ഉറങ്ങാൻ കിടന്നത്. അടുത്തിടെമാത്രം ജോയിൻ ചെയ്ത ഒരു ജൂനിയർ ഹാൻഡ് ബോസ്സിന്റെ പേഴ്സണൽ മെയിൽ ഐഡി ചോദിച്ചു വാങ്ങി അതിലേക്ക് ഐ ലവ് യൂ എന്ന് മെസ്സേജ് അയയ്ക്കുകയോ !? ഹൗ ഡെയർ ഷി!

പിറ്റേന്ന് റൂബിയെ കണ്ടപ്പോൾ ലൂക്കോ തറപ്പിച്ചൊന്നു നോക്കി. പക്ഷേ റൂബിയുടെ മുഖത്ത് യാതൊരു ഭാവവ്യത്യാസവുമുദിച്ചില്ല - ഒരു ഭയപ്പാടോ, കുറ്റബോധമോ, ഒരു കുസൃതിച്ചിരിയോ പോലും! മറ്റുള്ളവർക്കൊപ്പം എന്നത്തേയും പോലെ ഒരു ഗുഡ് മോർണിങ്ങ്. ഞാനൊന്നുമറിഞ്ഞില്ലേ രാമനാരായണാ എന്ന മട്ടിൽ!

ശരി അങ്ങനെയെങ്കിൽ അങ്ങനെ. താനും ഒന്നും അറിഞ്ഞിട്ടില്ല. ആ മെയിൽ കണ്ടിട്ടില്ല, വായിച്ചിട്ടില്ല. ജസ്റ്റ് ഇഗ്നോർ ഹെർ പ്രാങ്ക്സ്. ലൂക്കോ തീരുമാനിച്ചു.

പക്ഷേ അതവിടെ നിന്നില്ല. ദിവസേനയെന്നോണം റൂബി ഇതേ പ്രണയസന്ദേശം മെയിലിൽ അയച്ചു കൊണ്ടിരുന്നു. അതേസമയം കമ്പനിയിൽ വച്ചു കാണുമ്പോൾ എന്നും ഒരേ നിഷ്കളങ്കഭാവവും.

റോബിനോടു പറഞ്ഞാലോ എന്നൊരിക്കൽ ചിന്തിച്ചു. പിന്നതു വേണ്ടെന്നു വച്ചു. വെറുതേ കുടുംബത്തിൽ കൂടി പ്രശ്നമുണ്ടാക്കുന്നതെന്തിന്. ആരുമറിയാതെ ആ കുട്ടി കാട്ടുന്ന ഒരു വികൃതിയായി മാത്രം കണ്ടാൽ മതി.

റൂബിയുടെ ഫയലുകളിൽ തെറ്റുകൾ ധാരാളം കടന്നു കൂടിയിരുന്നു. പക്ഷേ അത് റൂബിയെ വിളിച്ച് കറക്ട് ചെയ്യിപ്പിച്ചില്ല. ഒന്നുകിൽ താൻ തന്നെ അതു കറക്ട് ചെയ്യുക, അല്ലെങ്കിൽ മറ്റൊരു ജൂനിയർ എംപ്ലോയിയെ കൊണ്ടു ചെയ്യിപ്പിക്കുക. അങ്ങനെ റൂബിയുമായുള്ള ഇന്ററാക്ഷൻ ലൂക്കോ പരമാവധി ഒഴിവാക്കി.

അപ്പോഴാണ് മറ്റൊരു ബോംബ് പൊട്ടിയത്. അന്നത്തെ മെയിൽ ഒരല്പം നീണ്ടതായിരുന്നു.

Sir, I Love you.

Ruby.

Sir, I say this very seriously. If you won't return my love, I'll attempt suicide - sure I'll attempt. Because unrequited love leaves one suffering with great pain and shame...it is heart-rending.

But don't worry Sir. I'll never let the world know that you led me to this. I'll never do that.

I'll leave a letter to that effect, Sir.

'Mr. Lukose Lukose, my Boss, has no involvement or anything to do with this happening. I'm committing suicide on my own account. Please do not blame my Boss.'

Hope such a letter will do.

Once again Sir, I Love You soooooooooooo deeply.

Ruby.

ലൂക്കോ തരിച്ചിരുന്നു പോയി. ഈ കുട്ടി ഇതെന്താണിങ്ങനെ? ഇതിലെ തമാശ കലർന്ന കുസൃതി മനസ്സിലാകുന്നുണ്ട്. എങ്കിലും ഇതു വെറും കുട്ടിക്കളിയാണോ അതോ ഗൗരവത്തിലെടുക്കേണ്ടതുണ്ടോ? ഒന്നും മനസ്സിലാകുന്നില്ലല്ലോ! തന്നെ വെറുതേ ഇറിറ്റേറ്റ് ചെയ്യാൻ!

പിറ്റേന്ന് റൂബിയെ ക്യാബിനിലേയ്ക്ക് വിളിച്ചു. പതിവു പോലെ നിഷ്കളങ്കഭാവത്തിൽ റൂബി കടന്നുവന്നു. ഇരിക്കാൻ പറഞ്ഞില്ല. പകരം മുഖത്തേയ്ക്ക് തറപ്പിച്ചു നോക്കി ചോദിച്ചു, 'എന്താ കുട്ടിയുടെ ഭാവം?'

'ഞാൻ കുട്ടിയല്ല, അയാം റൂബി... 22 ഈയർ ഓൾഡ്...'

'ഓകെ. വാട്ട് ഈസ് യുവർ ഇന്റൻഷൻ?' സ്വരമുയർത്തിയിരുന്നു.

'അത്, ഇന്നലെ എഴുതിയതു തന്നെ...' യാതൊരു ഭാവവ്യത്യാസവുമില്ലാതെയുള്ള ഉത്തരം.

ലൂക്കോയ്ക്ക് ദേഷ്യം കനത്തു. കണ്ണുകൾ ജ്വലിച്ചു. തീ പാറുന്ന നോട്ടം റൂബിക്കു നേരേ അയച്ചു.

അവൾ ആ നോട്ടം നേരിട്ടു, ഒരു കണ്ണിമ പോലും ചിമ്മാതെ. പക്ഷേ മുഖത്ത് ഇപ്പോൾ കരയുമെന്ന ഭാവം.

സെക്കൻഡുകൾ നീണ്ടു നിന്നു ആ രംഗം. ഒടുവിൽ റൂബി തന്നെ അതിനു വിരാമമിട്ടു. കരയുന്ന മുഖഭാവത്തോടെ ദു:ഖഭരിതമായ സ്വരത്തിൽ റൂബി ചോദിച്ചു, 'മേ ഐ സേ സംതിങ്ങ്, സർ...'

ലൂക്കോ റൂബിയെ കുറേക്കൂടി രൂക്ഷമായി നോക്കി. നിമിഷങ്ങൾ കഴിഞ്ഞ് പൊട്ടിത്തെറിച്ചു പറഞ്ഞു, 'ഔട്ട് വിത്തിറ്റ്... ആൻഡ് ഗെറ്റ് ഔട്ട് ഒഫ് ദിസ് റൂം.'

'സർ... ... വെൻ യു ഗെറ്റ് ആംഗ്രി ലൈക് ദിസ്...', റൂബി നിറുത്തി. ലൂക്കോ റൂബിയുടെ മുഖത്ത് തറപ്പിച്ചു നോക്കി ഇരുന്നതേയുള്ളൂ.

'സർ, യു നോ, വെൻ യു ഗെറ്റ് ആംഗ്രി ലൈക് ദിസ്, യു ലുക്ക് ആൾ ദ മോർ ഹാൻഡ്സം...'

കരച്ചിലിന്റെ സ്വരത്തിലതു പറഞ്ഞിട്ട് ശബ്ദം താഴ്ത്തി പൊട്ടിച്ചിരിച്ചുകൊണ്ട് ഒറ്റയോട്ടത്തിനു ക്യാബിൻ ഡോർ തുറന്നു പുറത്തു കടന്നു റൂബി.

ലൂക്കോ സ്തംഭിച്ചിരുന്നു പോയി നിമിഷങ്ങളോളം. പിന്നെ മുഷ്ടി ചുരുട്ടി മേശപ്പുറത്തിടിച്ചു. കൈ വല്ലാതെ വേദനിച്ചു. സ്വന്തം തലയ്ക്കടിച്ചു. പിന്നെ എന്തു ചെയ്യണമെന്നറിയാതെ കസേരയിൽ ചാഞ്ഞിരുന്നു.

പോക്കറ്റിൽ നിന്ന് ഫോൺ വലിച്ചെടുത്തു. ഇപ്പോൾത്തന്നെ റോബിനെ ഇതറിയിച്ചേ മതിയാവൂ. ഇത്രയധികം മിസ്ബിഹേവ് ചെയ്യുന്ന ഒരു പെൺകുട്ടിയെ തനിക്കു വച്ചുപൊറുപ്പിക്കാൻ പറ്റില്ല.

ഫോൺ റിങ്ങ് പോയതല്ലാതെ റോബിൻ എടുത്തില്ല.

'ഡാം ഹിം' ലൂക്കോ ആ ശാപവാക്കോടെ ഫോൺ മേശപ്പുറത്തേയ്ക്കിട്ടു.

'ഡാം ദാറ്റ് ഗേൾ' ദേഷ്യം അടക്കാനാവാതെ ലൂക്കോ പിന്നേയും ശാപവാക്കുകൾ ഉതിർത്തു കൊണ്ടിരുന്നു.

ലൂക്കോയ്ക്ക് പിന്നെ ജോലിയിൽ ശ്രദ്ധിക്കാനായില്ല. എഴുന്നേറ്റ് കോൺഫറൻസ് ഹാളിൽ പോയിരുന്നു. തന്നെ വിഡ്ഢിയാക്കുകയല്ലേ ആ ചെയ്തത്? ഒരു ജൂനിയർ എമ്പ്ലോയിക്ക് ബോസ്സിനോട് ഇങ്ങനെയൊക്കെ പെരുമാറാൻ എങ്ങനെ ധൈര്യം വന്നു!?

ദേഷ്യപ്പെട്ട് ശബ്ദമുയർത്തിയപ്പോൾ ഇപ്പോൾ കരയുമെന്ന ഭാവം. എന്നിട്ട്...

'ഹൗ ഡെയർ ഷി!'

'ഡാം ദാറ്റ് അനോയിങ്ങ് ഗേൾ!'

'ദാറ്റ് ഇൻക്യൂവറബിൾ...'

'വാട്ട് ഷി തിങ്ക്സ് ഓഫ് മി!!'

'എന്തൊരു ധൈര്യമാണെന്നു നോക്കണേ!'

ലൂക്കോയുടെ മനസ്സിൽ ദേഷ്യം തിളച്ചുമറിഞ്ഞു.

കുറ്റം തന്റേതു തന്നെ. സുഹൃത്തിന്റെ പെങ്ങളെന്ന പരിഗണനയിൽ ഏറെ അയഞ്ഞു കൊടുത്തു. നിറുത്തേണ്ടിടത്ത് നിറുത്തിയില്ല. ഇപ്പോൾ തന്റെ തലയിൽ കയറിയിരിക്കുന്നു!

ഒരു ബോസ്സിനോട് പറയേണ്ടതാണോ ഇതൊക്കെ? ഒരു ബോസ്സിനോട് ഇങ്ങനെയൊക്കെയാണോ പെരുമാറേണ്ടത്? ഒരല്പം ബഹുമാനം കാണിക്കേണ്ടതല്ലേ? ലൂക്കോ സ്വയം കുറ്റപ്പെടുത്തിക്കൊണ്ടിരുന്നു. പ്രേമം പോലും! പ്രേമമല്ല

എന്തു കുന്തമായാലും ഒരു ബോസ്സിനോട് പെരുമാറേണ്ട രീതിയല്ല ഇത്. ലൂക്കോ പുകഞ്ഞു കൊണ്ടിരുന്നു.

ലൂക്കോ അന്നു രാത്രിയിൽ മെയിൽ ചെക്ക് ചെയ്തില്ല. അടുത്ത രണ്ടു ദിനങ്ങളിലും അതുപോലെ. ഓഫീസിൽ വച്ച് റൂബിയുടെ ഗുഡ് മോർണിങ്ങ് അവഗണിച്ചു.

നാലാം ദിവസം മെയിൽ നോക്കി. വളരെ പ്രോംപ്റ്റ് ആയി വന്നു കിടപ്പുണ്ട് മൂന്നു ദിവസവും മെയിൽ. കൂടുതലൊന്നുമില്ല, ഭീഷണികളുമില്ല. Sir, I Love You. Ruby. ഇത്രമാത്രം.

ലൂക്കോ പിന്നത് അവഗണിക്കാൻ തന്നെ തീരുമാനിച്ചു. ആ കുട്ടി എഴുതിക്കോണ്ടിരിക്കട്ടേ, മതിയാവോളം. തനിക്കെന്തു ചേതം.

റൂബി പ്രണയസന്ദേശം അയയ്ക്കുന്നതു തുടർന്നുകൊണ്ടിരുന്നു.ലൂക്കോ അത് കണ്ടില്ലെന്നും നടിച്ചുകൊണ്ടിരുന്നു.

ദിവസങ്ങളോളം അതു തുടർന്നപ്പോൾ ലൂക്കോയ്ക്ക് ഒരിക്കൽ തോന്നി, തനിക്കു എന്തുകൊണ്ട് റൂബിയുടെ പ്രണയം സ്വീകരിക്കാൻ കഴിയില്ല എന്ന് റൂബിയെ അറിയിച്ചേയ്ക്കാം എന്ന്. ലൂക്കോ റൂബിയുടെ മെസേജിന് ഒരു മറുപടി എഴുതി.

“റൂബി,

റൂബിക്ക് എന്നെക്കുറിച്ച് ഒന്നും അറിയില്ല. ഭാരിച്ച ഉത്തരവാദിത്തങ്ങൾ ഉള്ള ഒരാളാണ് ഞാൻ. എനിക്ക് എന്റെ കുടുംബത്തിനെ താങ്ങി നിറുത്തേണ്ടതുണ്ട്. പല കടമകളും നിറവേറ്റേണ്ടതുണ്ട്. ഇതിനൊക്കെയിടയിൽ ഒരു ലവ് അഫയറിൽ ചെന്നു കുടുങ്ങാനൊന്നും എനിക്ക് പറ്റില്ല. സോറി.

റൂബിക്ക് മെച്ചപ്പെട്ട ഒരു ബന്ധം കിട്ടുന്നതിന് യാതൊരു തടസ്സവുമില്ല. എന്റെ നിസ്സഹായത മനസ്സിലാക്കണം പ്ലീസ്.

വിവാഹം എന്നത് ഇപ്പോൾ എന്റെ മനസ്സിലുള്ള കാര്യമല്ല. എങ്കിലും മറ്റൊരു കാര്യം കൂടി ഓർമ്മിപ്പിക്കുന്നു. റൂബിയെ പോലെ വികൃതിയായ ഒരു പെൺകുട്ടിയല്ല എന്റെ ഭാര്യാസങ്കല്പത്തിലുള്ളത്. ഉത്തരവാദിത്വബോധമുള്ള തികച്ചും പക്വമതിയായ ഒരു പെൺകുട്ടിയെയാണ് ഞാൻ ഭാര്യാസ്ഥാനത്ത് ആഗ്രഹിക്കുന്നത്.

റൂബി കാര്യങ്ങൾ മനസ്സിലാക്കുമെന്നും ഇത്തരം മെസേജുകൾ അയയ്ക്കുന്നത് ഇനിമേൽ നിറുത്തുമെന്നും പ്രതീക്ഷിക്കുന്നു.

ലൂക്കോസ്."

ആ മെസേജ് അയച്ച ശേഷം ലൂക്കോ ഒന്നു ദീർഘമായി നിശ്വസിച്ചു. പറയാനുള്ളതു പറഞ്ഞു. തന്റെ മനസ്സു വെളിപ്പെടുത്തി. ഇത്രനാളും കണ്ടില്ല കേട്ടില്ല എന്നു നടിച്ചിരിക്കുകയായിരുന്നു. അത് ഒരിടത്തും കൊണ്ടു ചെന്നെത്തിക്കുകയില്ലെന്നു മനസ്സിലായി.

പിറ്റേന്ന് പതിവു സമയത്ത് തന്നെ റൂബിയുടെ റിപ്ലൈ മെസേജ് എത്തി.

“സർ,

സാറിനെ കുറിച്ച് എനിക്ക് എല്ലാമറിയാം. സാറിന്റെ ഉത്തരവാദിത്തങ്ങളേയും കടമകളേയും കുറിച്ചറിയാം. സാറിന് പപ്പയില്ല. അമ്മയുണ്ട്. ആ അമ്മയെ നോക്കേണ്ട കടമയുണ്ട്. സാറിന് ഒരനിയത്തിയുണ്ട്. ആ അനിയത്തിയെ കെട്ടിച്ച് വിടേണ്ട കടമയുണ്ട്. സാറിന് അമ്മയെ നോക്കേണ്ടതുകൊണ്ടും, അനിയത്തിയെ കെട്ടിക്കേണ്ടതുകൊണ്ടും ഞാൻ സാറിനെ ഇഷ്ടപ്പെട്ടുകൂട എന്നു പറയുന്നതെന്തിനാ?

എനിക്കും പപ്പയില്ല. അമ്മയുണ്ട്. എന്റെ അമ്മയെ നോക്കേണ്ട കടമയും എന്നെ കെട്ടിച്ച് വിടേണ്ട ഭാരവും എന്റെ റോബിൻ ചേട്ടന്റെ തോളിൽ തന്നെ. എന്നുവച്ച് ചേട്ടനെ ആരും സ്നേഹിക്കരുതെന്ന് ചേട്ടൻ പറയുന്നില്ല.

സാറിന്റെ അനിയത്തിയെ കെട്ടിച്ചിട്ടു മതി സാർ വിവാഹത്തെ കുറിച്ച് ചിന്തിക്കുന്നത്. അല്ലാതെ ആരും ധൃതിപ്പെടുത്തുന്നില്ലല്ലോ.

എനിക്ക് ഇതിൽ കൂടുതൽ മെച്ചപ്പെട്ട ഒരു ബന്ധം വേണ്ട.

സാറും നസ്രാണി, ഞാനും നസ്രാണി. നമ്മൾ രണ്ടുപേരും മാർത്തോമ്മക്കാരും. അപ്പോൾ വീട്ടുകാരും എതിർക്കില്ല. പിന്നെ നമ്മൾ കെട്ടിയാലെന്താ?

ഇനി...

എന്നും ഞാനീ മെസേജ് അയയ്ക്കുന്നതു കൊണ്ടാണ് സാറിന് ഞാൻ വികൃതിക്കുട്ടി എന്നു തോന്നുന്നതെങ്കിൽ, ഇനിമേൽ മെസേജ് അയയ്ക്കുന്നില്ല. നല്ല ഉത്തരവാദിത്തബോധമുള്ള, പക്വതയുള്ള, സാറിന്റെ ഭാര്യാപദം അലങ്കരിക്കാൻ യോഗ്യതയുള്ള ഒരു പെൺകുട്ടിയായി ഇരുന്നോളാം. പക്ഷേ, ഞാൻ ജീവിച്ചിരിക്കേ സാർ മറ്റൊരു പെൺകുട്ടിയുടെ കഴുത്തിൽ മിന്നു കെട്ടരുത്. എന്നാൽ ഞാനന്നു പറഞ്ഞതേ ഇപ്പോഴും പറയാനുള്ളൂ.

റൂബി."

'ഹോ! ഷി ഈസ് ഇൻക്യൂവറബിൾ! ഹൊറിബിളി ഇൻക്യൂവറബിൾ!...' ലൂക്കോ തലയിൽ കൈവച്ചു പറഞ്ഞുപോയി.

പിന്നെ അമ്പരന്നു. തന്നെക്കുറിച്ച് എന്തെല്ലാം റൂബി മനസ്സിലാക്കിയിരിക്കുന്നു!

അതിനു മറുപടി എഴുതിയില്ല. പക്ഷേ പിറ്റേന്ന് റൂബിയുടെ ഐ ലവ് യു മെസ്സേജ് വന്നില്ല. ലൂക്കോ ആശ്വസിച്ചു. അടുത്ത ദിവസവും ഇല്ല. ലൂക്കോ വീണ്ടും ആശ്വസിച്ചു.

തുടർന്നുള്ള ദിവസങ്ങളിലൊന്നും റൂബിയുടെ മെസ്സേജ് വന്നില്ല. നന്നാവാൻ ശ്രമിക്കുന്നതാവും. ലൂക്കോ ആശ്വസിച്ചു.

പക്ഷേ... ...

ആ ആശ്വാസം എപ്പോഴാണ് ഒരു നഷ്ടബോധത്തിനു വഴിമാറിക്കൊടുത്തത്? ലൂക്കോസ്സ് അത് ഓർമ്മിച്ചെടുക്കാനായില്ല.

റൂബി ഓഫീസിലും അടിമുടി മാറിയിരുന്നു. മുഖത്തെപ്പോഴും തെളിഞ്ഞിരുന്ന കുസൃതികലർന്ന ആ ചിരിയില്ല. രാവിലെയുള്ള ഗുഡ് മോർണിങ്ങ് പറയൽ നിന്നു. എന്നു മാത്രമല്ല, തന്റെ നേർക്കൊന്നു മുഖമുയർത്തുക പോലുമില്ല.

റൂബിയുടെ ഫയലുകൾ തിരുത്തേണ്ടി വന്നില്ല. കാരണം അതിൽ തെറ്റുകൾ ഒന്നും ഉണ്ടായിരുന്നില്ല!

ലൂക്കോയുടെ മനസ്സിൽ ഒരല്പം വിഷമം തോന്നിപ്പിച്ചിരുന്നു അക്കാര്യങ്ങളൊക്കെ. എങ്കിലും റൂബി അങ്ങനെ മാറി തന്നിൽ നിന്ന് അകന്നു പോകുന്നെങ്കിൽ പോകട്ടേ. അതു തന്നെയാണ് നല്ലതെന്ന് മനസ്സിൽ കരുതി.

എങ്കിലും ലൂക്കോ ഓർത്തു, അന്നു തന്നെ വിറളി പിടിപ്പിച്ച ആ ഡയലോഗ് - ദേഷ്യപ്പെടുമ്പോൾ താൻ കൂടുതൽ സുന്ദരനാകുന്നു എന്നു കരയുന്ന ഭാവത്തിൽ പറഞ്ഞിട്ട് പൊട്ടിച്ചിരിച്ചു കൊണ്ടോടിയ റൂബിയുടെ ചിത്രം - അക്കാര്യങ്ങളെല്ലാം മനസ്സിലേയ്ക്ക് പലപ്പോഴും കടന്നു വരാറുണ്ട്. അതോർക്കുമ്പോൾ ലൂക്കോ ഊറിച്ചിരിച്ചു പോകാറുമുണ്ട്.

*** *** ***

കമ്പനി സി.ഇ.ഒ. ഒരു കമ്പനി ലഞ്ച് അനൗൺസ് ചെയ്തു. എല്ലാ എമ്പ്ലോയീസും ഉൽസാഹഭരിതരാവുന്ന ദിനം. ടീം ലഞ്ചുകൾ മാസത്തിലൊരിക്കൽ ഉണ്ടാകുമെങ്കിലും ഈ ലഞ്ച് കുറച്ചു ഗ്രാൻഡ് സ്റ്റൈയിലിൽ അറേഞ്ച് ചെയ്യുകയാണ്.

ലൂക്കോ ഡൈനിങ്ങ് ഹാളിലെത്താൻ ഒരല്പം വൈകിപ്പോയി. ഒഴിഞ്ഞ ഒരു സീറ്റ് നോക്കി നടന്ന ലൂക്കോ അവസാനം എത്തിപ്പെട്ടത് റൂബി ഇരുന്ന ടേബിളിന്റെ മുന്നിലായിരുന്നു. ആറു പേർക്കിരിക്കാവുന്ന ടേബിളിൽ മൂന്നു ലേഡീസും രണ്ടു ജെന്റ്സും മാത്രമേയുണ്ടായിരുന്നുള്ളൂ. ലൂക്കോ ആറാമനായി ആ ടേബിളിൽ ഇടം പിടിച്ചു.

ലൂക്കോ ഹലോ പറഞ്ഞു, ബാക്കിയുള്ളവരും തിരിച്ചു ഹലോ പറഞ്ഞു. റൂബി മാത്രം മിണ്ടിയില്ല. ലൂക്കോ എന്നൊരാളെ അറിയുകപോലുമില്ലെന്ന ഭാവത്തിൽ മിഴി താഴ്ത്തി താടിക്കു കൈയൂന്നിയിരുന്നു. ഇത്രമാത്രം പിണങ്ങാൻ എന്തിരിക്കുന്നു? ലൂക്കോ മനസ്സിലോർത്തു.

ഫസ്റ്റ് കോഴ്സ് ആയ സൂപ്പ് സെർവ് ചെയ്തു. ചോയിസ് ഉണ്ടായിരുന്നു, ടൊമാറ്റോ സൂപ്പ് അല്ലെങ്കിൽ ചിക്കൻ സൂപ്പ്. ലൂക്കോ ടൊമറ്റോ സൂപ്പ് സെലക്ട് ചെയ്തു. ബാക്കിയുള്ള രണ്ടു ലേഡീസും രണ്ടു ജെന്റ്സും ചിക്കൻ സൂപ്പ് സെലക്ട് ചെയ്തപ്പോൾ റൂബി ടൊമാറ്റോ സൂപ്പ് സെലക്ട് ചെയ്തു.

ഫുഡ് ഐറ്റങ്ങൾ എത്തിയപ്പോഴും ലൂക്കോ വെജ് ഐറ്റങ്ങൾ മാത്രം സെലക്ട് ചെയ്തു. റൂബിയും അതുപോലെ വെജ് ഐറ്റങ്ങൾ മാത്രം സെലക്ട് ചെയ്യുന്നത് ലൂക്കോ ശ്രദ്ധിക്കാതിരുന്നില്ല.

ലൂക്കോ സാവകാശം മാത്രം ഭക്ഷണം കഴിച്ചു കൊണ്ടിരുന്നു. റൂബിയും അതേ മാതൃക പിന്തുടർന്നെന്നു തോന്നുന്നു. ബാക്കിയുള്ളവരുടെ പ്ലേറ്റുകൾ കാലിയായപ്പോൾ ലൂക്കോയുടേയും റൂബിയുടേയും പ്ലേറ്റുകളിൽ പകുതിയിലേറെ ഭക്ഷണം ബാക്കിയുണ്ടായിരുന്നു.

എക്സ്ക്യൂസ് മി പറഞ്ഞ് മറ്റു നാലുപേർ ഓരോരുത്തരായി എണീറ്റു പോയി. റൂബിയും ലൂക്കോയും മാത്രമായി ടേബിളിൽ. അപ്പോഴും റൂബി ലൂക്കോയുടെ നേർക്ക് ഒരിക്കൽ പോലുമൊന്നു മുഖമുയർത്താതെ പ്ലേറ്റിൽ മാത്രം മിഴി നട്ടിരിക്കുകയായിരുന്നു.

അവസാനം ലൂക്കോ ഒരു ചിരിയോടെ പറഞ്ഞു, 'ഇത്രയധികം ഉത്തരവാദിത്തബോധവും പക്വതയും വേണ്ട. ഇടയ്ക്കൊക്കെ കുറച്ചു വികൃതിയാവാം...'

റൂബി മിഴിയുയർത്തി ലൂക്കോയെ നോക്കി. അവളുടെ മുഖത്ത് സൂര്യനുദിക്കുന്നതു പോലെ ഒരു ചിരി വിടർന്നു. ആ ചിരിക്കൊരു മാസ്മരികഭംഗിയുണ്ടെന്ന് ലൂക്കോയ്ക്ക് തോന്നാതിരുന്നില്ല. എങ്കിലും ആ ചിന്തയെ ലൂക്കോ മനസ്സിൽനിന്ന് ആട്ടിയകറ്റി.

പിന്നെ ഇരുവരും നിശ്ശബ്ദമായിരുന്ന് ഭക്ഷണം കഴിക്കൽ പൂർത്തിയാക്കി എഴുന്നേറ്റു.

ആ രാത്രി മെയിൽ ചെക്ക് ചെയ്തപ്പോൾ ലൂക്കോ വീണ്ടും അമ്പരന്നു. വന്നു കിടപ്പുണ്ട് റൂബിയുടെ മെയിൽ.

Sir, I Love You. Ruby.

ഒരു ശല്യം പാടുപെട്ടു നിറുത്തിച്ചിട്ട് ഇപ്പോൾ താനായിട്ടത് വീണ്ടും തുടങ്ങിച്ചോ? ലൂക്കോ സ്വയം കുറ്റപ്പെടുത്തി.

പക്ഷേ അടുത്ത നിമിഷം അതു തിരുത്തി, ശല്യം എന്നു പറയാൻ പാടില്ല. ഒരു വികൃതിത്തരം.

*** *** ***

ലിസ് വില്ലയിലെ സന്ദർശനം കഴിഞ്ഞു മടങ്ങുന്ന വേളയിൽ ലൂക്കോ ചിന്തിച്ചു, ആ ശല്യം, അല്ല വികൃതിത്തരം തുടരുകയായിരുന്നു ഇത്രനാളും. പക്ഷേ ഇനിയിപ്പോൾ അതു നിന്നോളും. എന്തായാലും റീന പറയാതിരിക്കില്ലല്ലോ തന്റെ പാസ്റ്റ്. ചേച്ചിയെ കെട്ടിച്ച വീട്ടിലെ പന്നിക്കൂട് വൃത്തിയാക്കാൻ നിന്ന പരിചാരകനായിരുന്നു ഒരിക്കൽ ലൂക്കോസ് ലൂക്കോസ് എന്ന ബോസ്സ് എന്ന് അറിയുന്നതോടെ റൂബിയുടെ ഈ വികൃതിയൊക്കെ നിന്നോളും.

ലിസ് വില്ലയിലെ സന്ദർശനത്തിന് അടുത്തദിവസം ലഞ്ച് ടൈമിൽ കാന്റീനിൽ വച്ചാണ് റൂബിയെ കാണുന്നത്. താനിരിക്കുന്ന ടേബിളിൽ റൂബിയും വന്നിരിക്കുകയായിരുന്നു. റൂബിയും ലഞ്ചിന് ഓർഡർ കൊടുത്തു. വെജിറ്റേറിയൻ മീൽസ്.

പറയാതിരിക്കാൻ കഴിഞ്ഞില്ല. ‘ഇനി റൂബിയുടെ മെസ്സേജിങ് ഒക്കെ നിന്നോളും... ഞാനിന്നലെ

റൂബിയുടെ ചേച്ചിയുടെ വീട്ടിൽ പോയിരുന്നു...' ലൂക്കോ ചിരിച്ചു.

'ങേ, ചേച്ചിയുടെ വീട്ടിലോ?' റൂബി അമ്പരന്നു. 'അവിടെ എന്തിനാ സർ പോയത്? ചേച്ചിയെ അറിയുമോ?'

'ചേച്ചി ഒന്നും പറഞ്ഞില്ലേ?' ലൂക്കോ ചിരിച്ചു കൊണ്ടു തന്നെ ചോദിച്ചു.

'ഇല്ല. എന്താണു സർ കാര്യം?' റൂബിക്ക് ആകാംക്ഷ അടക്കാനായില്ല.

'അതു ചേച്ചി പറയും... അപ്പോൾ കേട്ടോളൂ...'

'സർ ചേച്ചിയുടെ വീട്ടിൽ പോയതുകൊണ്ട് ഞാൻ മെസ്സേജിങ്ങ് നിറുത്തുന്നതെന്തിന്?'

'അതും ചേച്ചി പറയും...'

റൂബി അന്തം വിട്ടിരുന്നു. താൻ മെസ്സേജ് അയക്കുന്ന കാര്യം വല്ലതും ബോസ്സ് ചേച്ചിയോട് പറഞ്ഞിട്ടുണ്ടാവുമോ? അതു കേട്ട് ചേച്ചി തന്നെ ചാടിക്കാൻ വരുമോ? ചേട്ടനോട് പറയുമോ എന്നായിരുന്നു ഇത്രനാളും പേടിച്ചിരുന്നത്. ഇതിപ്പോൾ ചേച്ചിയോട്?

ആരോടു പറഞ്ഞാലും താൻ മനസ്സിലുള്ളത് തുറന്നുപറയും. ലൂക്കാസച്ചായനെയല്ലാതെ മറ്റൊരാളെ ഈ ജന്മത്ത് താൻ വിവാഹം കഴിക്കില്ലെന്ന് ധൈര്യപൂർവ്വം പറയും.

'സർ...'

'ഉം?'

'സർ, ഞാൻ മെസ്സേജ് അയയ്ക്കാറുണ്ടെന്ന് ചേച്ചിയോട് പോയി പറഞ്ഞോ? അതിനാണോ ചേച്ചിയുടെ വീട്ടിൽ പോയത്? എന്നാൽ പിന്നെ ഇവിടെ ചേട്ടനോട് പറഞ്ഞാൽ പോരായിരുന്നോ? ഇത്രേം ബുദ്ധിമുട്ടി അവിടം വരെ പോകണമായിരുന്നോ?' ചോദ്യശരങ്ങൾ തന്നെ എയ്തു റൂബി.

'ഓ മൈ ഗോഡ്! റൂബീ, ഞാൻ റൂബിയെ കുറിച്ച് ആരോടും ഒരക്ഷരവും സംസാരിച്ചിട്ടില്ല. ഞാൻ ആ വീട്ടിൽ ഒരു വിസിറ്റിനു പോയതാണ്. അത് റൂബിയുടെ ചേച്ചി റീന അവിടെയുണ്ടെന്ന് അറിഞ്ഞിട്ടല്ല. റീനയെ എനിക്കറിയില്ലായിരുന്നു. റൂബിയുടെ ചേച്ചിയാണ് റീനയെന്ന് ഒട്ടുമറിയില്ലായിരുന്നു. ഞാനവിടെ ചെന്നപ്പോൾ റീനയെ കണ്ടു. സംസാരിക്കുന്ന കൂട്ടത്തിൽ ഞാൻ എവിടെ വർക്കു ചെയ്യുന്നു എന്ന് റീന ചോദിച്ചു. ഞാൻ കമ്പനി നെയിം പറഞ്ഞപ്പോൾ സിസ്റ്ററും ആ കമ്പനിയിൽ ആണല്ലോ എന്നു റീന പറഞ്ഞു, പേരു ചോദിച്ചപ്പോൾ റൂബി. ബ്രദർ റോബിനും മറ്റൊരു കമ്പനിയിൽ ഉണ്ടെന്നു പറഞ്ഞു. അത്രയും അറിഞ്ഞപ്പോൾ റൂബി എനിക്കാണ് റിപ്പോർട്ട് ചെയ്യുന്നതെന്ന് മാത്രം ഞാൻ പറഞ്ഞിട്ടുണ്ട്... മതിയോ?...'

റൂബിയുടെ ലഞ്ച് വന്നിട്ടുണ്ടായിരുന്നു. പക്ഷേ റൂബി അതു കഴിക്കാൻ തുടങ്ങിയില്ല. കുറച്ചു നേരത്തെ ആലോചനയ്ക്കു ശേഷം റൂബി വീണ്ടും ചോദ്യമുതിർത്തു, 'ഓകെ...പക്ഷേ... ഞാൻ മെസ്സേജിങ് നിറുത്തും എന്നു പറയത്തക്കവിധം ചേച്ചിക്കെന്താണ് പറയാനുള്ളത്?'

ലൂക്കോ ചിരിച്ചു. 'അത് റീന പറയുമ്പോൾ കേട്ടോളൂ...'

'സർ പ്ലീസ്...' റൂബി കെഞ്ചി.

'ഓ ഇറ്റ്സ് നത്തിങ്ങ് റൂബി... ഷി വിൽ ടെൽ യു...നൗ ഹാവ് യുവർ ലഞ്ച്...' ലൂക്കോ സീരിയസ്സായി.

'ഓ, അതിപ്പോൾ സാറു പറയാതെ തന്നെ എനിക്കു കഴിക്കാനറിയാം...' റൂബി പിണങ്ങി മുഖം വീർപ്പിച്ചു കൊണ്ട് ശബ്ദം താഴ്ത്തി പറഞ്ഞു.

ലൂക്കോ ചിരിച്ചതേയുള്ളൂ.

ലൂക്കോ കഴിച്ചു കഴിഞ്ഞ് എണീൽക്കാൻ തുടങ്ങുമ്പോൾ റൂബി പെട്ടെന്നു പറഞ്ഞു, 'ഐയാം ഓൺ ലീവ് ഇൻ ദ ആഫ്റ്റർനൂൺ...'

'വൈ റൂബീ?'

'അതു ഞാൻ പറയുന്നില്ല. ഇങ്ങോട്ടു പറയാത്തവരോട് അങ്ങോട്ടും പറയുന്നില്ല...'

ലൂക്കോ ചിരിച്ചു. 'ഓക്കെ... ബട്ട് ദെയർ ഷുഡ് ബി എ റെലവന്റ് റീസൺ ഫോർ ആസ്കിങ്ങ് ലീവ്...'

'ഓ, ഐ വിൽ ട്രൈ ടു സപ്ലൈ വൺ...' റൂബി കുറുമ്പോടെ പറഞ്ഞു.

ലൂക്കോ ചിരിച്ചുകൊണ്ട് എണീറ്റു.

കൈ കഴുകാനായി വാഷ്റൂമിലേയ്ക്ക് പോകുമ്പോൾ ലൂക്കോ ചിന്തിച്ചു പോയി, 'ഹോ! പിണക്കം, പരിഭവം,

കുറുമ്പ്... റിയലി എ ബണ്ടിൽ ഓഫ് മിസ്ചീഫ്... ഹൗ വൺ ക്യാൻ ഹാൻഡിൽ ഹെർ!...'

*** *** ***

'ചേച്ചീ... ...'

ഒരു കൊടുങ്കാറ്റു പോലെയാണ് റൂബി റീനയുടെ വീട്ടിൽ കടന്നുചെന്നത്. അപ്രതീക്ഷിതമായി റൂബിയെ കണ്ടപ്പോൾ റീനയും അന്തിച്ചുപോയി.

'എന്താടീ റൂബീ? ഇന്ന് ഓഫീസിൽ പോയില്ലേ നീ? പെട്ടെന്നെന്ത് വന്നത്? ഒരു മുന്നറിയിപ്പുമില്ലാതെ?'

'ചേച്ചി ഇങ്ങോട്ടൊന്നു വന്നേ...' റൂബി റീനയുടെ കയ്യിൽ പിടിച്ചു വലിച്ച് മുറ്റത്തേയ്ക്കു കൊണ്ടുപോയി. വീട്ടുകാർ ആരും കാണില്ല എന്ന് ഉറപ്പുള്ള ഒരു സ്ഥാനത്തേയ്ക്ക് മാറിനിന്നു. എന്നിട്ട് കുറ്റപ്പെടുത്തും മട്ടിൽ ചോദിച്ചു, 'ചേച്ചിയെന്ത് എന്നോട് പറയാഞ്ഞേ ലൂക്കാസച്ചായൻ ഇവിടെ വന്നകാര്യം?'

'അതു നീയെങ്ങനെ അറിഞ്ഞു?'

'ലൂക്കാസച്ചായൻ പറഞ്ഞു... പിന്നല്ലാതെ'

'എടീ ആ ആളിന്റെ പേര് ലൂക്കാസ് എന്നല്ലെടീ... ലൂക്കോസ് എന്നാ...' വിഷയത്തിന്റെ ഗൗരവം കുറയ്ക്കാനായി റീന ഒരു അടവെടുത്തു.

'ഓ, അതൊക്കെ എനിക്കറിയാം... ഞാൻ ലൂക്കാസച്ചായൻ എന്നേ വിളിക്കൂ... ചേച്ചി കാര്യം പറയ്...'

'എന്തുകാര്യം പറയാൻ? നിന്റെ ബോസ്സ് ഇന്നലെ ഇവിടെ വന്നിരുന്നു. ഇവിടത്തെ അമ്മച്ചിയെ കണ്ടിട്ടു പോയി... അത്രേയുള്ളൂ കാര്യം.'

'ചേച്ചീ, ദേ ഉരുണ്ടുകളിക്കല്ലേ... ഉള്ള കാര്യം നേരേചൊവ്വേ പറയണം... പറഞ്ഞേയ്ക്കാം...'

'ഇതെന്തു കഷ്ടമാണെടാ!... ഇതിൽ കൂടുതലൊന്നുമില്ല പറയാൻ...'

'ഇല്ല, മറ്റെന്തോ ഉണ്ട്... ഇത്രയേയുള്ളൂ കാര്യമെങ്കിൽ ചേച്ചി ഇന്നലെത്തന്നെ എന്നെ വിളിച്ചു പറഞ്ഞേനേ നിന്റെ ബോസ്സ് ഇന്നിവിടെ വന്നിരുന്നെന്ന്... അത് പറയാത്തതിന്റെ അർത്ഥം എന്തോ മറച്ചുവയ്ക്കാൻ, അല്ലെങ്കിൽ ഞാനറിയാതിരിക്കാൻ ഉണ്ടെന്നാണ്... ചേച്ചി പറഞ്ഞേ പറ്റൂ... ഇല്ലേൽ ഞാനിന്നിവിടെ നിന്ന് പോവൂല്ല... ഷുവർ.'

റൂബി വാശിക്കാരിയാണ്. റീനയ്ക്കതറിയാം.

'നിനക്ക് ഇങ്ങനെ ഒരു ഐഡിയ ആരു തന്നു?'

'എങ്ങനെ ഒരു ഐഡിയ?'

'എന്തോ മറച്ചു വയ്ക്കാനുണ്ടെന്നും അതുകൊണ്ടാണ് ഞാൻ പറയാത്തതെന്നും...'

'എന്റെ ചേച്ചീ... ഞാൻ വിവരമില്ലാത്ത ചെറിയ കുട്ടിയൊന്നുമല്ല. എനിക്ക് കുറച്ചൊക്കെ കോമൺസെൻസ് ഉണ്ട്. ബോസ്സ് ഇവിടെവന്ന കാര്യം ചേച്ചി പറയാതിരിക്കുകയും ബോസ്സ് അത് പറയുകയും ചെയ്തപ്പോൾ നാചപറലി... ഞാൻ ചിന്തിക്കും എന്തേ ചേച്ചി അത് പറയാതിരുന്നതെന്ന്. പിന്നെ

ലൂക്കാസച്ചായൻ തന്നെ 'ചേച്ചി പറഞ്ഞില്ലേ' എന്നു കൂടി ചോദിക്കുമ്പോൾ പിന്നെ ഞാൻ എന്തു വിചാരിക്കണം? ചേച്ചി പറഞ്ഞേ എന്താ സംഗതിയെന്ന്...'

'ഞാൻ എന്തു പറഞ്ഞില്ലേ എന്നാണു നിന്റെ ലൂക്കാസച്ചായൻ ചോദിച്ചത്?'

'എന്റെ ചേച്ചീ......' റൂബി നീട്ടി വിളിച്ചു. പിന്നെ അക്ഷമയോടെ പറഞ്ഞു, 'ലൂക്കാസച്ചായൻ പറഞ്ഞു, ഈ...' റൂബി ഒന്നു പരുങ്ങി. 'ഈ... ഫ്രണ്ട്ഷിപ്പ് ഒക്കെ അവസാനിക്കാറായി, ചേച്ചി ഒന്നും പറഞ്ഞില്ലേ എന്ന്... അങ്ങനെ ഫ്രണ്ട്ഷിപ്പ് അവസാനിക്കുന്ന എന്തു കാര്യമാണ് ചേച്ചിക്കു പറയാനുള്ളത്? അതറിയാനാ ഞാൻ വന്നത്...' റൂബി ജയിച്ച ഭാവത്തിൽ നിന്നു.

'ങേ! നീയും നിന്റെ ബോസ്സും തമ്മിൽ ഫ്രണ്ട്ഷിപ്പോ?! ഞാൻ കേട്ടിട്ടുള്ളത് ബോസ്സുമാരെയൊക്കെ എല്ലാർക്കും പേടിയാണെന്നാണല്ലോ!'

'ഓ, എനിക്കങ്ങനെ ആരേം പേടിയൊന്നുമില്ല. അല്ലേലും ഞാനല്ല, ചേട്ടനും ബോസ്സും തമ്മിലാ ഫ്രണ്ട്ഷിപ്പ്... അതിന്റെ പേരിൽ പിന്നെ ഞാനും കൂടി...'

റീന ചിരിച്ചു. എന്നിട്ടു ചോദിച്ചു, 'ഞാനൊരു കാര്യം നിന്നോട് ചോദിക്കട്ടേ? നീ സത്യം പറയുമോ?'

'പറയാവുന്നതാണെങ്കിൽ പറയും...' ചേച്ചി കുഴപ്പിക്കുമോ എന്നു റൂബിക്കൊരു സംശയം തോന്നി. അങ്ങനെ ചുഴിഞ്ഞു ചോദിക്കുകയാണേൽ മനസ്സിലുള്ളതു തുറന്നു പറയുമെന്ന് ധൈര്യമാർജ്ജിച്ചു നിന്നു.

'പറയുമല്ലോ അല്ലേ?'

'പറയും'

'നിനക്ക് ലൂക്കോയുടെ കാര്യത്തിൽ എന്താ ഇത്ര താല്പര്യം?' റീന ചിരിച്ചു.

'ലൂക്കോയോ?' റൂബി ആ പേരു കേട്ട് അതിശയിച്ചു.

'ആ, അതേ. ലൂക്കോ. എന്നു പറഞ്ഞാൽ നിന്റെ ലൂക്കാസച്ചായൻ തന്നെ.'

'ലൂക്കാസച്ചായനെ ലൂക്കോന്നു വിളിക്കത്തക്കവണ്ണം നിങ്ങൾ അത്രയ്ക്കു ഫ്രണ്ട്‌ലി ആയോ?'

'റൂബീ, ഇപ്പോൾ നീയാ ഉരുണ്ടു കളിക്കുന്നേ...' റീന വീണ്ടും ചിരിച്ചു. കൊച്ചനിയത്തിയുടെ മനസ്സിലിരിപ്പ് അറിയണം അവളെ പേടിപ്പിക്കാതെ തന്നെ.

റൂബി ചേച്ചിയുടെ മുഖത്തു നോക്കാതെ മിഴികൾ അകലേയ്ക്കു പായിച്ചു. ഒരു ചെറുപുഞ്ചിരി അവളുടെ ചുണ്ടുകളിൽ കളിയാടുന്നുണ്ടായിരുന്നു.

'ഒരാളിന്റെ ബോസ്സ് ചേച്ചിയുടെ വീട്ടിൽ വിസിറ്റ് ചെയ്തിട്ടുപോയി. അപ്പോഴുണ്ട് ബോസ്സ് വന്ന കാര്യം പറയാത്തതെന്തേന്നും ചോദിച്ചോണ്ടിവിടെ ഒരാൾ ഓടിവന്നേയ്ക്കുന്നു! ഈ വീട്ടിൽ ആരൊക്കെ വരാറുണ്ട്, പോകാറുണ്ട്... അപ്പോഴൊന്നും ഇല്ലാത്ത ആകാംക്ഷ ഈ ബോസ്സ് വന്നപ്പോഴെന്തേ റൂബീ?...' റീന റൂബിയെ കണക്കിനു കളിയാക്കി ചിരിച്ചു.

'ചേച്ചീ...' റൂബി ചേച്ചിയെ ദയനീയമായി വിളിച്ചു.

പിന്നെ അവളിൽ വിപ്ലവവീര്യം ഉണർന്നു. 'ആ, ഈ ബോസ്സിന്റെ വിസിറ്റിന്റെ കാര്യം എനിക്കറിയണം.'

'അതെന്തിനെന്നാ ചോദിച്ചത്... റൂബീ, നീ ഉള്ളതു പറയാതെ ഞാൻ ബാക്കി പറയില്ല...' റീന കടും പിടിത്തം പിടിച്ചു.

റൂബി കുഴങ്ങി. അവസാനം തീരുമാനിച്ചു, എന്നായാലും ഇത് ഇവരെല്ലാം അറിയണം. ആദ്യം പറയേണ്ടത് ചേച്ചിയോടാണെന്നും തീരുമാനിച്ചിരുന്നതു തന്നെ. ഇപ്പോൾ ഇങ്ങനെയൊരവസരം വന്നിരിക്കുന്നു. അപ്പോൾ പറയുക തന്നെ.

റൂബി മിഴികൾ നിലത്തൂന്നി നേർത്ത ശബ്ദത്തിൽ പറഞ്ഞു, 'ചേച്ചീ, ലൂക്കാസച്ചായനെ എനിക്കിഷ്ടമാണ്...' റൂബിയുടെ മുഖം നാണത്താൽ തുടുത്തുപോയിരുന്നു.

'നീ സീരിയസ്സാണോ റൂബീ?' റീന സീരിയസ്സായി.

'ഉം...'

'ലൂക്കോയ്ക്ക് ഇതറിയുമോ?'

'ഉം...' റൂബി തലയാട്ടി.

റീന കുറേ നിമിഷങ്ങൾ ഒന്നും മിണ്ടിയില്ല. പിന്നെ മെല്ലെ ചോദിച്ചു, 'ലൂക്കോയെ കുറിച്ച് എന്തറിഞ്ഞാലും നീ ഇതിൽ ഉറച്ചു നിൽക്കുമോ?'

റൂബി വല്ലാതെ ഞെട്ടി. ചേച്ചി ഇങ്ങനെ ചോദിക്കത്തക്കവണ്ണം ലൂക്കാസച്ചായനെ കുറിച്ച് എന്ത് മോശമായ വാർത്തയാണ് കേൾക്കാൻ പോകുന്നത്?

ഭയം നിഴലിക്കുന്ന കണ്ണുകളോടെ അവൾ ചേച്ചിയെ നോക്കിനിന്നു. 'എന്താ ചേച്ചീ?'

റീന അനിയത്തിയെ കൂടുതൽ ടെൻഷൻ അടിപ്പിക്കാതെ കാര്യം നേരേ അങ്ങു പറഞ്ഞു. 'ഇന്നലെ ഇവിടെ വന്നപ്പോൾ ലൂക്കോ തന്നെ പറഞ്ഞ കാര്യമാണ്. പിന്നെ കുറേകാര്യങ്ങൾ ശോശച്ചേടത്തിയും പറഞ്ഞു തന്നു. ലൂക്കോയുടെ ചെറുപ്പകാലത്ത്, എന്നുവച്ചാൽ പത്തോ പന്ത്രണ്ടോ വയസ്സുള്ളപ്പോൾ ലൂക്കോ ഈ വീട്ടിൽ പുറം പണിക്കാരനായി നിന്നിരുന്നു. ലൂക്കോയ്ക്ക് പപ്പയില്ലായിരുന്നു. ലൂക്കോ വേലചെയ്യ്ത വേണമായിരുന്നു അമ്മയേയും അനിയത്തിയേയും നോക്കാൻ. അങ്ങനെ പഠിപ്പു നിറുത്തി വേലയ്ക്കു വന്നു. ഇവിടെ അന്ന് പന്നിക്കച്ചവടമുണ്ടായിരുന്നു. പന്നികളെ നോക്കലും പന്നിക്കൂട്ട വൃത്തിയാക്കലുമൊക്കെയായിരുന്നു ജോലി. പിന്നെ പന്നികളെ കൊല്ലുന്നത് ഇഷ്ടമാവാതെ ഇവിടെനിന്നു പൊയ്ക്കളഞ്ഞു. വീണ്ടും വേറെ ജോലി അന്വേഷിച്ചു ഒരു കോൺട്രാക്ടറുടെ അടുത്തുചെന്നു. ആ ആൾ ലൂക്കോയെ വേലചെയ്യാൻ നിറുത്താതെ സ്കൂളിൽ ചേർത്തു പഠിപ്പിച്ചു. ലൂക്കോ പഠിച്ചു മിടുക്കനായി. ഇന്നീ നിലയിലും എത്തി. നിന്റെ ലൂക്കാസച്ചായന്റെ വീട്ടിലെ പേരാണ് ലൂക്കോ. ഇവിടെയുള്ളവർ വിളിക്കുന്നതും അങ്ങനെ തന്നെ...' റീന ഒറ്റശ്വാസത്തിൽ അത്രയും പറഞ്ഞു നിറുത്തി.

റൂബിയുടെ മനസ്സിൽ ഒരു കുളിർമഴ പെയ്ത അനുഭവമാണുണ്ടായത്. തന്റെ പ്രിയപ്പെട്ട ലൂക്കാസച്ചായനെ കുറിച്ച് അങ്ങേയറ്റം

മോശമായതെന്തോ കേൾക്കാൻ പോകുന്നെന്ന ഭയന്ന റൂബിയുടെ കാതുകളിൽ പതിഞ്ഞത് ആ ജീവിതത്തിൽ ഇളംപ്രായത്തിൽ നേരിടേണ്ടി വന്ന ദുരിതങ്ങളെ കുറിച്ചും അതിനെ അതിജീവിച്ച് ഇന്നീ നിലയിൽ എത്തിച്ചേർന്നതിനെക്കുറിച്ചുമുള്ള ആർദ്രമായ കഥ. റൂബിക്ക് കരയാൻ തോന്നി. അവൾ ചേച്ചിയുടെ തോളിൽ ചാരി കരഞ്ഞു.

റീനയ്ക്ക് അവളുടെ ദു:ഖത്തിന്റെ കാര്യം ശരിക്കു മനസ്സിലായില്ല. ഇങ്ങനെയൊരു ഭൂതകാലം ഉള്ള ഒരാളെയാണോ താൻ സ്നേഹിച്ചത് എന്ന നിരാശയാണോ, അതോ ലൂക്കോയുടെ ജീവിതദുരിതങ്ങൾ കേട്ടിട്ടുണ്ടായ സങ്കടമാണോ? എന്താണവളെ കരയിക്കുന്നത്?

റീന റൂബിയെ കരയാൻ അനുവദിച്ചു. ഇനി അവളുടെ തീരുമാനമാണ് വേണ്ടത്. അറിഞ്ഞേടത്തോളം വച്ച് റൂബിക്കാണ് ഏറെ താല്പര്യം ഈ ബന്ധത്തിനോട് എന്നാണ് റീനയ്ക്ക് മനസ്സിലായത്. ഇങ്ങനെ ഒരു പാസ്റ്റ് ഉള്ളതിന്റെ പേരിൽ ലൂക്കോയെ വേണ്ടെന്ന് വയ്ക്കുന്നെങ്കിൽ അത് അവളുടെ തീരുമാനം. തന്നോട് ഉപദേശം ചോദിക്കുകയാണെങ്കിൽ താൻ സ്വീകരിക്കാനേ പറയൂ എന്നും റീന മനസ്സിൽ ഉറച്ചു.

റൂബിയുടെ കരച്ചിൽ ഒന്നടങ്ങിയപ്പോൾ റീന പറഞ്ഞു, 'റൂബീ, ലൂക്കോയ്ക്ക് ഇങ്ങനെയൊരു പാസ്റ്റ് ഉള്ളത് അറിഞ്ഞാൽ ചേട്ടനും നീയുമൊക്കെ അയാളോടുള്ള ഫ്രണ്ട്ഷിപ്പ് അവസാനിപ്പിക്കും എന്നാവും ലൂക്കോ പറഞ്ഞത്. സഹോദരിയെ കെട്ടിച്ച വീട്ടിലെ

വേലക്കാരനായിരുന്ന ഒരാളോട് അടുപ്പം കാട്ടുകയോ? എന്ന മട്ടിൽ... ഒരുതരം സോഷ്യൽ സ്റ്റിഗ്മ...'

'ഇപ്പോൾ നിനക്കെന്തു തോന്നുന്നു റൂബീ? തീരുമാനം നിന്റേതാണ്...'

'എന്റെ ചേച്ചീ... എനിക്ക് ഒറ്റ തീരുമാനമേ ഉള്ളൂ... എന്റെ ലൂക്കാസച്ചായൻ ഇല്ലാതെ എനിക്ക് ജീവിക്കാനാവില്ല. ഒരാളിന് ഒരു കാലത്ത് പട്ടിണിയും ദുരിതവുമുണ്ടായിരുന്നു എന്നത് ആ ആളിന്റെ കുറ്റമല്ലല്ലോ. വേലക്കാരനല്ല, തോട്ടിപ്പണിക്കാരനായിരുന്നെങ്കിലും എനിക്ക് ഒരു കുഴപ്പവുമില്ല. അതിന്റെ പേരിലൊന്നും ഞാൻ ലൂക്കാസച്ചായനെ കൊച്ചായി കാണില്ല. ഹി ഈസ് ഗ്രേറ്റ്. എല്ലാം തരണം ചെയ്ത് ഇന്ന് ഈ നിലയിൽ വന്നില്ലേ?' റൂബിയുടെ കണ്ണുകൾ വീണ്ടും നിറഞ്ഞു.

റീനയ്ക്ക് ആശ്വാസമായി. തന്റെ ഉപദേശം ചോദിക്കാതെ, തന്റെ സപ്പോർട്ട് ഇല്ലാതെ തന്നെ റൂബി സ്വന്തം നിലയിൽ തീരുമാനമെടുത്തിരിക്കുന്നു.

'ഗുഡ് റൂബീ... എനിക്ക് മനസ്സിലുണ്ടായിരുന്നതും ഈ വിചാരം തന്നെ.'

റീന റൂബിയെ ആശ്വസിപ്പിച്ചു. റൂബിയുടെ ആ ആത്മാർത്ഥപ്രണയം സഫലമാകട്ടേ എന്ന് ഉള്ളുരുകി പ്രാർത്ഥിക്കുകയും ചെയ്തു.

*** *** ***

രാത്രി ലൂക്കോ മെയിൽ ചെക്ക് ചെയ്യുകയായിരുന്നു. റൂബിയുടെ മെയിൽ ഉണ്ട്.

ആങ്ഹാ, ഇന്ന് പതിവിലും നേരത്തേയാണല്ലോ മെയിൽ അയച്ചിരിക്കുന്നത്! നിത്യവും പ്രണയസന്ദേശങ്ങൾ അയയ്ക്കാൻ റൂബി തിരഞ്ഞെടുത്തിരിക്കുന്ന സമയം രാത്രി ഒൻപതുമണിയാണ്. ഇന്നത് 6. 31 പി.എം. എന്നു കാണിക്കുന്നു!

ഇത് പതിവുള്ള ലവ് മെസേജ് ആയിരിക്കില്ല. ചേച്ചി റൂബിയോട് കാര്യങ്ങൾ പറഞ്ഞിരിക്കും. അല്ലെങ്കിൽ റൂബി ചേച്ചിയെ വിളിച്ച് കാര്യം തിരക്കിയിരിക്കും. എന്തായാലും ആകട്ടേ. ലൂക്കോ മെയിൽ ഓപ്പൺ ചെയ്തു.

ങേ! ആദ്യസംബോധന കണ്ടു തന്നെ ലൂക്കോ ഞെട്ടി.

"ലൂക്കാസച്ചായാ,

ലൂക്കാസച്ചായനെ കുറിച്ച് എനിക്കെല്ലാമറിയാം. ഇതുവരെ അറിയാതിരുന്ന ഒരു ചെറിയ കാര്യം കൂടി ചേച്ചി പറഞ്ഞ് ഇന്നറിഞ്ഞു. അതുകൊണ്ട്?????

അതറിഞ്ഞാൽ ഞാൻ മെസ്സേജിങ് നിറുത്തുമെന്ന് ലൂക്കാസച്ചായൻ എങ്ങനെ പറഞ്ഞു?? എന്തടിസ്ഥാനത്തിൽ അങ്ങനെ പറഞ്ഞു???

അതറിഞ്ഞതു കൊണ്ട് ഇന്നലത്തെ റൂബി അല്ല ഇന്നത്തെ റൂബി. ഇന്നത്തെ റൂബി, ലൂക്കോസ് ലൂക്കോസ് എന്ന ബോസ്സിനെ, അതായത് എന്റെ

ലൂക്കാസച്ചായനെ 100 ഇരട്ടിയായി സ്നേഹിക്കുന്ന റൂബിയാണ്.

ഇനി, ഉത്തരവാദിത്തങ്ങൾ ഉണ്ടെന്നും, കുടുംബത്തിനെ താങ്ങി നിറുത്തണമെന്നും, കടമകൾ നിറവേറ്റണം എന്നും, കുഞ്ഞുന്നാളിൽ ഒരു വീട്ടിൽ പണിചെയ്തിട്ടുണ്ടെന്നും, എനിക്കു വികൃതിയാണെന്നും ഒക്കെ പറഞ്ഞ് എന്നെ ഓടിക്കാനാണ് ഭാവമെങ്കിൽ...

ലൂക്കാസച്ചായൻ വിവരം അറിയും... പറഞ്ഞേക്കാം.

I LOVE YOU.

Ruby.

Nota Bene (NB) : ലൂക്കാസച്ചായാ എന്നേ ഇനി ഞാൻ വിളിക്കൂ. റൂബി. ”

റൂബിയുടെ മെയിൽ വായിച്ച് ലൂക്കോ ഏറെനേരം മറ്റൊന്നും ചെയ്യാനാവാതെ ഇരുന്നുപോയി. അവസാന ഭാഗത്തെ ആ ഭീഷണി ലൂക്കോയുടെ ചുണ്ടുകളിൽ ചിരി വിടർത്തിയെങ്കിലും ഇത് സീരിയസ്സായി എടുക്കേണ്ട വിഷയമാണോ എന്നതിനെ കുറിച്ചായിരുന്നു ലൂക്കോ ചിന്തിച്ചു കൊണ്ടിരുന്നത്. ഇത് താൻ വിചാരിച്ചിരുന്നതു പോലെ വെറുമൊരു വികൃതിത്തരമോ, കുട്ടിക്കളിയോ അല്ലെങ്കിൽ ഒരു ഇൻഫചേ്വഷനോ അല്ലെന്നുണ്ടോ?

റൂബിയുടെ പിണക്കവും പരിഭവവും നിറഞ്ഞ മുഖവും ആ തറുതല പറച്ചിലുമൊക്കെ ലൂക്കോയുടെ മനസ്സിൽ

തെളിഞ്ഞു. അറിയാതെ ഒരു പുഞ്ചിരി വിടർന്നുപോയി ലൂക്കോയുടെ ചുണ്ടുകളിൽ. മനസ്സിൽ പറഞ്ഞുംപോയി, വല്ലാത്തൊരു വികൃതിക്കുട്ടി തന്നെ.

അവളുടെ ലൂക്കാസച്ചായനാണത്രേ താൻ !

റൂബിയുടെ പ്രണയത്തിന് വീട്ടുകാർക്ക് എതിർപ്പില്ലെങ്കിൽ തനിക്ക് റൂബിയോട് ഇഷ്ടക്കുറവൊന്നുമില്ല. റൂബിയുടെ കുസൃതികൾ, വികൃതിത്തരങ്ങൾ... ഓരോന്നു കാട്ടിക്കൂട്ടിയിട്ട് ഞാനൊന്നുമറിഞ്ഞില്ലേ എന്നുള്ള ആ ഭാവം... ആ പിണക്കം, പരിഭവം, തറുതല പറച്ചിൽ... എല്ലാം ആലോചിക്കുമ്പോൾ രസമാണ്. എൻഡിയറിങ്ങ് എന്നു തന്നെ പറയാം, ലൂക്കോ ആലോചിച്ചു. റൂബിയുടെ കിളിപോലുള്ള ആ കൊച്ചുമുഖവും ചാമ്പയ്ക്കാനിറമുള്ള ചുണ്ടുകളും ലൂക്കോയുടെ മനസ്സിൽ ഓടിയെത്തി.

ലൂക്കോ തലകുടഞ്ഞു, ആ വേണ്ടാച്ചിന്തകളെ ആട്ടിയകറ്റാനെന്നപോലെ.

പിന്നെ സ്വയം മുന്നറിയിപ്പ് നൽകി. വികാരത്തിന് അടിമപ്പെടരുത്. വിവേകത്തോടെ ചിന്തിക്കണം. റൂബി ഇങ്ങനെ എഴുതുന്നു. പക്ഷേ റൂബിയുടെ വീട്ടുകാർക്ക് ഇതേ അഭിപ്രായം ആകണമെന്നില്ലല്ലോ. പ്രത്യേകിച്ച് റൂബിയുടെ സഹോദരിയുടെ വീട്ടുവേലക്കാരനായിരുന്നു താൻ ഒരുകാലത്ത് എന്നറിയുമ്പോൾ. മറ്റൊരു വീട്ടിലായിരുന്നെങ്കിലും വേണ്ടില്ലായിരുന്നു.

മുന്നും പിന്നും നോക്കാതെ മനസ്സ് ഒരു പെൺകുട്ടിക്ക് അടിമപ്പെടുത്തി കഴിഞ്ഞാൽ പിന്നെ അവളുടെ

മനോഭാവത്തിൽ മാറ്റം വരുകയോ അല്ലെങ്കിൽ വീട്ടുകാരുടെ എതിർപ്പ് ഉണ്ടാവുകയോ ചെയ്യുമ്പോൾ ദു:ഖിക്കേണ്ടി വരും. അതിനു വയ്യ. അതുകൊണ്ട് ഇതുവരെ മനസ്സിന്റെ പിടി വിട്ടു കൊടുക്കാതെ നിൽക്കുകയായിരുന്നു. ഇനി?

ഇനിയായാലും നോക്കട്ടേ, റൂബിയുടെ വീട്ടുകാരുടെ മനസ്സ് കൂടി അറിഞ്ഞിട്ടു മതി എന്തെങ്കിലും പ്രതികരണം. ലൂക്കോ ആ വിഷയം തൽക്കാലം മനസ്സിൽ നിന്നു മാറ്റി വച്ചു.

*** *** ***

അനിയത്തിയുടെ വിവാഹം പ്രമാണിച്ച് നല്ല തിരക്കായി ലൂക്കോയ്ക്ക്. കുറച്ചു ദിവസം കമ്പനിയിൽ നിന്ന് മാറിനിൽക്കേണ്ടി വന്നു. കാര്യങ്ങൾ അറേഞ്ച് ചെയ്യാനും ആൾക്കാരെ ക്ഷണിക്കാനുമൊക്കെ ലൂക്കോ തന്നെയായിരുന്നല്ലോ ഇറങ്ങേണ്ടിയിരുന്നത്. എങ്കിലും ലൂക്കോയുടെ അഭാവം കൊണ്ട് കമ്പനിയുടെ കാര്യങ്ങൾ അവതാളത്തിലാകാതിരിക്കാൻ വർക്ക് ഫ്രം ഹോം എടുത്ത് രാത്രി വൈകുവോളമൊക്കെ ഇരുന്ന് ജോലികൾ തീർക്കാറുണ്ടായിരുന്നു ലൂക്കോ.

പക്ഷേ ഈ ദിവസങ്ങളിലെല്ലാം ലൂക്കോയുടെ മനസ്സിൽ റൂബിയെ കാണാനുള്ള ഒരു മോഹം തലപൊക്കിയിരുന്നു. പിന്നെ അതേക്കുറിച്ച് ആലോചിച്ചപ്പോൾ ലൂക്കോ അതിശയിച്ചു, താനും ആ പ്രണയച്ചുഴിയിൽ അകപ്പെട്ടുപോയോ?

വിവാഹ ക്ഷണക്കത്തും കൊണ്ട് ആദ്യം ചെന്നത് മാധവൻ പിള്ള മാമന്റെ വീട്ടിലായിരുന്നു. മാമിക്കും മാമനുമായി പുതുവസ്ത്രങ്ങളും വാങ്ങിയിരുന്നു. ക്ഷണപത്രം അദ്ദേഹത്തിന്റെ കയ്യിലേൽപ്പിച്ച് മാമന്റേയും മാമിയുടേയും കാൽ തൊട്ടു വന്ദിച്ച് അനുഗ്രഹം തേടി. അവർ മനംനിറഞ്ഞ് അനുഗ്രഹിക്കുകയും ചെയ്തു.

ക്ഷണനത്തിന്റെ ഭാഗമായി ഒരിക്കൽ കൂടി ലൂക്കോ റൂബിയുടെ ചേച്ചി റീനയുടെ വീട്ടിലെത്തി. ഇപ്പോൾ ആ വീട് ലിസ് വില്ല എന്നതിനേക്കാളുപരി റൂബിയുടെ ചേച്ചിയുടെ വീട് എന്നായി മാറിയിരിക്കുന്നു തന്റെ മനസ്സിൽ. ലൂക്കോ ഓർത്തു.

റീന തന്നെയാണ് ഇത്തവണ ലൂക്കോയെ ക്ഷണിച്ചിരുത്തിയത്. ലൂക്കോ റീനയുടെ മുഖം ശ്രദ്ധിക്കാൻ മറന്നില്ല. റൂബിക്ക് തന്നോടുള്ള താല്പര്യം വല്ലതും അറിഞ്ഞിട്ടുണ്ടോ, അറിഞ്ഞെങ്കിൽ അതിൽ ഈർഷ്യയോ ദേഷ്യമോ വല്ലതും ഉണ്ടോ എന്നൊക്കെ അറിയാൻ ലൂക്കോയ്ക്ക് ആകാംക്ഷയുണ്ടായിരുന്നു. തന്നോടുള്ള പെരുമാറ്റരീതിയിൽ നിന്ന് അത് കുറച്ചൊക്കെ വെളിവാകുമല്ലോ. റീനയ്ക്ക് അതൃപ്തിയുണ്ടെങ്കിൽ റൂബിയിൽ നിന്ന് അകന്നു നിൽക്കണം.

പക്ഷേ റീന വളരെ സന്തോഷത്തോടേയും താല്പര്യത്തോടേയുമായിരുന്നു ലൂക്കോയെ സ്വീകരിച്ചത്. ധാരാളം കുശലം ചോദിച്ചു. ശോശച്ചേടത്തിയും ഏറെ സ്നേഹവാൽസല്യങ്ങൾ കാണിച്ചു. അലൻചേട്ടൻ

ജോലിക്കു പോയിരുന്നു. അതുകൊണ്ട് അദ്ദേഹത്തെ കാണേണ്ടി വന്നില്ല. ഏയ്ഞ്ചല സ്കൂളിലും.

ശോശച്ചേടത്തിക്കു വേണ്ടി ലൂക്കോ ഒരു ഡ്രസ്സ് വാങ്ങിയിരുന്നു. അത് അവർക്ക് സമ്മാനിച്ചപ്പോൾ അവർ ഒരു കൊച്ചുകുട്ടിയെ പോലെ സന്തോഷിച്ചു.

പിന്നെയാണ് കൊച്ചമ്മയുടെ മുറിയിലേയ്ക്ക് പോയത്. കല്യാണക്കുറി അവർക്കാണല്ലോ കൊടുക്കേണ്ടത്.

അന്നും ശോശച്ചേടത്തി വാതിൽക്കൽ നിന്ന് വിളിച്ചു ചോദിച്ചു, 'കൊച്ചമ്മാ, ദേ ലൂക്കോ വന്നിരിക്കുന്നു, പെങ്ങടെ കല്യാണം പറയാൻ. അകത്തോട്ടു വരട്ടാ?'

'ഓ, ഇങ്ങു വരാൻ പറ ശോശേ...'

ലൂക്കോയും ശോശച്ചേടത്തിയും പിന്നാലെ റീനയും കൊച്ചമ്മയുടെ മുറിയിലേയ്ക്ക് കടന്നു. കൊച്ചമ്മ അരയ്ക്കു താഴെ ഒരു പുതപ്പിട്ടു മൂടി ബെഡിൽ ഇരിക്കുകയാണ്.

അവർ ലൂക്കോയെ നോക്കി പുഞ്ചിരിച്ചു. ലൂക്കോ ഓർത്തു, അന്നത്തെ പോലെയല്ല, ഇന്ന് കൊച്ചമ്മയുടെ മുഖത്ത് ഒരു സൗഹൃദഭാവമുണ്ട്. ലൂക്കോയ്ക്ക് സന്തോഷം തോന്നി.

'അനിയത്തിയുടെ കല്യാണമാണ് കൊച്ചമ്മാ...' കുറി നീട്ടിക്കൊണ്ട് ലൂക്കോ പറഞ്ഞു.

അവർ അത് ചിരിച്ചുകൊണ്ടു വാങ്ങി. കണ്ണട വച്ചു വായിച്ചു.

'പയ്യനെന്താ ജോലി ലൂക്കോ?'

'ഒരു ഐ.ടി. കമ്പനിയിൽ സോഫ്റ്റ്‌വെയർ എഞ്ചിനീയറാണ് കൊച്ചമ്മാ... ഞാൻ ജോലി ചെയ്യുന്ന സ്ഥലത്തു തന്നെ.'

കൊച്ചമ്മ ലൂക്കോയെ നോക്കി ചിരിച്ചു കൊണ്ടിരുന്നു.

ശോശച്ചേടത്തി ലൂക്കോ കൊടുത്ത ഡ്രസ്സ് പായ്ക്കറ്റ് കയ്യിൽ പിടിച്ചിരുന്നു. 'ദേ നോക്കിയേ കൊച്ചമ്മാ, കല്യാണത്തിനുടുക്കാൻ ലൂക്കോ എനിക്കു പുതിയ മുണ്ട് കൊണ്ടുവന്നേയ്ക്കുന്നു...' അവർ ആ പായ്ക്കറ്റ് കൊച്ചമ്മയുടെ നേർക്ക് കാട്ടി ആവേശത്തോടെ പറഞ്ഞു. റീന ചിരിച്ചു.

ലൂക്കോയെ ഞെട്ടിച്ചുകൊണ്ട് കൊച്ചമ്മ ചോദിച്ചു, 'അപ്പോൾ എനിക്കൊന്നുമില്ലേ ലൂക്കോ?'

റീനയും ശോശച്ചേടത്തിയും അതുകേട്ട് ഉറക്കെ ചിരിച്ചു.

'അയ്യോ, ഞാൻ കൊച്ചമ്മയ്ക്ക് ഡ്രസ്സ് വാങ്ങി തരുകയോ!?' ലൂക്കോ അമ്പരപ്പു കലർന്ന ഭവ്യതയോടെ പറഞ്ഞു.

'ഉം എന്താ, നീ എനിക്കു ഡ്രസ്സ് വാങ്ങിത്തന്നാൽ ഒക്കുല്ലേ?' കൊച്ചമ്മ കപടപരിഭവം ഭാവിച്ചു.

'അയ്യോ...' ലൂക്കോ തല ചൊറിഞ്ഞു കൊണ്ടു ചിരിച്ചു.

'ഞാൻ കൊണ്ടുവരുന്നത് കൊച്ചമ്മ സ്വീകരിക്കുമെങ്കിൽ... തീർച്ചയായും കൊണ്ടു വരും...'

'നീ കൊണ്ടു വന്നു നോക്ക്... ഞാൻ സ്വീകരിക്കുമോ ഇല്ലയോ എന്ന് അപ്പോൾ അറിയാമല്ലോ...'

എല്ലാവരും ചിരിച്ചു.

'തീർച്ചയായും കൊച്ചമ്മാ...' ലൂക്കോ പുഞ്ചിരിയോടെ പറഞ്ഞു.

'ഉം...' കൊച്ചമ്മ സമ്മതം മൂളി.

ആ സന്തോഷപൂർണ്ണമായ അന്തരീക്ഷം ലൂക്കോയെ അത്യധികം ആഹ്ലാദിപ്പിച്ചു.

'കൊച്ചമ്മ കല്യാണത്തിന് തീർച്ചയായും വരണം...' ലൂക്കോ ആത്മാർത്ഥമായ ആഗ്രഹത്തോടെ പറഞ്ഞു.

'ഞാനെങ്ങനെയെടാ ഈ കാലും വച്ച് വരുന്നേ?' കൊച്ചമ്മ ഷീറ്റ് നീക്കി മുറിച്ച കാല് ലൂക്കോയെ കാട്ടി. ലൂക്കോയുടെ മുഖം മങ്ങി. കൊച്ചമ്മ തുടർന്നു, 'ചെയ്ത പാപങ്ങളുടെയൊക്കെ ഫലമാവും...' അവർ ഒരു ദീർഘനിശ്വാസമുതിർത്തു.

'സാരമില്ല കൊച്ചമ്മാ... കൊച്ചമ്മ വരുമെങ്കിൽ ഞാനെല്ലാം അറേഞ്ച് ചെയ്യാം. ഒരു വീൽചെയർ അറേഞ്ച് ചെയ്യാം. ഇപ്പോൾ പല പള്ളികളിലും വീൽചെയർ കൊണ്ടുപോകാനുള്ള റാമ്പ് ഒക്കെയുണ്ട്. നന്നേ പ്രായമായി നടക്കാൻ തീരെ വയ്യാത്തവർക്കുമൊക്കെ പള്ളിയിൽ വരണമെന്ന് ആഗ്രഹമുണ്ടെങ്കിൽ വീൽചെയർ ഫെസിലിറ്റി ഒരുക്കുന്നുമുണ്ട്... കൊച്ചമ്മ വരുമെന്നുണ്ടെങ്കിൽ ഞാനെല്ലാം അറേഞ്ച് ചെയ്യാം...'

'ആ നോക്കട്ടേ ലൂക്കോ... ഞാനിവളോട് പറയാം...' കൊച്ചമ്മ റീനയെ നോക്കി പറഞ്ഞു.

കൊച്ചമ്മയോട് യാത്ര പറഞ്ഞ് ആ മുറിയിൽനിന്ന് പുറത്ത് കടന്നപ്പോൾ ശോശച്ചേടത്തി ആത്മഗതം പോലെ പറഞ്ഞു, 'എല്ലാം കർത്താവിന്റെ കളികൾ... എന്റെ കർത്താവീശോയേ...' അവർ ഭക്തിസാന്ദ്രമായി മിഴികൾ മേലോട്ടുയർത്തി കുരിശു വരച്ചു. ലൂക്കോയും മനസ്സാലെ കുരിശു വരച്ചു, ഒരിക്കൽ ഈ കൊച്ചമ്മയെ, വേദന എന്തെന്ന് അറിയിക്കണം എന്ന ചിന്തയാൽ പരിക്കേൽപ്പിച്ചതിൽ പശ്ചാത്തപിച്ച്.

ഹാളിൽ എത്തിയപ്പോൾ റീന ലൂക്കോയുടെ അടുത്തുവന്നു.

'ലൂക്കോ...'

'മാഡം?'

റീന ഒരു ചിരിയോടെ പറഞ്ഞു, 'ഈ മാഡം വിളി നിറുത്തിയിട്ട് ഇനി ചേച്ചീന്നു വിളിച്ചോളൂ...' റീന പൊട്ടിച്ചിരിച്ചു. ശോശച്ചേടത്തിയുടെ മുഖത്ത് അമ്പരപ്പായിരുന്നെങ്കിലും അവരും ചിരിച്ചു.

ലൂക്കോയുടെ ചുണ്ടുകളിൽ മനോഹരമായ ഒരു ചിരി വിടർന്നു. നിലാവ് പരന്നതുപോലൊരു ചിരി.

'റൂബി എല്ലാം പറഞ്ഞൂട്ടാ...' റീന വീണ്ടും ചിരിച്ചു.

ലൂക്കോ എന്തു പറയണമെന്നറിയാതെ വിഷമിച്ചു ചിരിച്ചുകൊണ്ടു നിന്നതേയുള്ളൂ. റീന ചിന്തിച്ചു, പുരുഷന്മാർക്കും ഉണ്ടോ നാണം! ആ ചിന്ത റീനയെ വീണ്ടും ചിരിപ്പിച്ചു.

പിന്നെ ലൂക്കോ മടിച്ചു മടിച്ചാണെങ്കിലും മനസ്സിലുണ്ടായിരുന്നത് ചോദിക്കാൻ തുനിഞ്ഞു. 'ചേച്ചിക്ക്... ചേച്ചിക്ക് അതിൽ വിഷമമുണ്ടോ?'

'എന്തിൽ വിഷമമുണ്ടോന്ന് ലൂക്കോ?'

'അല്ല ചേച്ചീ...' ലൂക്കോ ഒന്നറച്ചു. പിന്നെ തുടർന്നു, 'ഞാനിവിടെ പണ്ട്...' ലൂക്കോ അർദ്ധോക്തിയിൽ നിറുത്തി.

'അതിൽ ഞാനെന്തിനു വിഷമിക്കണം ലൂക്കോ? അതിൽ എനിക്കുമില്ല റൂബിക്കുമില്ല വിഷമം. അത്തരം ഹാർഡ്ഷിപ്സ് ഒക്കെ തരണംചെയ്ത് ലൂക്കോ ഉയർന്നു വന്നില്ലേ? അതിൽ ഞങ്ങൾ മഹത്വമേ കാണുന്നുള്ളൂ. എല്ലാ ഫെസിലിറ്റികളും ഉള്ളവർ പഠിച്ചുയരുന്നതിൽ വലിയ കാര്യമില്ല. ഇക്കാര്യത്തിൽ എനിക്കും റൂബിക്കുമൊക്കെ ഒരേ മനസ്സാണ് ലൂക്കോ...' റീന, ഭാവിയിൽ തന്റെ അനിയനാകാൻ പോകുന്ന ലൂക്കോയുടെ കയ്യിൽ മെല്ലെ തൊട്ടു.

ലൂക്കോയുടെ മുഖത്ത് സമ്മിശ്രവികാരങ്ങൾ തെളിയുന്നത് റീന ശ്രദ്ധിച്ചു. ആ മിഴികളിൽ ഒരു നനവ് പടർന്നിരുന്നതും റീനയുടെ ശ്രദ്ധയിൽ പെട്ടു. റീനയുടെ ഹൃദയം ആർദ്രമായി.

'ലൂക്കോ...' സ്നേഹം ചാലിച്ച സ്വരത്തിൽ റീന വിളിച്ചു.

'ചേച്ചീ...' ലൂക്കോയുടെ ഹൃദയവും ആർദ്രമായി.

'ലൂക്കോ, ഒരു കാര്യം കൂടി പറയാം... ഞാൻ ചേട്ടനേയും അറിയിച്ചിട്ടുണ്ട്...' റീന ചിരിച്ചു.

'ഓ മൈ ഗോഡ് !' ലൂക്കോയുടെ മനോഹരമായ ചിരി ഒരിക്കൽക്കൂടി വിടർന്നു. 'റോബിൻ എന്തു വിചാരിച്ചു കാണുമോ? അവന്റെ കുഞ്ഞിപ്പെണ്ണുങ്ങളെ ഞാൻ...' ലൂക്കോ തലകുടഞ്ഞു. മുഖത്ത് ഒരിക്കൽക്കൂടി നാണം കലർന്നു.

'കുഞ്ഞിപ്പെണ്ണുങ്ങൾക്കും ഇഷ്ടമായിട്ടല്ലേ?...' റീന ചിരിച്ചു. അതേയെന്ന അർത്ഥത്തിൽ തല ചരിച്ചു ലൂക്കോ.

'റോബിൻ ഒന്നും മിണ്ടിയിട്ടില്ല...'

'ചേട്ടൻ സമയമാവുമ്പോൾ മിണ്ടിക്കോളും...' റീന കുറച്ചു ഉച്ചത്തിൽത്തന്നെ ചിരിച്ചു. ലൂക്കോ ചിരിച്ചുകൊണ്ട് മെല്ലെ തലയാട്ടിയതേയുള്ളൂ.

ശോശച്ചേടത്തി എല്ലാം കേട്ട് അമ്പരന്നു നിൽക്കുകയായിരുന്നു. റീന അവരുടെ നേർക്ക് തിരിഞ്ഞു പറഞ്ഞു, 'കേട്ടോ ചേടത്തീ, ലൂക്കോ എന്റെ അനിയനാവാൻ പോവ്വാ... അനിയത്തിയുടെ ഭർത്താവ്... റൂബീടെ കെട്ട്യോൻ...' റീന ലൂക്കോയുടെ നേർക്കു നോക്കി കണ്ണിറുക്കി ചിരിച്ചു.

ആ കേട്ടത് വിശ്വസിക്കാനാവാതെ ശോശച്ചേടത്തി താടിക്കു കൈവച്ചു. 'എന്റെ കർത്താവേ!' അവർ ലൂക്കോയുടെ അടുത്തേയ്ക്ക് ഓടി വന്നു, കയ്യെത്തിച്ച് ആ കവിളുകളിൽ തഴുകി ആ കൈവിരലുകൾ പിന്നെ സ്വന്തം ചുണ്ടുകളിൽ അമർത്തി. 'എന്റെ കുഞ്ഞിനെ കർത്താവീശോ അനുഗ്രഹിക്കും... എന്നും അനുഗ്രഹിക്കും...' അവർ വികാരാധീനയായിപ്പോയി. ലൂക്കോ അവരുടെ കരങ്ങൾ ചേർത്തുപിടിച്ചു കുനിഞ്ഞ്

ഒരുമ്മ നൽകി. കണ്ടു നിന്ന റീനയുടെ മിഴികളും ഈറനണിഞ്ഞുപോയി.

വികാരങ്ങളുടെ വേലിയേറ്റം നടക്കുന്ന ലൂക്കോയുടേയും ശോശച്ചേടത്തിയുടേയും ഹൃദയങ്ങൾക്ക് ആശ്വാസം പകർന്നുകൊണ്ട് റീന പറഞ്ഞു, 'ലൂക്കോ ഇരിക്കു, ഞാൻ ഒരു ഗ്ലാസ്സ് ഫ്രൂട്ട് ജ്യൂസ് എടുക്കാം. കുടിച്ചിട്ടു പോയാൽ മതി.'

'ഓകെ ചേച്ചീ...'

റീന ചിന്തിച്ചു, ചേച്ചീ എന്ന ആ വിളി ലൂക്കോയുടെ നാവിൽ നിന്ന് എത്ര സ്വാഭാവികമെന്നോണം വരുന്നു! ചിരകാലമായി പരിചയമുണ്ടായിരുന്ന ഒരാളെ വിളിക്കുന്ന അതേ സ്വാഭാവികത! റീനയുടെ മനസ്സും നിറഞ്ഞു.

ലൂക്കോ യാത്രപറഞ്ഞിറങ്ങിയപ്പോൾ ശോശച്ചേടത്തി മാത്രമല്ല, റീനയും ഇത്തവണ ഗേറ്റ് വരെ അനുഗമിച്ചു. ഒരു നനുത്ത സൗഹൃദത്തിന്റെ തുടക്കമായിരുന്നു അത്.

ചുമ്മാതല്ല റൂബി വീണുപോയത്, റീന ചിന്തിച്ചു. ഒത്ത ഉയരവും, ഗാംഭീര്യമാർന്ന പുരുഷസൗന്ദര്യം തുളുമ്പുന്ന ആകാരസൗഷ്ഠവവും മാത്രമല്ല, വിനയവും മര്യാദയും കലർന്ന ആ പെരുമാറ്റരീതികളുമൊക്കെ ഏതു പെൺകുട്ടിയുടേയും ഹൃദയം കവരുന്നതു തന്നെ.

*** *** ***

റീനയുടെ വീട്ടിൽ നിന്ന് മടങ്ങിയ ദിവസം ലൂക്കോ അനിയത്തി ലൂസിയയോട് ആ രഹസ്യം പറഞ്ഞു. ഓഫീസിൽ തന്നെ സ്നേഹിക്കുന്ന ഒരു പെൺകുട്ടിയുണ്ട്, ആ കുട്ടിയുടെ ചേച്ചിക്കും ചേട്ടനും സമ്മതമാണ് ഈ ബന്ധം എന്നും, ആ കുട്ടിയുടെ അമ്മയുടെ നിലപാട് എന്തെന്ന് അറിഞ്ഞില്ല, പപ്പ ഇല്ല എന്നും ലൂക്കോ പറഞ്ഞു. ആ വാർത്ത കേട്ട് ലൂസിയയ്ക്ക് അതിശയവും അതിനേക്കാളേറെ സന്തോഷവും തോന്നി.

'ഹോ എന്റെ ഇച്ചായാ, സന്തോഷം കൊണ്ട് എനിക്ക് ഇരിക്കാൻ വയ്യ...' അവൾ ആ പരസ്യവാചകം പറഞ്ഞുകൊണ്ട് ലൂക്കോയെ കെട്ടിപ്പിടിച്ച് ഒരു ഉമ്മ കൊടുത്തു. ലൂക്കോ ചിരിച്ചു.

'ആ കുട്ടിയുടെ പേരെന്താണിച്ചായാ? എവിടെയുള്ളതാ?' ലൂസിയ ആവേശഭരിതയായി ചോദിച്ചു.

'റൂബി... റൂബി ജെയിംസ്. ' പിന്നെ റൂബി താമസിക്കുന്ന സ്ഥലവും പറഞ്ഞു കൊടുത്തു.

'ഹായ് നല്ല പേര്...' ലൂസിയ സന്തോഷത്തോടെ പറഞ്ഞു.

'പക്ഷേ അങ്ങനെ നീ സന്തോഷിക്കണ്ട ലൂസീ... ഞാൻ പറഞ്ഞില്ലേ, റൂബിയുടെ അമ്മയുടെ നിലപാട് എന്തെന്നറിഞ്ഞിട്ടില്ല.'

'ഇച്ചായാ, ചേട്ടനും ചേച്ചിക്കും സമ്മതം എന്നു വച്ചാൽ അമ്മയ്ക്കും തീർച്ചയായും സമ്മതമായിരിക്കും.'

'ആയിരിക്കട്ടേ...' ലൂക്കോ പ്രത്യാശയോടെയാണത് പറഞ്ഞതെങ്കിലും പുറമേയ്ക്ക് നിസ്സംഗത ഭാവിച്ചു.

'ഇച്ചായന് ആ പെൺകുട്ടിയെ ഇഷ്ടമാണോ?' അനിയത്തി ഇച്ചായനെ കളിയാക്കി ചിരിച്ചു.

'നീ പോടീ...' ലൂക്കോ അവളുടെ ചെവിക്കു പിടിക്കാൻ ചെന്നു. അവൾ കൈ കൊണ്ടു തടഞ്ഞു. ലൂക്കോ പിന്നെ അവളുടെ ഒപ്പം ചിരിയിൽ പങ്കു ചേർന്നു.

'അമ്മയോട് പറയട്ടേ ഇച്ചായാ?' ലൂസിയയ്ക്ക് ആവേശം അടക്കാനായില്ല.

'അമ്മ ഇനി എന്തു പറയുമോ?...'

'അമ്മയ്ക്ക് എന്തു സന്തോഷമാവും!' ലൂസിയ ആവേശത്തോടെ അടുക്കളയിൽ നിൽക്കുകയായിരുന്ന അമ്മയെ വിളിച്ചു, 'അമ്മേ ഒന്നിങ്ങോട്ടു വന്നേ...'

'മോളേ, നീ അങ്ങോട്ടു പോയി പറഞ്ഞാൽ മതി... അമ്മയെ ഇങ്ങോട്ടു വിളിക്കാതെ...' ലൂക്കോ തടയാൻ നോക്കി.

'എന്ത് ഇച്ചായനു നാണം വരുന്നോ?' ലൂസിയ പൊട്ടിച്ചിരിച്ചു.

'ലൂസീ നീ വാങ്ങുമേ...' ലൂക്കോ അനിയത്തിയുടെ നേർക്കു കയ്യോങ്ങി. എന്നിട്ട് ചിരിച്ചുകൊണ്ട് എണീറ്റ് സ്വന്തം റൂമിലേയ്ക്ക് പോയി.

അമ്മ അടുക്കളയിൽ നിന്ന് വന്നു. 'എന്താടീ മോളേ?'

'അമ്മേ, ഇങ്ങോട്ടു വന്നേ... ഇവിടെ വന്നിരുന്നേ...' ലൂസിയ സോഫയിൽ തട്ടി അവളുടെ അടുത്തു വന്നിരിക്കാൻ ക്ഷണിച്ചുകൊണ്ട് പറഞ്ഞു, 'ഒരു വിശേഷം പറയാനുണ്ട്...'

'എന്തു വിശേഷമാണെന്റെ മോളേ?...' അമ്മ ചിരിച്ചുകൊണ്ട് അവളുടെ അടുത്തു വന്നിരുന്നു.

'ഇച്ചായന്റെ വിശേഷമാ...'

'ലൂക്കോയ്ക്ക് എന്തു വിശേഷം മോളേ?' അമ്മ ലൂസിയയുടെ അടുത്തു വന്നിരുന്നു.

'രഹസ്യമാ...' ലൂസിയ ചിരിച്ചു. 'അമ്മ അറിഞ്ഞോ? നമ്മുടെ ഇച്ചായനെ സ്നേഹിക്കുന്ന ഒരു പെൺകുട്ടിയുണ്ട് ഇച്ചായന്റെ കമ്പനിയിൽ...'

'ങേ!' അമ്മ അമ്പരന്നു. 'അതു നീയെങ്ങനെ അറിഞ്ഞെടീ?'

'അതൊക്കെ ഞാനറിഞ്ഞു. ഇച്ചായനും ഇഷ്ടാ... ആ പെൺകുട്ടീടെ പേര് റൂബി ജെയിംസ്... നല്ല പേര് അല്ലേ അമ്മേ?'

അമ്മ ഒന്നും മിണ്ടാതെ മോളുടെ മുഖത്തു നോക്കിയിരുന്നു. പിന്നെ ശബ്ദം താഴ്ത്തി ചോദിച്ചു, 'ഉള്ളതോ മോളേ? ശരിക്കും?'

'ഉള്ളതാണമ്മേ... ഇച്ചായനും ഇഷ്ടമാണ്...' ലൂസിയ അമ്മയോട് കുറേക്കൂടി ചേർന്നിരുന്നുകൊണ്ട് സ്വരം

താഴ്ത്തി പറഞ്ഞു, 'അമ്മ എതിർക്കയൊന്നും ചെയ്യരുത്... കേട്ടോ...'

'ഞാനെന്തിന് എതിർക്കണം മോളേ? അവന് ഇഷ്ടപ്പെട്ട ഒരു പെണ്ണിനെ കൊണ്ടു വരുന്നതിന്? എനിക്ക് അതല്ല... എനിക്ക് വിശ്വസിക്കാനാണ് വയ്യാത്തത്... നമ്മുടെ ലൂക്കോ...'

ആ അമ്മയുടെ മനസ്സിൽ കമ്പനിജോലിയുടെ ഭാരങ്ങളും കുടുംബഭാരങ്ങളുമൊക്കെ തലയിലേറ്റി നടക്കുന്ന ഒരു ലൂക്കോയുടെ ചിത്രം മാത്രമാണ് ഉണ്ടായിരുന്നത്. അവന്റെ മനസ്സിന് ഇങ്ങനെയൊരു തരളഭാവം ഉള്ളതായി അവർക്കറിയില്ലായിരുന്നു. അതിനു കാരണവുമുണ്ടായിരുന്നു. മൂന്നുനാലു കുട്ടരുടെ ആലോചന വന്നതായിരുന്നു. ലൂക്കോ അതൊന്നും കേൾക്കാൻപോലും നിൽക്കാതെ നിഷ്കരുണം തള്ളിക്കളഞ്ഞു. എങ്കിലും മകളുടെ കല്യാണം കഴിഞ്ഞാലുടനേ ലൂക്കോയെ കൊണ്ട് പെണ്ണു കെട്ടിക്കണം നിർബന്ധിച്ചിട്ടാണെങ്കിൽ പോലും എന്നു കരുതിയിരിക്കുകയായിരുന്നു ആ അമ്മ. ഇപ്പോൾ കേൾക്കുന്നു അവനെ സ്നേഹിക്കുന്ന ഒരു പെണ്ണുണ്ടത്രേ! അവനും അവളെ ഇഷ്ടമാണത്രേ!

'അവനെവിടെ? മുറിയിലോ?'

'ങാ, മുറിയിലുണ്ട്. വിളിക്കട്ടേ? ഇച്ചായാ... ദേ അമ്മ വിളിക്കുന്നു...' ലൂസിയ ഉറക്കെ വിളിച്ചു പറഞ്ഞു.

'മോനേ, ഇങ്ങു വാ മക്കളേ...' അമ്മേയും പിന്നാലേ വിളിച്ചു.

ലൂക്കോ അമ്മയുടെ വിളി കേട്ടു. ആ സ്വരത്തിൽ സ്നേഹമേയുള്ളൂ. ദേഷ്യത്തിന്റെ ഒരു ലാഞ്ഛനയുമില്ല.

ലൂക്കോ മുറിയിൽനിന്ന് പുറത്തിറങ്ങി വന്നു. അമ്മയുടെ മുഖത്തു നോക്കാതെ അനിയത്തിയുടെ മുഖത്തു ദൃഷ്ടികൾ നട്ടു. അവളാകട്ടേ ലൂക്കോയെ നന്നേ കളിയാക്കുന്ന മട്ടിൽ ചിരിക്കുന്നു. ലൂക്കോയും ചിരിച്ചു പോയി.

ലൂക്കോ അമ്മയുടെ അരികിലായി ഇരുന്നു.

'മോനേ, ഈ കേട്ടതു ശരിയോ?' അമ്മ ലൂക്കോയുടെ കരം കവർന്നു കൊണ്ട് ചോദിച്ചു.

'ഉം...' ലൂക്കോ മൂളുക മാത്രം ചെയ്തു. പിന്നെ കയ്യിലിരുന്ന ഫോണിൽ മുഖം പൂഴ്ത്തിയിരുന്നു.

'സത്യം?' അമ്മ വിശ്വസിക്കാനാവാതെ, ലൂക്കോയുടെ താടിക്കു പിടിച്ചു മുഖം തന്റെ നേർക്കാക്കിക്കൊണ്ട് വീണ്ടും ചോദിച്ചു. ലൂക്കോ ചിരിച്ചുകൊണ്ടു അതേ എന്ന അർത്ഥത്തിൽ തലയാട്ടി.

കുറച്ചു നിമിഷങ്ങൾ ആരും ഒന്നും മിണ്ടാതെ ഇരുന്നു.

ലൂസിയ അമ്മയുടെ പുറകിലൂടെ കയ്യെത്തിച്ച് ലൂക്കോയുടെ മുതുകിൽ ഇക്കിളിയിട്ടു. ലൂക്കോ പുളഞ്ഞു.

'എടീ...' ലൂക്കോ കപടദേഷ്യം ഭാവിച്ചു. 'അമ്മേ, ഞാൻ ഇവൾക്കു കൊടുക്കുമേ...'

ലൂസിയ പൊട്ടിച്ചിരിച്ചു. ലൂക്കോയും ചിരിച്ചു.

'എന്നാലും എന്റെ മക്കളേ... അമ്മയ്ക്കു സന്തോഷമായെടാ... ആ പെൺകൊച്ചിന്റെ വീട്ടുകാരോ?'

'അമ്മേ, ഞാൻ എന്റെ ഒരു ഫ്രണ്ട് റോബിൻ ജെയിംസിനെ കുറിച്ച് പറഞ്ഞിട്ടില്ലേ? അവന്റെ അനിയത്തിക്കുട്ടിയാ... കമ്പനിയിൽ എന്റെ കീഴിലാ റൂബി വർക്കു ചെയ്യുന്നേ... റൂബിയുടെ ചേച്ചി റീനയ്ക്കും ഈ റോബിനും ഇതിൽ പ്രശ്നമില്ല... എന്നുവച്ചാൽ ഈ ബന്ധത്തിൽ അവർക്കു സന്തോഷമേയുള്ളൂ...' ലൂക്കോ ഒന്നു നിറുത്തിയിട്ട് തുടർന്നു, 'അവർക്കും പപ്പയില്ല. അമ്മ മാത്രമേയുള്ളൂ... ആ അമ്മയുടെ അഭിപ്രായം എന്തെന്ന് പക്ഷേ അറിഞ്ഞിട്ടില്ല...'

'ആ അമ്മയ്ക്കും സമ്മതക്കേടൊന്നും കാണുല്ല ഇച്ചായാ... അതല്ലേ ആ കുട്ടിയുടെ ചേട്ടനും ചേച്ചിയും സമ്മതിച്ചത്...' ലൂസിയ പറഞ്ഞു.

'ഉം...' ലൂക്കോ മൂളിയതേയുള്ളൂ.

അമ്മ കുറച്ചു നേരം ആലോചിച്ചിരുന്നു. പിന്നെ പറഞ്ഞു, 'മോനേ, അങ്ങനെ വല്ല എതിർപ്പും ഉണ്ടായാൽ മോൻ മനസ്സു വിഷമിക്കയൊന്നും ചെയ്യരുത്... വേറേയും നല്ല പെൺകുട്ടികളുണ്ടാവും എന്റെ മോനു വേണ്ടി...'

'ഓ അങ്ങനെയൊന്നും ഇല്ലമ്മേ... ഇത് ആ പെൺകുട്ടിയുടെ ഇഷ്ടമായിരുന്നു... ഞാനങ്ങനെ മനസ്സു വിട്ടിട്ടൊന്നുമില്ല...' ലൂക്കോ ചിരിച്ചു.

'അതാ നല്ലത്...' അമ്മ പറഞ്ഞു. 'കൊച്ചു പെൺപിള്ളേർക്ക് അങ്ങനെ ചില മോഹങ്ങളൊക്കെ

തോന്നും. വീട്ടുകാർ അതിനു നിന്നു കൊടുക്കണമെന്നില്ല.'

'അമ്മേ, വീട്ടുകാർ എന്നു പറയാൻ ചേച്ചിയും ചേട്ടനും അമ്മയും. അതിൽ രണ്ടു പേർക്ക് ഓക്കെയാണ്. അപ്പോൾ മൂന്നിൽ രണ്ടു ഭൂരിപക്ഷം കിട്ടി. പിന്നെന്താ?...' ലൂസിയ വീറോടെ പറഞ്ഞു.

'ഇനി ഞാൻ നിങ്ങളെയൊക്കെ ഞെട്ടിക്കുന്ന ഒരു കാര്യം പറയാം...' ലൂക്കോ ചിരിച്ചു. അമ്മയും അനിയത്തിയും ആകാംക്ഷാഭരിതരായി.

ലൂക്കോ തുടർന്നു, 'ഈ റൂബിയുടെ ചേച്ചിയാണ് റീന. റീനയെ കെട്ടിയിരിക്കുന്നത് ആരെന്നറിയുമോ?' ലൂക്കോ ഒരു സസ്പെൻസിൽ നിറുത്തി. ലൂസിയയ്ക്ക് കാത്തിരിക്കാൻ കഴിഞ്ഞില്ല. അവൾ അക്ഷമയോടെ ആരാഞ്ഞു, 'ആരാ ഇച്ചായാ? പറയ്...'

ലൂക്കോ ചിരിച്ചു. 'പറയുമ്പോൾ നിങ്ങൾ ഞെട്ടരുത്...' ലൂക്കോ പിന്നേയും നിറുത്തി.

'ഇല്ല ഞെട്ടൂല്ല...' അനിയത്തി ഉറപ്പു പറഞ്ഞു.

'ഈ റീനയെ കെട്ടിച്ചിരിക്കുന്നത് എവിടെയെന്നോ? ഞാൻ പണ്ട് പന്നികളെ നോക്കാൻ നിന്ന ഒരു വീടുണ്ടല്ലോ? ലിസ് വില്ല... അവിടത്തെ കൊച്ചമ്മയുടെ മകനാണ് റീനയെ കെട്ടിയിരിക്കുന്നത്...' ലൂക്കോ ഉറക്കെ പൊട്ടിച്ചിരിച്ചു.

'എന്റീശോയേ!...' അമ്മ അറിയാതെ കർത്താവിനെ വിളിച്ചു പോയി.

അനിയത്തി വായ പൊളിച്ചു. 'ങേ!...'

അവർ ഇരുവരും അൽഭുതപരതന്ത്രരായി ഇരുന്നുപോയി.

'ഇച്ചായാ, സത്യം?'

'സത്യം...'

ലൂക്കോ പിന്നെ നടന്ന കാര്യങ്ങളൊക്കെ വിശദീകരിച്ചു പറഞ്ഞു. എല്ലാം കേട്ട് അന്തിച്ചിരുന്നുപോയ അമ്മ പറഞ്ഞു, 'എന്തെല്ലാം കളികളാണ് തമ്പുരാൻ കളിക്കുന്നത്... വിശ്വസിക്കാൻ വയ്യല്ലോ ഈശോയേ...' അമ്മ കുരിശു വരച്ചു ആമേൻ പറഞ്ഞു. ലൂക്കോ ചിരിച്ചു.

അനിയത്തി എഴുന്നേറ്റ് വന്ന് ലൂക്കോയെ കെട്ടിപ്പിടിച്ച് ആ കവിളിൽ മുത്തം നൽകി. അവളുടെ കണ്ണുകൾ നിറഞ്ഞൊഴുകുന്നുണ്ടായിരുന്നു. ലൂക്കോ അനിയത്തിയുടെ തോളിൽ തട്ടി ആശ്വസിപ്പിച്ചു.

*** *** ***

വിവാഹം ക്ഷണിക്കാൻ റോബിന്റെ വീട്ടിൽ പോകണം. അപ്പോൾ അമ്മയേയും കൂട്ടണം, ലൂക്കോ ചിന്തിച്ചു. അമ്മയ്ക്കു റൂബിയെ കാണുകയും ആവാമല്ലോ.

ഒരു അവധി ദിവസം തിരഞ്ഞെടുത്തു അതിന്. റോബിനോട് വിളിച്ചു പറഞ്ഞിരുന്നു.

ഹൃദ്യമായ സ്വീകരണമായിരുന്നു ലൂക്കോയ്ക്കും അമ്മയ്ക്കും റോബിന്റെ വീട്ടിൽ കിട്ടിയത്. അനേകം വിഭവങ്ങളൊക്കെ ഒരുക്കിയിരുന്നു റോബിന്റെ അമ്മ റെബേക്ക. എല്ലാം വീട്ടിൽ തയ്യാറാക്കിയവയാണത്രേ.

ആ സ്വീകരണത്തിന്റെ ഊഷ്മളത കണ്ടപ്പോൾ ലൂക്കോയുടെ അമ്മയ്ക്ക് മനസ്സിലായി, തന്റെ മകനുമായുള്ള ബന്ധം റോബിന്റെ അമ്മയും ഇഷ്ടപ്പെടുന്നുവെന്ന്. ആ അമ്മയുടെ മനസ്സ് തണുത്തു.

റൂബിയുടെ അമ്മയും ലൂക്കോയുടെ അമ്മയും തമ്മിൽ പേരുകൾ പറഞ്ഞ് പരിചയപ്പെട്ടു. അവർ സുഹൃത്തുക്കളെപ്പോലെ സംസാരിച്ചു.

റൂബിയെ ഒന്നു കാണാൻ ലൂക്കോയുടെ മനസ്സു വെമ്പി. അമ്മയുടെ കണ്ണുകളും തന്റെ ഭാവി മരുമകളെ തിരഞ്ഞു കൊണ്ടിരുന്നു. എങ്കിലും റൂബി അവരുടെ മുന്നിലേയ്ക്ക് വന്നിരുന്നില്ല.

പിന്നെ റോബിൻ വിളിച്ചു, 'റൂബീ ഇങ്ങുവാ... നിന്റെ ബോസ്സ് വന്നിരിക്കയല്ലേ, പെങ്ങടെ വിവാഹം ക്ഷണിക്കാൻ...' റോബിൻ ചിരിച്ചു.

'മോളേ ഇങ്ങുവാ...' റൂബിയുടെ അമ്മയും വിളിച്ചു.

അപ്പോൾ സ്വീകരണമുറിയുടെ സൈഡിലുള്ള മുറിയുടെ വാതിൽക്കൽവന്ന് കർട്ടനു പിന്നിൽ പകുതി മറഞ്ഞു നിന്നു റൂബി. വല്ലാതെ ചുവന്നുപോയ മുഖത്ത് നാണത്തിൽ കുതിർന്ന ഒരു പുഞ്ചിരി കളിയാടുന്നുണ്ട്.

ലൂക്കോ ചിരിച്ചുപോയി. എന്തെന്തെല്ലാം കുസൃതിത്തരങ്ങൾ കാട്ടിക്കൂട്ടുന്ന ഈ വികൃതിക്കുട്ടിക്ക് ഇപ്പോൾ ഇങ്ങനെ നാണമോ!?

ലൂക്കോയുടെ അമ്മ ചിരിയോടെ പറഞ്ഞു, 'മോളേ, ഒന്നു നീങ്ങി നിന്നേ... ഈ അമ്മയും കൂടൊന്നു കണ്ടോട്ടേ...'

എല്ലാവരും ചിരിച്ചു. റൂബി കുറച്ചുകൂടി മുന്നിലേയ്ക്കു നീങ്ങിനിന്നു. ലൂക്കോയുടെ അമ്മ എഴുന്നേറ്റ് റൂബിയുടെ അടുത്തുചെന്നു. അവളുടെ കൈപിടിക്കുകയും കവിളത്ത് സ്നേഹപൂർവ്വം തലോടുകയും ചെയ്തു. എല്ലാം കണ്ട് റൂബിയുടെ അമ്മയും റോബിനും ചിരിച്ചു.

'നിനക്കിവിടെ വന്നിരുന്നൂടേ മോളേ?...' റൂബിയുടെ അമ്മ ചോദിച്ചു.

'ഞാനിവിടെ നിന്നോളാമമ്മേ...' വളരെ നേർത്തിരുന്നു റൂബിയുടെ ശബ്ദം.

ഈ സമയത്തൊന്നും റൂബി ഒരിക്കൽപോലും ലൂക്കോയുടെ നേർക്ക് മിഴിയുയർത്തിയിരുന്നില്ല.

അനിയത്തിയുടെ വിവാഹവിശേഷങ്ങളൊക്കെ പങ്കുവച്ചു കഴിഞ്ഞ് ലൂക്കോയും അമ്മയും യാത്ര പറഞ്ഞിറങ്ങാൻ തുനിയുമ്പോൾ റോബിൻ പെട്ടെന്നു പറഞ്ഞു, 'ഇനി അടുത്ത ഇവന്റ് ഇവരുടേതാ...' റോബിൻ ലൂക്കോയുടേയും വാതിക്കൽ നിൽക്കുന്ന റൂബിയുടേയും നേർക്ക് മുഖംകൊണ്ട് ആംഗ്യം കാട്ടി ചിരിച്ചു. 'അല്ലേ അമ്മേ?...'

അതുകേട്ടതും റൂബി കർട്ടനു പിന്നിലേയ്ക്ക് ഒളിച്ചു. 'ഹോ! എന്താ ഒരു നാണക്കാരി...' ലൂക്കോ മനസ്സിൽ പറഞ്ഞു കൊണ്ട് ഹൃദ്യമായി ചിരിച്ചു.

'അതേയതേ...' റൂബിയുടെ അമ്മ മകനെ പിന്തുണച്ച് പറഞ്ഞു. 'അതു കഴിഞ്ഞയുടനേ നിന്റേതും റോബീ...'

അവർ റോബിനെ നോക്കി പറഞ്ഞു. എല്ലാവരും ചിരിച്ചു.

‘മോന് ആലോചനയൊക്കെ റെഡിയായോ?’ ലൂക്കോയുടെ അമ്മ റെബേക്കയോട് ചോദിച്ചു.

‘ഏകദേശം ഫിക്സ് ചെയ്തു വച്ചിട്ടുണ്ട്. മോളുടെ കല്യാണം കഴിഞ്ഞാവാമെന്നു വച്ചേയ്ക്കുകയാണ്...’

‘അതു നമുക്ക എത്രയും വേഗം നടത്താം.... ലൂസീടെ കല്യാണം കഴിഞ്ഞാൽ ഉടനേതന്നെ... ഇവിടത്തെ സൗകര്യം പറഞ്ഞാൽ മതി...’

‘ഞങ്ങൾ റെഡി തന്നെ എന്നു നടത്താനും...’

‘അപ്പോൾ ഉടനേതന്നെ പള്ളിയിൽ അന്വേഷിച്ചു ഡേറ്റ് ഫിക്സ് ചെയ്യാം...’ ലൂക്കോയുടെ അമ്മ സന്തോഷത്തോടെ പറഞ്ഞു. റൂബിയുടെ അമ്മ ലൂക്കോയുടെ അമ്മയുടെ കൈകളിൽ തൊട്ട് ആ തീരുമാനം സസന്തോഷം അംഗീകരിച്ചു.

ഇറങ്ങാൻനേരം യാത്രപറഞ്ഞപ്പോൾ മാത്രമാണ് റൂബി ലൂക്കോയുടെ നേർക്കൊന്നു നോക്കിയത്. പക്ഷേ കണ്ണുകളിടഞ്ഞതും അവൾ പുഞ്ചിരിച്ചു കൊണ്ട് മിഴി താഴ്ത്തി. ‘എന്താണിത്ര നാണം എന്റെ പൊന്നേ...’ ലൂക്കോ മനസ്സിലോർത്തു ചിരിച്ചു പോയി. റൂബിയുടെ ആ നാണം കലർന്ന ഭാവം ലൂക്കോയുടെ മനസ്സിൽ ഒരു ലഹരിയായി പടർന്നു.

*** *** ***

ലൂസിയയുടെ വിവാഹം വലിയ ആർഭാടങ്ങളില്ലാത്ത ലളിതമായ ഒരു ചടങ്ങായിരുന്നു. അതിഥികളിൽ പ്രഥമസ്ഥാനം കല്പിച്ചിരുന്നത് മാധവൻ പിള്ള മാമനും സുമ മാമിക്കുമായിരുന്നു. ഏറെ സ്നേഹാദരവുകളോടെ ലൂക്കോയും അമ്മയും ചേർന്ന് അവരെ സ്വീകരിച്ചു. അവർക്കായി മുൻനിരയിൽ പ്രത്യേകം സജ്ജീകരിച്ചിരുന്ന ഇരിപ്പിടങ്ങളിലേയ്ക്ക് ആനയിച്ച് ഇരുത്തി.

ലിസ് വില്ലയിൽ നിന്ന് കൊച്ചമ്മയും ശോശച്ചേടത്തിയും റീനച്ചേച്ചിയുടേയും അലൻചേട്ടന്റേയും ഒപ്പം എത്തിയിരുന്നു. കൊച്ചമ്മ വരുന്നുണ്ടെന്നറിഞ്ഞ് വീൽച്ചെയർ ഏർപ്പെടുത്തിയിരുന്നു ലൂക്കോ. കാറിൽ നിന്നിറങ്ങിയ കൊച്ചമ്മയെ ലൂക്കോ തന്നെ വീൽച്ചെയറിൽ പിടിച്ചിരുത്തി ഉരുട്ടിക്കൊണ്ടുവന്ന് ചടങ്ങുകളെല്ലാം നന്നായി കാണത്തക്കവിധം ഏറ്റവും മുന്നിലായി കൊണ്ടിരുത്തുകയും ചെയ്തു. തൊട്ടടുത്തായി ശോശച്ചേടത്തിയേയും ഇരുത്തി.

അൾത്താരയിൽ കയറും മുൻപ്, ലൂക്കോയുടെ നിർദ്ദേശപ്രകാരം ലൂസിയ മാധവൻ പിള്ള മാമന്റേയും സുമ മാമിയുടേയും പാദങ്ങളിൽ തൊട്ടുവണങ്ങി. അവരിരുവരും അവളുടെ തലയിൽ കൈകൾ വച്ച് അനുഗ്രഹാശ്ശിസുകൾ ചൊരിഞ്ഞു. അതുകഴിഞ്ഞ് ലൂക്കോ ലൂസിയയെ കൊച്ചമ്മയുടെയും ശോശച്ചേടത്തിയുടേയും അടുത്തേക്ക് നയിച്ചു. പാദനമസ്കാരം നടത്തി നിവർന്നപ്പോൾ കൊച്ചമ്മ

അവളുടെ ഇരുകൈകളും ചേർത്തു പിടിച്ച് ഒരു മുത്തമേകി. ശോശച്ചേടത്തിയുടെ കാൽ വന്ദിക്കാൻ തുടങ്ങിയപ്പോൾ അയ്യോ വേണ്ട മോളേ എന്നു പറഞ്ഞുകൊണ്ട് അവരതു തടയാൻ നോക്കി. എങ്കിലും ലൂസിയ ചിരിച്ചുകൊണ്ട് അവരുടെ പാദങ്ങൾ തൊട്ടു വന്ദിച്ചു. ശോശച്ചേടത്തി എഴുന്നേറ്റു നിന്ന് ലൂസിയയെ പുണർന്ന് നന്നായി വരും മക്കളേ എന്നനുഗ്രഹിച്ചു. ലൂക്കോയുടെ മനം നിറഞ്ഞു.

വെജിറ്റേറിയൻ സദ്യയായിരുന്നു ഒരുക്കിയിരുന്നത്. അത് ലൂക്കോയുടെ തീരുമാനമായിരുന്നു. അതിഥികളിൽ ചിലർക്ക് അത് അതിശയമായി തോന്നിയെങ്കിലും ഏറെപ്പേർ അഭിനന്ദിക്കുകയും ചെയ്തു. അഭിനന്ദിച്ചവരുടെ കൂട്ടത്തിൽ കൊച്ചമ്മയുമുണ്ടായിരുന്നു.

കൃത്യം ഒരാഴ്ച കൂടി കഴിഞ്ഞ് ഇതേദിവസം മറ്റൊരു വിവാഹം കൂടി നടക്കുന്നുണ്ട്. അന്നത്തെ മണവാളനും മണവാട്ടിയും ലൂക്കോസ് ലൂക്കോസും റൂബി ജെയിംസുമാണ്.

വിവാഹച്ചടങ്ങുകൾ നടക്കുന്നതിനിടയിൽ ലൂക്കോ പലവട്ടം റൂബിയുടെ നേർക്ക് കണ്ണയച്ചിരുന്നു. മൂന്നു നാലു വട്ടം മിഴികൾ കൂട്ടിമുട്ടിയതുമാണ്. പക്ഷേ കണ്ണുകളിടയേണ്ട താമസം റൂബി മിഴി താഴ്ത്തിക്കളയും. പ്രതിശ്രുത വരനായ തന്റെ പ്രണയം കലർന്ന നോട്ടം അഭിമുഖീകരിക്കാൻ ഇത്രയ്ക്കു നാണമോ റൂബിക്ക് ! ങാ, ഒരാഴ്ച കൂടി കഴിയട്ടേ, കയ്യിൽ കിട്ടുമല്ലോ. ഈ നാണമെല്ലാം മാറ്റുന്നുണ്ട്. ലൂക്കോ മനസ്സിലോർത്തു ചിരിച്ചു.

***　　　　***　　　　***

ലൂക്കോയുടേയും റൂബിയുടേയും വിവാഹവും അതേപോലെ ആർഭാടരഹിതമായ ഒരു ചടങ്ങായിരുന്നു. മാധവൻ പിള്ള മാമനും സുമ മാമിയും തന്നെ അന്നത്തേയും വിശിഷ്ടാതിഥികൾ.

ലിസ് വില്ലയിൽ നിന്ന് അന്നും എല്ലാവരും വന്നിരുന്നു. മണവാളന്റെ വേഷത്തിലായിരുന്നു ലൂക്കോ എങ്കിലും കൊച്ചമ്മയുടെ കാര്യങ്ങളിൽ ഒരു പാളിച്ചയും വരുത്താതെ നോക്കാനുള്ള എല്ലാ സജ്ജീകരണങ്ങളും ലൂക്കോ ചെയ്തിട്ടുണ്ടായിരുന്നു. റീനചേച്ചിയുടെ മിഴിയും മനവും നിറച്ചിരുന്നു ലൂക്കോയുടെ ആ കരുതൽ. തന്റെ കുഞ്ഞനിയത്തിയെ സ്നേഹവും കരുതലും നിറഞ്ഞ കരങ്ങളിലേയ്ക്കാണ് ഏല്പിക്കുന്നതെന്ന ചാരിതാർത്ഥ്യവും റീനയ്ക്കുണ്ടായി.

ലൂക്കോയും റൂബിയും അൾത്താരയിൽ കയറും മുൻപ് സ്വന്തം അമ്മയുടേതിനൊപ്പം മാധവൻ പിള്ള മാമന്റേയും, സുമ മാമിയുടേയും, കൊച്ചമ്മയുടേയും, ശോശച്ചേടത്തിയുടേയും പാദവന്ദനം നടത്തിയിരുന്നു. ഈ മുതിർന്നവരുടെയെല്ലാം അനുഗ്രഹാശ്ശിസ്സുകൾക്കപ്പുറം എന്താണുള്ളത്!

വെജിറ്റേറിയൻ സദ്യ തന്നെയായിരുന്നു അന്നും ഒരുക്കിയിരുന്നത്. അത് റൂബിയുടെ തീരുമാനമായിരുന്നു.

നാണത്തിൽ കുതിർന്ന് ഒരു കുഞ്ഞുപ്രാവിനെ പോലെ തന്റെ അരികത്തു നിന്ന റൂബി എന്ന കുസൃതിക്കുട്ടിയെ

അന്നും ലൂക്കോ പ്രേമപൂർവ്വം പലവട്ടം കടാക്ഷിച്ചു. അപ്പോഴൊക്കെയും മിഴികൾ താഴ്ത്തി ചാമ്പയ്ക്കാച്ചുണ്ടുകളിൽ ലജ്ജയിൽ കുതിർന്ന മൃദുഹാസം വിടർത്തിനിന്ന റൂബിയുടെ ചിത്രം ലൂക്കോയുടെ ഹൃദയത്തെ കുളിരണിയിച്ചു.

അന്ന രാവിൽ ആകാശച്ചരിവിൽ പൂർണ്ണചന്ദ്രൻ ആ നവമിഥുനങ്ങളെ നോക്കി മന്ദഹാസം പൊഴിച്ചുനിന്നു. ജാലകത്തിലൂടെ ദൃശ്യമാവുന്ന, നിലാശോഭയിൽ കുളിച്ച ആകാശവിതാനത്തിന് ഇന്ന് എന്നത്തേതിലുമേറെ മാസ്മരികഭാവം കൈവന്നിരിക്കുന്നു! ലൂക്കോ റൂബിയുടെ നെറുകയിൽ ഒരു ചുംബനപ്പൂവ് ചാർത്തി.

*****

ഒരു പേരിൽ എന്തിരിക്കുന്നു?...

കഥ 1.

അയാൾ ഒരു കോളേജ് അദ്ധ്യാപകനാണ്. വയസ്സ് 28. പേര് മനോഹരൻ. നാട്ടിൻപുറത്തു ജനിച്ചു വളർന്ന് അവിടെത്തന്നെയുള്ള കോളേജിൽ പഠിച്ച് മലയാളസാഹിത്യത്തിൽ ബിരുദാനന്തരബിരുദം നേടി. വീണ്ടും നല്ലവണ്ണം അദ്ധ്വാനിച്ചു പഠിച്ചു നേരായ മാർഗ്ഗത്തിലൂടെത്തന്നെ പി.എസ്സ്.സി. ടെസ്റ്റ് എഴുതി ഉയർന്ന മാർക്കോടെ പാസ്സായി. ആ ഉയർന്ന മാർക്ക് കാരണം പാർട്ടിക്കാരേയോ, പാർട്ടിക്കാരുടെ ബന്ധുക്കളേയോ ലിസ്റ്റിൽ മനോഹരന്റെ പേരിനു മേലേ തിരുകിക്കയറ്റാൻ അധികൃതർക്കു സാധിക്കാതെ വന്നതിന്റെ ഫലമായി അടുത്തുതന്നെ മനോഹരൻ ഒരു ഗവൺമെന്റ് കോളേജ് അദ്ധ്യാപകനായി നിയമിതനായി. നിയമനം കിട്ടിയത് അയാളുടെ നാട്ടിൻപുറത്തുനിന്ന് ഏറെ അകലെയുള്ള നഗരത്തിലെ വനിതാകോളേജിൽ.

ഇരുപത്തിയെട്ടു വയസ്സെന്നു പറയുന്നത്, ഒരു പുരുഷായുസ്സിന്റെ ഏറ്റവും സുരഭിലകാലഘട്ടമായ യൌവ്വനകാലമാണല്ലോ. മനോഹരനും പുലർത്തിയിരുന്നു ആ പ്രായത്തിന്റെ സവിശേഷതയാർന്ന സ്വപ്നങ്ങളും സങ്കല്പങ്ങളും.

നിയമനം കിട്ടിയിട്ട് അധികമായിട്ടില്ല. ആദ്യമാദ്യം നാട്ടിൻപുറത്തുകാരനായ മനോഹരന് നഗരത്തിലെ കുട്ടികളുടെ രീതികളൊക്കെ ഒരു കൌതുകം തന്നെയായിരുന്നു. മിക്കവരേയും കണ്ടാൽ സമ്പന്നകുടുംബങ്ങളിൽ നിന്നുള്ളവരെന്നാണു തോന്നുക. അവരുടെ കെട്ടും മട്ടും ഭാവവും വേഷവും ഒക്കെ അത്തരത്തിലുള്ളതാണ്. അത്തരം പെൺകുട്ടികൾ നിരന്നിരിക്കുന്ന ക്ലാസ്സുകളിലാണ് മനോഹരന് പഠിപ്പിക്കേണ്ടിയിരുന്നത്. ആദ്യമൊക്കെ പെൺകുട്ടികളുടെ മുഖങ്ങളിലേക്ക്നോക്കി പഠിപ്പിക്കുക എന്നത് മനോഹരന് ഏറെ വിഷമം പിടിച്ചൊരു കാര്യമായിരുന്നു. പ്രത്യേകിച്ചും, പാഠ്യപദ്ധതിയുടെ ഭാഗമായ ചില സംസ്കൃതനാടകങ്ങളിലെ സ്ത്രീശരീരസൌന്ദര്യത്തിന്റെ തീക്ഷ്ണവർണ്ണനകൾ അടങ്ങിയ പാഠഭാഗങ്ങൾ പഠിപ്പിക്കേണ്ടിവരുമ്പോൾ. പതിയെപ്പതിയെ അതു മാറി. പെൺകുട്ടികളുടെ മുഖത്തു നോക്കിത്തന്നെ പാഠഭാഗങ്ങൾ വിസ്തരിക്കാൻ അയാൾ ധൈര്യമാർജ്ജിച്ചു. എന്നുതന്നെയല്ല, മുൻപത്തെ ക്ലാസ്സിൽ വിവരിച്ച പാഠഭാഗങ്ങളെ ആസ്പദമാക്കി കുട്ടികളോട് ചോദ്യങ്ങൾ ചോദിക്കാനും തുടങ്ങി മനോഹരൻ എന്ന ആത്മാർത്ഥതയുള്ള അദ്ധ്യാപകൻ. കാരണം മുൻപത്തെ പാഠഭാഗങ്ങൾ കുട്ടികൾ റിവൈസ് ചെയ്തിട്ടുണ്ടോ എന്നറിയണമല്ലോ. തന്റെ പഠനകാലത്ത് അങ്ങനെയായിരുന്നു, ഏതു ക്ലാസ്സിൽ പോകുംമുൻപും മുൻപത്തെ പാഠഭാഗങ്ങൾ ഹൃദിസ്ഥമാക്കി വയ്ക്കാൻ അയാൾ ശ്രദ്ധിച്ചിരുന്നു.

അങ്ങനെ, താൻ പഠിപ്പിക്കുന്ന പാഠഭാഗങ്ങൾ കുട്ടികൾ നന്നായി പഠിച്ചിരിക്കണം എന്നാഗ്രഹിച്ച മനോഹരൻ എന്ന അദ്ധ്യാപകൻ, ഏതു ക്ലാസ്സിൽ ചെന്നാലും ആദ്യ പത്തുമിനിറ്റ് കുട്ടികൾ മുൻ പാഠഭാഗങ്ങൾ നന്നായി മനസ്സിലാക്കിയോ ഹൃദിസ്ഥമാക്കിയോ എന്നൊക്കെ

പരിശോധിക്കാൻ ചോദ്യങ്ങൾ ചോദിക്കാനായി നീക്കിവച്ചു.

അപ്പോഴല്ലേ പ്രശ്നങ്ങൾ ഉടലെടുത്തത്. ഒരു കുട്ടിയുടെ നേർക്കു നോക്കി മനോഹരൻ ആദ്യ ചോദ്യം ഉതിർത്തു. അപ്പോഴതാ എഴുന്നേറ്റുനിൽക്കുന്നു, ക്ലാസ്സിന്റെ വലതുഭാഗത്തുനിന്നും ഇടതുഭാഗത്തു നിന്നും ഓരോ കുട്ടികൾ. രണ്ടു കുട്ടികൾ ഉത്തരം പറയാനായി എഴുന്നേറ്റു നിൽക്കുന്നു! മനോഹരനു മനസ്സിലായില്ല. താൻ വലതുഭാഗത്തിരിക്കുന്ന കുട്ടിയോടാണ് ചോദ്യം ചോദിച്ചത്. ഇടതുഭാഗത്തിരിക്കുന്ന ആ കുട്ടിക്കും ചോദ്യത്തിനു ഉത്തരം അറിയാമായിരിക്കും. അതിന്റെ ആവേശത്തിൽ എണീറ്റതാവാം. ആ കുട്ടിയോട് അടുത്ത ചോദ്യം ചോദിക്കാം. മനോഹരൻ ഇടതുവശത്തുള്ള പെൺകുട്ടിയെ ഇരിക്കാൻ കൈകൊണ്ട് ആംഗ്യം കാണിച്ചു. എന്നിട്ട് മറ്റേകുട്ടിയോട് ഉത്തരം പറയാൻ ആവശ്യപ്പെട്ടു.

അടുത്ത ചോദ്യം മനോഹരൻ ഇടതുഭാഗത്തിരുന്ന, നേരത്തേ എണീറ്റ കുട്ടിയോട് ഉത്തരം പറയാൻ ആംഗ്യം കാട്ടിക്കൊണ്ടാണ് ചോദിച്ചത്. പക്ഷേ ആ ചോദ്യത്തിന് ആ കുട്ടിക്ക് ഉത്തരം പറയാനായില്ല. മിണ്ടാതെ നിന്ന ആ കുട്ടിയോട്, 'എന്തേ കഴിഞ്ഞ ദിവസത്തെ പാഠങ്ങൾ പഠിച്ചില്ലേ' എന്നൊരു ചോദ്യമെറിഞ്ഞിട്ട്, 'നെക്സ്റ്റ്' എന്നു പറഞ്ഞു. എണീറ്റു നിൽക്കുന്ന പെൺകുട്ടിയുടെ വലതുഭാഗത്തിരുന്ന പെൺകുട്ടിയെയാണ് മനോഹരൻ 'നെക്സ്റ്റ്' എന്നതുകൊണ്ടുദ്ദേശിച്ചതെങ്കിലും ഇടതു ഭാഗത്തിരുന്ന പെൺകുട്ടിയാണ് എണീറ്റത്. ആരെങ്കിലുമാവട്ടേ, ഉത്തരം പറയുന്നുണ്ടോ എന്നറിഞ്ഞാൽ മതി എന്നു വിചാരിക്കയാൽ, ആ പെൺകുട്ടിയെ ഇരുത്തിയിട്ട് ഉദ്ദേശിച്ച പെൺകുട്ടിയെ എണീൽപ്പിക്കാൻ

മനോഹരൻ മുതിർന്നില്ല. എഴുന്നേറ്റ പെൺകുട്ടിയാകട്ടേ തപ്പിയും തടഞ്ഞും മുക്കിയും മൂളിയുമൊക്കെ എന്തൊക്കെയോ പറഞ്ഞൊപ്പിച്ചു. കഴിഞ്ഞ പാഠഭാഗം വായിച്ചു പഠിച്ചിട്ടില്ലെന്ന് വ്യക്തം. ഓർമ്മയിൽ നിന്ന് എന്തൊക്കെയോ തട്ടി വിടുകയാണ്. അത്രയും നല്ലത്. ക്ലാസ്സിൽ ശ്രദ്ധിക്കയെങ്കിലും ചെയ്തല്ലോ. അന്നു പിന്നെ മനോഹരൻ ചോദ്യങ്ങൾ ചോദിക്കാൻ മുതിർന്നില്ല. പകരം ഒരു ക്ലാസ്സിൽ വരും മുൻപ് മുൻപാഠഭാഗങ്ങൾ വായിച്ച് ഹൃദിസ്ഥമാക്കേണ്ടതിന്റെ ആവശ്യകതയെ കുറിച്ചും അങ്ങനെ ചെയ്യുന്നതിന്റെ ഗുണങ്ങളെ കുറിച്ചും കുട്ടികളോട് സംസാരിച്ചു. പിന്നെ പുതിയ പാഠഭാഗങ്ങൾ പഠിപ്പിച്ചു. ക്ലാസ്സിന്റെ അവസാനം അടുത്ത ക്ലാസ്സിൽ താൻ ചോദ്യങ്ങൾ ചോദിക്കുമെന്നും എല്ലാവരും അതിനു തയ്യാറെടുത്തു വരണമെന്നുമുള്ള മുന്നറിയിപ്പ് നൽകി. കുട്ടികൾ തലകുലുക്കി സമ്മതിച്ചു.

ഈ ചോദ്യം ചോദിക്കൽ പ്രക്രിയ മനോഹരൻ മറ്റു ക്ലാസ്സുകളിലും ആവർത്തിച്ചു. പലപ്പോഴും ആദ്യക്ലാസ്സിൽ സംഭവിച്ചതുപോലെ തന്നെ ക്ലാസ്സിന്റെ രണ്ടു കോണുകളിൽ നിന്ന് കുട്ടികൾ എണീറ്റുനിന്നു. ചിലർ പകുതി എണീറ്റിട്ട് സംശയിച്ച് ഇരിക്കുന്നു. എഴുന്നേൽക്കുന്ന രണ്ടു കുട്ടികൾ പരസ്പരം നോക്കിയിട്ട് അതിലൊരാൾ ശങ്കിച്ചു ഇരിക്കുന്നു. മനോഹരൻ ആരെയാണോ ഉദ്ദേശിച്ചത് ചിലപ്പോൾ ആ പെൺകുട്ടിയാവും ഇരിക്കുക. എങ്കിലും ആദ്യത്തെ തവണ ചെയ്തതുപോലെ മനോഹരൻ അതു തിരുത്താൻ പോയില്ല. ക്ലാസ്സിലെ മറ്റുപെൺകുട്ടികൾ അടക്കി ചിരിക്കുന്നുമുണ്ട്. ഇതെന്താണിങ്ങനെ എന്നു മനോഹരൻ മനസ്സിൽ അതിശയിക്കുകയും ചെയ്തു. ചോദ്യത്തിനു ഉത്തരം പറയാൻ ആരാണ് എഴുന്നേൽക്കേണ്ടത് എന്ന, കുട്ടികളുടെ കൺഫ്യൂഷനും

അതുകണ്ട് മറ്റുകുട്ടികളുടെ അടക്കിപ്പിടിച്ച ചിരിയുമൊക്കെ രണ്ടുമൂന്നാവർത്തി ആയപ്പോൾ ഒരു ക്ലാസ്സിൽ മനോഹരൻ ചോദിച്ചു, 'ഇതെന്താണിത്ര കൺഫ്യൂഷൻ നിങ്ങൾക്ക്?' മനോഹരന്റെ ആ കൺഫ്യൂഷന് മുൻബഞ്ചിലിരുന്ന ഒരു പെൺകുട്ടി വെട്ടിത്തുറന്നങ്ങ് ഉത്തരം പറഞ്ഞു, 'സർ, സാറിന്റെ കണ്ണു കണ്ടാൽ.. സാർ എങ്ങോട്ടാണു നോക്കുന്നതെന്നു മനസ്സിലാവില്ല... ' ആ പെൺകുട്ടി ചിരിച്ചു.

അപ്പോഴാണ് ആ സത്യം മനോഹരന്റെ ബോധമണ്ഡലത്തിലേക്ക് വന്നത്. തനിക്കു കോങ്കണ്ണാണല്ലോ! കാഴ്ചക്കു തകരാറൊന്നുമില്ലെങ്കിലും, തന്റെ രണ്ടു കൃഷ്ണമണികളും രണ്ടു ദിശയിലേക്കാണു നോക്കുക. അതാണ് ക്ലാസ്സിലെ രണ്ടു വശത്തിരിക്കുന്നവർ ഒരേസമയം എഴുന്നേൽക്കുന്നത്. വലതുവശത്തിരിക്കുന്ന കുട്ടിക്കു തോന്നുന്നു തന്നെയാണു നോക്കുന്നതെന്ന്, ഇടതുവശത്തിരിക്കുന്ന കുട്ടിക്കും തോന്നുന്നു, തന്നെയാണു നോക്കുന്നതെന്ന്. അങ്ങനെ രണ്ടുപേരും എഴുന്നേൽക്കുന്നു. മനോഹരനു കാര്യം പിടികിട്ടി.

മുൻബഞ്ചിലിരുന്ന പെൺകുട്ടിയുടെ വെട്ടിത്തുറന്നുള്ള പറച്ചിൽ കേട്ട് ചില പെൺകുട്ടികൾ ഒരു ചെറു ഞെട്ടലോടെ 'ശ്ശോ..' എന്നു പറഞ്ഞു പോയി; പലരും കൈവിരലുകൾ കൊണ്ട് വായ് പൊത്തി. യാഥാർത്ഥ്യമാണെങ്കിലും അതിങ്ങനെ വെട്ടിത്തുറന്ന് പറയാൻ പാടുണ്ടോ? അത്തരം മര്യാദകൾ പാലിക്കേണ്ടതാണെന്ന ചിന്തയില്ലാത്തവർ ഒട്ടും മടികൂടാതെ തന്നെ ചിരിച്ചു. മനോഹരൻ വല്ലാതെ ചൂളിപ്പോയി എങ്കിലും മനസ്സാന്നിദ്ധ്യം വീണ്ടെടുത്ത്, 'ഓ, അതാണോ കാര്യം' എന്നൊരു ചോദ്യത്തോടെ ചിരിച്ചുകൊണ്ട് ആ സന്ദർഭത്തെ നേരിട്ടു. ഇനി

ചോദ്യങ്ങൾ ചോദിക്കുന്നത് വേണ്ടെന്നു വക്കാം എന്ന് മനസ്സിൽ ഒരുനിമിഷം തോന്നിപ്പോയെങ്കിലും, കുട്ടികളുടെ മുമ്പിൽ അങ്ങനൊരു തോൽവി വേണ്ടെന്ന ദൃഢനിശ്ചയത്തോടെ പറഞ്ഞു, 'ശരി, ഇനി നിങ്ങൾക്ക് കൺഫ്യൂഷനാകാതെ ചോദിക്കാം'. അടുത്ത നിമിഷം തന്നെ മനോഹരൻ ചോദ്യമെറിയുകയും ഉത്തരം പറയണമെന്ന് ഉദ്ദേശിക്കുന്ന കുട്ടിയുടെ നേർക്ക് കൈ ചൂണ്ടുകയും ചെയ്തു. ഇപ്പോൾ രണ്ടു പേർ ഒരേ സമയം എണീറ്റില്ല. ഉദ്ദേശിച്ച ആൾ തന്നെ എണീറ്റു നിന്ന് ഉത്തരം പറഞ്ഞു. അങ്ങനെ തന്റെ കോങ്കണ്ണു കൊണ്ടുണ്ടായ പ്രതിസന്ധിയെ മനോഹരൻ മറികടന്നു.

പറഞ്ഞല്ലോ, മനോഹരനു വയസ്സ് 28. യുവത്വത്തിന്റേതായ സകല മോഹാവേശങ്ങളും കത്തി നിൽക്കുന്ന പ്രായം. യൌവ്വനസ്വപ്നങ്ങൾ വിടർന്നു വിലസി നിൽക്കുന്ന കാലം. എങ്കിലും മര്യാദ വിട്ടൊരു നോട്ടമോ, ചലനമോ, വാക്കോ ഒരിക്കലും ഒരു പെൺകുട്ടിയുടെ നേർക്കും മനോഹരന്റെ ഭാഗത്തു നിന്നുണ്ടായില്ല. തികച്ചും മര്യാദക്കാരനായൊരു അദ്ധ്യാപകനായിരുന്നു മനോഹരൻ.

അങ്ങനെ മര്യാദാപുരുഷോത്തമനെങ്കിലും മനോഹരനും ഒരു മനുഷ്യനല്ലേ? യൌവ്വനത്തിന്റെ നെറുകയിലെത്തി നിൽക്കുന്ന കാലവുമല്ലേ? മനോഹരനു ഒരു പെൺകുട്ടിയിൽ മനസ്സുടക്കി. മൂന്നാം വർഷ ഡിഗ്രിക്ലാസ്സിൽ പഠിക്കുന്ന മിസ്സ് സുമിത. അതിനൊരു കാരണമുണ്ടായി.

ഒരിക്കൽ സ്റ്റാഫ്റൂമിൽ ഇരിക്കുമ്പോൾ അറിയാതെ ശ്രദ്ധിച്ചു പോയതാണ്, വളരെ സീനിയറായ കനകം

ടീച്ചറുടെ വായിൽ നിന്നു വീണ വാക്കുകൾ - 'ഓ, അതൊരു ഇളക്കക്കാരിയാണല്ലോ.. വാചകമടിക്കും കുറവില്ല...'

ആരെക്കുറിച്ചാണവർ പറഞ്ഞത് എന്നറിയില്ലായിരുന്നു അന്ന് മനോഹരന്. പക്ഷേ താമസിയാതെ അതറിയാനുള്ള സന്ദർഭമുണ്ടായി. ഒരു ദിവസം ഉച്ച കഴിഞ്ഞ നേരം മൂന്നു കുട്ടികൾ സ്റ്റാഫ് റൂമിലേക്കു കടന്നു വന്നു. മാഗസിൻ കമ്മിറ്റിയിലെ സ്റ്റാഫ് മെംബറായ ദേവദത്തൻ സാറിനെ കാണാനായിരുന്നു അത്. വന്ന പെൺകുട്ടികളിൽ ഒരാൾ സംസാരിക്കാൻ തുടങ്ങിയപ്പോഴാണു മനോഹരൻ അവരെ ശ്രദ്ധിച്ചുപോയത്. അല്പം ഉയർന്ന സ്വരത്തിലാണു സംസാരം. ദേവദത്തൻ സാറിന്റെ മാത്രമല്ല, ബാക്കി അവിടിരിക്കുന്ന എല്ലാവരുടേയും ചെവികളിൽ പതിയുംവിധം. ഇടയ്ക്കു ദേവദത്തൻ സാറും മറ്റു രണ്ടു പെൺകുട്ടികളും സംസാരിക്കുന്നുണ്ട്. പക്ഷേ അതൊന്നും ആ പെൺകുട്ടി പറയുന്നതു പോലെ അത്ര ഉച്ചത്തിലല്ലാത്തതിനാൽ വ്യക്തവുമല്ല. സ്റ്റാഫ് റൂമിൽ കനകം ടീച്ചറും മറ്റൊരു യുവഅദ്ധ്യാപകൻ ഡേവിഡും മനോഹരനെ കൂടാതെയുണ്ട്. കനകം ടീച്ചർ കോമ്പോസിഷൻസ് കറക്റ്റ് ചെയ്യുകയായിരുന്നു. ഡേവിഡ് ഏതോ നോവൽ വായനയിലും. പെൺകുട്ടികൾ കയറിവന്ന് ദേവദത്തൻ സാറുമായി ഡിസ്കഷൻ തുടങ്ങിയപ്പോൾ ഡേവിഡ് വായന നിറുത്തി കൌതുകപൂർവ്വം അവരെ വീക്ഷിച്ചിരിക്കുന്നത് മനോഹരന്റെ ശ്രദ്ധയിൽ പെട്ടിരുന്നു. ആ പ്രവൃത്തി ശരിയല്ലല്ലോ എന്നു മനസ്സിൽ വിചാരിച്ചുകൊണ്ടു സ്വപ്രവൃത്തി തുടരുകയും ചെയ്തു. പക്ഷേ ഉയർന്ന ശബ്ദത്തിൽ ആ പെൺകുട്ടി സംസാരിക്കുമ്പോൾ എത്ര നിയന്ത്രിച്ചിട്ടും അനുസരിക്കാതെ മനോഹരന്റെ

നയനങ്ങൾ ആ പെൺകുട്ടിയുടെ നേർക്ക് പലവട്ടം പാഞ്ഞു ചെന്നു.

തന്റെ നേർഎതിർവശത്തിരിക്കുന്ന ദേവദത്തൻ സാറിന് അഭിമുഖമായി നിൽക്കുന്ന പെൺകുട്ടികൾ മനോഹരനു പിൻതിരിഞ്ഞാണു നിൽക്കുന്നത്. അതിനാൽ അവരുടെ മുഖങ്ങൾ കാണാൻ വയ്യ.

ഉച്ചത്തിൽ സംസാരിക്കുന്ന ആ പെൺകുട്ടിക്ക് മറ്റു രണ്ടുപേരെക്കാൾ പൊക്കമുണ്ട് എന്നതും തലമുടി നന്നേ ചുരുണ്ടിടതൂർന്ന് നീളം കുറഞ്ഞതാണെന്നുമുള്ള കാര്യങ്ങൾ മനോഹരന്റെ മനസ്സിൽ പതിഞ്ഞു. ആള് സ്മാർട്ടും ആണ്. അതാണല്ലോ സ്റ്റാഫ് റൂമിൽ കടന്നു വന്ന് ഒരു ക്ലൂസലുമില്ലാതെ ഇങ്ങനെ ഉച്ചത്തിൽ സംസാരിക്കുന്നത്.

ദേവദത്തൻ സാറുമായുള്ള ചർച്ച കഴിഞ്ഞ് പെൺകുട്ടികൾ മടങ്ങിയപ്പോൾ മനോഹരൻ ആ പെൺകുട്ടിയുടെ മുഖവും ശ്രദ്ധിച്ചു. എന്നിട്ട് മനസ്സിൽ പറഞ്ഞു, കാണാനും തരക്കേടില്ല.

അവർ വാതിലിനടുത്തെത്താറായപ്പോൾ ദേവദത്തൻ മാഷ് ഒരു പേപ്പർ പൊക്കിപ്പിടിച്ചുകൊണ്ടു വിളിച്ചു, 'എടോ സുമിതാ, ഇതാ ഇതുകൂടി കൊണ്ടുപോകൂ... ഇത് ഇന്നു കിട്ടിയ ആർട്ടിക്കിളാണ്.'

സുമിത എന്ന ആ പെൺകുട്ടി തിരിച്ചു വന്നു ആ പേപ്പർ വാങ്ങിപ്പോയി. മൂവരും വാതിലിനപ്പുറത്തേക്കു മറഞ്ഞപാടേ കനകം ടീച്ചർ തലയുയർത്തി. എന്നിട്ട് ദേവദത്തൻ സാറിനോടായി കനത്ത ശബ്ദത്തിൽ പറഞ്ഞു, 'മാഷേ, ഇവരെയൊന്നും ഇങ്ങനെ പ്രോത്സാഹിപ്പിക്കരുത്. ഹാലിളകി നടക്കയാണോരോന്ന്. എന്തൊരൊച്ചയിലാ സംസാരം!'

'കോളേജ് മാഗസിനിലെ മാറ്ററിനെ കുറിച്ച് ഡിസ്കസ് ചെയ്യാൻ വന്നതാ ടീച്ചർ. മാഗസിൻ കമ്മിറ്റിയിലെ ടീച്ചർ മെംബറാണു ഞാൻ. സ്റ്റുഡന്റ് എഡിറ്ററുമായി സംസാരിക്കാതിരിക്കാൻ പറ്റുമോ?' ദേവദത്തൻ മാഷ് തന്റെ ഭാഗം വ്യക്തമാക്കി.

'ആങ്, എല്ലാത്തിനും ഒരു രീതിയൊക്കെ വേണം.' കനകം ടീച്ചർ നീരസം ഒട്ടും മറച്ചുവച്ചില്ല.

കനകം ടീച്ചർ അങ്ങനെയാണ്. വല്ലാത്ത ഗൌരവക്കാരി. ഒരിക്കലും ചിരിച്ചു കണ്ടിട്ടില്ല. എന്നുമാത്രമല്ല, മറ്റുള്ളവർ ചിരിക്കുന്നത് കാണുന്നതു ചതുർത്ഥിയുമാണ്. പെൺകുട്ടികൾ ചിരിച്ചുല്ലസിക്കുന്നത് ടീച്ചർ കാണാനിടയായാൽ നീണ്ട ശകാരം ഉറപ്പ്. സ്റ്റാഫ് റൂമിൽ പുരുഷാദ്ധ്യാപകർ മാത്രം ഇരിക്കുന്ന വേളകളിൽ പെൺകുട്ടികൾ അങ്ങോട്ടു കടന്നുചെല്ലാൻ പാടില്ലെന്ന് ഒരു അലിഖിത നിയമം വരെ ടീച്ചർ ഉണ്ടാക്കിയിട്ടുണ്ട് പോലും! അങ്ങനൊരു സന്ദർഭത്തിനു മനോഹരൻ സാക്ഷിയായിട്ടുമുണ്ട്. ഒരിക്കൽ മനോഹരനും മറ്റു രണ്ടു പുരുഷാദ്ധ്യാപകരും മാത്രം ഉണ്ടായിരുന്ന സമയത്ത് ഒരു കൊച്ചു പെൺകുട്ടി കടന്നുവന്ന് ഒരു ലേഡി ടീച്ചറുടെ മേശമേൽ കറക്ടു ചെയ്തു വച്ചിരുന്ന കോമ്പോസിഷൻ ബുക്കുകൾ പരതി ആ കുട്ടിയുടെ ബുക്കെടുത്ത് പരിശോധിച്ചു പുറത്തേക്കിറങ്ങുന്നതിനിടയിൽ കനകം ടീച്ചർ ക്ലാസ്സ് കഴിഞ്ഞു സ്റ്റാഫ്റൂമിലേക്കു വന്നു. ബുക്കുമായി പുറത്തേക്കിറങ്ങുകയായിരുന്ന കുട്ടിയെ പിടിച്ചു നിറുത്തി ചോദ്യംചെയ്തു.

'എന്തിനാ ഇവിടെ വന്നത്? '

'കോമ്പോസിഷൻ നോട്ട് എടുക്കാനായിരുന്നു ടീച്ചർ', കുട്ടി തന്റെ കയ്യിലെ ബുക്ക് ടീച്ചറെ കാണിച്ചു.

'ഇവിടെയിങ്ങനെ എപ്പോഴും കയറിയിറങ്ങരുത്. ബുക്കെടുക്കണമെങ്കിൽ ഉച്ചക്ക് ലഞ്ച് ഇന്റർവെൽ സമയത്ത് വരുക... ലേഡിടീച്ചേർസ് സ്റ്റാഫ്റൂമിൽ ഉള്ള സമയത്ത് മാത്രം...'

ആ പെൺകുട്ടി അമ്പരന്ന ഒരു നോട്ടത്തോടെ തലകുലുക്കി. പിന്നെ പുറത്തേയ്ക്ക് ഒരൊറ്റ പാച്ചിൽ.

മനോഹരനും കൂട്ടരും അവിടെ യാതൊന്നും നടന്നിട്ടില്ലെന്നും, നടന്നിട്ടുണ്ടെങ്കിൽ തന്നെ അതൊന്നും കണ്ടിട്ടും കേട്ടിട്ടും ഇല്ലെന്നും ഉള്ള ഭാവത്തിൽ ഇരുന്നു.

കനകം ടീച്ചർ നാലഞ്ചു ദിവസം മുൻപു പറഞ്ഞ ആ ഇളക്കക്കാരി ഈ സുമിത അല്ലേ എന്നു മനോഹരൻ സംശയിച്ചു. ടീച്ചറുടെ നോട്ടത്തിൽ ഇളക്കക്കാരി, വാചകമടിക്കാരി, ഹാലിളകി നടക്കുന്നവൾ, ഉച്ചത്തിൽ സംസാരിക്കുന്നവൾ... ആ പെൺകുട്ടി ഇത്തിരി സ്മാർട്ട് ആണ്, അതിന് ടീച്ചർ എന്തിനേ ഇങ്ങനെയൊക്കെ പറയുന്നു?

മനോഹരനു ടീച്ചറോട് ഒരല്പം ഈർഷ്യയും ആ പെൺകുട്ടിയോട് അനുഭാവവും തോന്നി.

പിന്നെപ്പിന്നെ സുമിതയെ മനോഹരൻ ശ്രദ്ധിക്കാൻ തുടങ്ങി. ഓരോ തവണ കാണുമ്പോഴും ആ കുട്ടിയോടുള്ള ഇഷ്ടം കൂടിക്കൂടി വന്നു. അവസാനം അയാൾ ഒരു നിഗമനത്തിലെത്തി. അവളെ ജീവിതസഖിയായി കിട്ടാൻ തന്റെ മനസ്സ് ആഗ്രഹിക്കുന്നു.

മദ്ധ്യവേനലവധിക്ക് കോളേജ് അടയ്ക്കാറായി. കുട്ടികൾ പരീക്ഷാത്തയ്യാറെടുപ്പിലായതിനാൽ കോളേജ്

മിക്കവാറും ശൂന്യം. ഡിഗ്രി ക്ലാസ്സുകളിലേയും പി.ജി. ക്ലാസ്സുകളിലേയും ഫൈനൽ സെമിസ്റ്റർകാർ മാത്രം വരുന്നുണ്ട്.

മനോഹരൻ ഒരു തീരുമാനമെടുത്തു. ഇനി വൈകിക്കരുത്, സുമിതയെ കണ്ട് കാര്യം പറയണം. അതിനായി ഒരു അവസരം അയാൾ കണ്ടുപിടിച്ചു. സുമിത പതിവായി ലൈബ്രറിയിൽ പോയിരുന്നു വായിക്കുന്ന പതിവുണ്ട് കോളേജ് സമയം കഴിഞ്ഞ്. അങ്ങനെ ഒരു ദിവസം. മനോഹരനും ലൈബ്രറിയിൽ എത്തി. സുമിത ഇരിക്കുന്ന മേശയുടെ മറുവശത്തുള്ള കസേരയിൽ ചെന്നിരുന്നു.

സുമിത അദ്ധ്യാപകനെ കണ്ട് എണീറ്റുനിന്നു.

'സുമിത ഇരുന്നോളൂ.'

സുമിത ഇരുന്നു.

മനോഹരൻ മുഖവുരയൊന്നും കൂടാതെ പറഞ്ഞു, 'സുമിതയോടൊരു കാര്യം സംസാരിക്കാനാണ് ഞാൻ വന്നത്. സുമിതയെ ഞാൻ ഇഷ്ടപ്പെടുന്നു, ജീവിതസഖിയാക്കണമെന്ന് ആഗ്രഹിക്കുന്നു, ജാതി വ്യത്യാസമില്ല. സുമിതയുടെ അഭിപ്രായം പറയണം.'

ഇത്രയും പറഞ്ഞ് മനോഹരൻ ആ പെൺകുട്ടിയുടെ മിഴികളിൽ കണ്ണുനട്ടിരുന്നു.

തീരെ അപ്രതീക്ഷിതമായ ഈ ആവശ്യം കേട്ട് ആകെ പകച്ചുപോയ സുമിത അന്തംവിട്ട് ആ അദ്ധ്യാപകന്റെ മുഖത്തു നോക്കി കുറേയേറെ നിമിഷങ്ങൾ ഇരുന്നു. പിന്നെ ആ മുഖം ചുവന്നുതുടുത്തു. വായിച്ചു കൊണ്ടിരുന്ന പുസ്തകം ഒരു ശബ്ദത്തോടെ അടച്ചുവച്ച് ബാഗ് വലിച്ചെടുത്ത് തോളിലിട്ട് കനപ്പിച്ച

കാൽവയ്പ്പുകളോടെ അവൾ ലൈബ്രറിയിൽ നിന്നിറങ്ങിപ്പോയി.

മനോഹരനും അന്തംവിട്ടുപോയി. എന്തേ? താനെന്തെങ്കിലും തെറ്റുചെയ്തോ? ആ പെൺകുട്ടിയെ ഇഷ്ടപ്പെട്ടു, അതു തുറന്നുപറഞ്ഞ് വിവാഹാഭ്യർത്ഥന നടത്തി. അതു തെറ്റാണോ? അരുതാത്തതൊന്നും പറഞ്ഞില്ല, ചെയ്തില്ല. ഒരു പുരുഷൻ ഇങ്ങനെയൊക്കെയായിരിക്കില്ലേ വിവാഹാഭ്യർത്ഥന നടത്തുക?

മനോഹരൻ ആ പെൺകുട്ടി പോയ വഴിയേ മിഴിനട്ടിരുന്നു. അതെന്തേ ആ പെൺകുട്ടി ഇങ്ങനെ ഒന്നും മിണ്ടാതങ്ങു പൊയ്ക്കളഞ്ഞത്? എന്തെങ്കിലും ഒരുത്തരം പറഞ്ഞിട്ടു പോകരുതോ?

ഇതൊക്കെ ആരെങ്കിലും കണ്ടോ, ആരെങ്കിലും എന്തെങ്കിലും വിചാരിക്കുമോ എന്നുള്ള ചിന്തയൊന്നും മനോഹരനുണ്ടായില്ല. കാരണം, മനോഹരനെ സംബന്ധിച്ചിടത്തോളം പ്രായപൂർത്തിയായ ഒരു പുരുഷൻ പ്രായപൂർത്തിയായ ഒരു സ്ത്രീയോട് വിവാഹാഭ്യർത്ഥന നടത്തുന്നത് തികച്ചും സ്വാഭാവികമായ കാര്യം മാത്രം. അതിൽ എന്തു തെറ്റാണുള്ളത്? പിന്നെ അദ്ധ്യാപകൻ - വിദ്യാർത്ഥിനി ബന്ധം തങ്ങൾക്കിടയിലില്ല. സുമിതയുടെ ക്ലാസ്സിൽ താൻ പഠിപ്പിച്ചിട്ടില്ല.

അന്നത്തെ രാത്രി മനോഹരന് ഉറക്കം ശരിയായില്ല. സുമിത ഒരുത്തരം തരാതെ പോകാനുള്ള കാരണമെന്താവും? ചിലപ്പോൾ നാളെ പറയുമായിരിക്കും. അല്ലെങ്കിൽ വീട്ടുകാരോടൊന്ന് ആലോചിക്കണമായിരിക്കും. ഇത്രയും സ്മാർട്ട് ആയ കുട്ടിക്ക് തനിച്ചൊരു തീരുമാനമെടുക്കാൻ

ആവില്ലെന്നോ! തനിക്കു ഇഷ്ടമായി, സുമിതക്കും ഇഷ്ടമാണെങ്കിൽ പിന്നെ വീട്ടുകാരെക്കൂടി ഉൾക്കൊള്ളിച്ച് തീരുമാനങ്ങൾ എടുക്കാമല്ലോ. ഇങ്ങനെ പലവിധമായ ചിന്താധാരകൾ മനോഹരന്റെ മനസ്സിലൂടെ കടന്നു പോയ്ക്കൊണ്ടിരുന്നതിനാൽ നിദ്ര അകന്നുനിന്നു.

അങ്ങനെ പല കാരണങ്ങൾ ചിന്തിച്ചു നോക്കിയെങ്കിലും, താൻ വിവാഹാഭ്യർത്ഥനയുമായി ചെന്നത് ആ കുട്ടിക്കിനി ഇഷ്ടമാകാതിരുന്നോ എന്ന ചിന്ത ഏറ്റവും അവസാനമാണ് അയാളുടെ മനസ്സിൽ ഉദിച്ചത്. ആ ചിന്ത അയാളെ തളർത്തി; പിന്നെ മനസ്സിൽ കുറ്റബോധമുദിച്ചു. ആ പെൺകുട്ടിയോട് നേരിട്ട് ചോദിക്കണ്ടായിരുന്നു, അവളുടെ വീട്ടുകാരെ കണ്ട് കാര്യം അവതരിപ്പിക്കാമായിരുന്നു. ഏതായാലും ചോദിച്ചു പോയി. ഇനി നാളെ അവളോട് സോറി പറയാം. അവസാനം ആ തീരുമാനത്തിലെത്തിയ ശേഷമാണ് മനോഹരൻ അല്പമൊന്നുറങ്ങിയത്.

പിറ്റേന്ന് കോളേജിൽ എത്തിയപാടേ മനോഹരൻ സുമിതയുടെ ക്ലാസ്സ്റൂമിലേക്ക് നടന്നു. കോറിഡോറിലൂടെ നടക്കുമ്പോൾ തന്നെ സുമിതയുടെ സംസാരത്തിന്റെ ഒച്ച കേൾക്കാമായിരുന്നു. അവൾ ക്ലാസ്സിലുണ്ട്, പുറത്തേയ്ക്ക് വിളിച്ച് സോറി പറയാം.

ക്ലാസ്സ്റൂമിന്റെ വാതിൽക്കൽ എത്താറായപ്പോൾ സുമിതയുടെ സംസാരം നല്ലവണ്ണം കേൾക്കാമെന്നായി.

'..... അയാൾക്ക് എന്താടേ വട്ടുണ്ടോ? ഇങ്ങനത്തെ വട്ടന്മാരെയൊക്കെയാണല്ലോ ദൈവമേ കോളേജ്ടീച്ചറായൊക്കെ നിയമിച്ചേക്കുന്നത്! ഓ... ഒരു *മനോഹരൻ* പോലും! കോന്ത്രമ്പല്ലും കോങ്കണ്ണുമുള്ള ആ കാക്കക്കറുമ്പനു ആരാണാവോ ഈ

പേരിട്ടുകൊടുത്തത്?! കണ്ടാലും പറയും *മനോ..ഹരനാ*ണെന്ന്... '

മറ്റുകുട്ടികളുടെ ചിരിമുഴങ്ങി.

ഒരടി മുന്നോട്ടു വയ്ക്കാനാകാതെ സ്തംഭിച്ചു നിന്നുപോയി മനോഹരൻ. എത്ര നിമിഷങ്ങൾ ആ നില്പു തുടർന്നു എന്നറിയില്ല. സ്ഥലകാലബോധം വന്നു സമനില വീണ്ടെടുക്കാൻ അയാൾ പണിപ്പെട്ടു.

തന്റെ പ്രൊപ്പോസൽ ആ കുട്ടിക്കു ഇഷ്ടമായില്ല എന്നതു വ്യക്തമായി. ഇനി സോറി പറയുന്നത് താമസിപ്പിക്കണ്ട. ഉറച്ചുപോയിരുന്ന കാലുകൾ വലിച്ചെടുത്ത് അയാൾ ക്ലാസ്സ് റൂമിന്റെ വാതിൽക്കൽ എത്തി.

ചെവിയിൽ പതിഞ്ഞതൊന്നും കേട്ടിട്ടില്ല എന്ന ഭാവം മുഖത്തണിഞ്ഞ് പതറാത്ത ശബ്ദത്തിൽ വിളിച്ചു, 'സുമിത, വൺ മിനിറ്റ്... പ്ലീസ് കം.'

സുമിത ഞെട്ടിത്തിരിഞ്ഞു നോക്കി. അവളുടെ മുഖം വിവർണ്ണമായി. തിരിഞ്ഞ് കൂട്ടുകാരുടെ നേർക്ക് നോക്കി. അവരും സ്തബ്ധരായിരിക്കുകയാണ്. മനോഹരൻ സാർ വെയിറ്റ് ചെയ്യുന്നതു കണ്ട് അവൾ മടിച്ചു മടിച്ച് പുറത്തേക്കു വന്നു. മുഖം കടന്നൽ കുത്തിയ പോലുണ്ട്.

മനോഹരൻ വാതിലിൽനിന്ന് ഒരല്പം മാറിനിന്നു. തന്നെ മറ്റുകുട്ടികൾ കാണണ്ട. ശബ്ദം ഇടറാതിരിക്കാൻ ശ്രമിച്ചുകൊണ്ട് പറഞ്ഞു, 'എന്റെ പ്രൊപ്പോസൽ കുട്ടിക്ക് ഇഷ്ടമായില്ലെങ്കിൽ... ഓക്കെ..അത്.. മറന്നേക്കു പ്ലീസ്... ഇറ്റ്സ് ഓക്കെ.. ഞാൻ സോറി പറയാനാണ് വന്നത്.. അയാം സോറി .. റിയലി സോറി.'

സുമിത അയാളുടെ മുഖത്തേക്കുതന്നെ പരപരാ നോക്കിനിന്നതല്ലാതെ ഒരുവാക്കും ഉരിയാടിയില്ല. ഒരു മറുപടി മനോഹരൻ പ്രതീക്ഷിച്ചുമില്ല. അയാൾ തിരിഞ്ഞു നടന്നു.

മനോഹരന് വളച്ചുകെട്ടലുകളും അടവുകളും ഒന്നും അറിയില്ല. എല്ലാം നേരെ വാ നേരേ പോ എന്ന മട്ടിൽ ചോദിക്കും, പറയും. ജീവിതത്തിലെ ഒരു പ്രധാനസംഭവമായ വിവാഹത്തിന്റെ കാര്യത്തിലും മനോഹരന് അത്തരം ഒരു സമീപനമേ സാധിക്കുമായിരുന്നുള്ളൂ. ഒരു പെൺകുട്ടിയെ ഇഷ്ടപ്പെട്ടു, അവളോട് നേരിട്ട് കാര്യം അവതരിപ്പിച്ചു. അതാണോ സുമിതക്ക് വട്ട് എന്ന് തോന്നിയത്?

അയാളുടെ മനം തളർന്നുപോയിരുന്നു. ഉച്ചവരെ എങ്ങനെയോ സ്റ്റാഫ്റൂമിൽ കഴിച്ചുകൂട്ടിയ ശേഷം ഹാഫ് ഡേ കാഷ്വൽ ലീവ് എടുത്തു മുറിയിൽ വന്നു.

വന്നപാടേ അയാൾ പെട്ടിതുറന്ന് വസ്ത്രങ്ങൾക്കടിയിലായി വച്ചിരുന്ന ചെറിയ കണ്ണാടി പുറത്തെടുത്തു. ഇതുവരെ അതയാൾക്ക് ഉപയോഗിക്കണമെന്നു തോന്നിയിട്ടില്ല. മുറിയിൽ ഒരു ചെറിയ കണ്ണാടിയലമാരയുണ്ട്. അതിലെ നന്നേ മങ്ങിയ കണ്ണാടിയിൽ നോക്കിയായിരുന്നു ഇത്രനാളും മനോഹരൻ മുടിചീകുകയും ഡ്രസ്സ് ചെയ്യുകയും ചെയ്തിരുന്നത്. കുളിമുറിയിൽ വാഷ്ബേസിനു മുകളിൽ കുറച്ചുകൂടി നല്ല ഒരു ചെറിയ കണ്ണാടി ഉറപ്പിച്ചിട്ടുണ്ട്. ഷേവ് ചെയ്യാൻ അതുമതി. നല്ല തെളിച്ചമുള്ള ഒരു കണ്ണാടി വേണമെന്ന് അയാൾക്ക് ഇതേവരെ തോന്നിയിരുന്നില്ല.

മനോഹരൻ ആ ചെറിയ കണ്ണാടി ജാലകത്തിനടുത്തു കൊണ്ടുചെന്ന് തന്റെ മുഖത്തിനു നേർക്ക് പിടിച്ചു.

സ്വയം ഒരു വിലയിരുത്തലിനായി. ആദ്യം പല്ലുകൾ ശ്രദ്ധിച്ചു. പല്ലുകൾക്ക് നല്ല വെണ്മയുണ്ട്. അമ്മ പൊതിഞ്ഞുകെട്ടി തന്നയക്കുന്ന ഉപ്പുചേർത്ത ഉമിക്കരിയുടെ ഗുണം. പക്ഷേ ഇരുവരിയിലേയും പല്ലുകൾക്ക് മുൻപോട്ട് ഉന്തലുണ്ട്. പല്ലുകൾക്കിടയിൽ വിടവുമുണ്ട്. ശരിയാണ് തനിക്ക് കോന്ത്രമ്പല്ലാണ്. കണ്ണുകൾ കോങ്കണ്ണാണെന്ന് നേരത്തേതന്നെ അറിയാമായിരുന്നു; എങ്കിലും ഓർമ്മയിൽ വയ്ക്കാതിരുന്ന ആ സത്യം ഈയിടെയാണല്ലോ ഒരു വിദ്യാർത്ഥിനി ഓർമ്മപ്പെടുത്തിയത്. താൻ കോങ്കണ്ണനാണ്. ഇനി അടുത്ത വിശേഷണം കാക്കക്കറുമ്പൻ എന്നാണ്. ഇടതൂർന്ന രോമങ്ങളുള്ള വടിവൊത്ത പുരികങ്ങളും കനത്ത മേൽമീശയുമുണ്ട്. പക്ഷേ മുഖത്ത് അവ പ്രത്യേകമായി തിരിച്ചറിയപ്പെടുന്നില്ല. കാരണം മീശയിലേയും പുരികങ്ങളിലേയും രോമങ്ങളുടെ അതേ നിറം തന്നെയാണ് തൊലിക്കും. കാക്കയുടെ തൂവലുകൾക്കും ഇതേ നിറം തന്നെയാണ്, അല്ലേ? ആണ്... പ്രത്യേകിച്ചും ബലിക്കാക്കയുടെ തൂവലുകൾക്ക്. മനോഹരൻ സ്വയം പറഞ്ഞു. ശരിയാണ്, താൻ കാക്കക്കറുമ്പനുമാണ്. അടുത്ത ആക്ഷേപം 'മനോഹരൻ' എന്ന പേര് ആരിട്ടു എന്നതാണ്. ആരിട്ടുകാണും? അമ്മയോ അച്ഛനോ? മൺമറഞ്ഞുപോയ അച്ഛനെയും ജീവിച്ചിരിക്കുന്ന പാവം അമ്മയെയും കുറ്റപ്പെടുത്താനിടയായല്ലോ എന്ന് മനോഹരന് വല്ലാത്ത കുണ്ഠിതം തോന്നി.

മലയാളി തന്റെ സൌന്ദര്യസങ്കല്പങ്ങളിൽ കറുത്തതൊലിക്ക് മനോഹാരിത തീരെ കല്പിച്ചിട്ടില്ല എന്ന നഗ്നസത്യം മനോഹരന്റെ ബോധമണ്ഡലത്തിലേക്ക് ഉണർന്നു. തന്റെ കാര്യത്തിലാണെങ്കിൽ കറുത്ത തൊലിക്കു മേമ്പൊടിയായി കോന്ത്രമ്പല്ലും, കോങ്കണ്ണും കൂടി

ഉണ്ടുതാനും! ശരിയാണ്, തനിക്ക് മനോഹരൻ എന്ന പേര് തീരെ യോജിച്ചതല്ല തന്നെ.

മനോഹരൻ ഒരു തീരുമാനമെടുത്തു. വെറുതേയെന്തിന്റെ അച്ഛനമ്മമാരെ പഴിക്കാൻ അന്യർക്ക് ഇടകൊടുക്കണം?

തന്റെ രൂപത്തിനു ചേർന്നൊരു പേര്... മനോഹരൻ തല പുകച്ചു.

കഥ 2.

നഗാരാതിർത്തിയിലാണ് സ്ഥിതി ചെയ്യുന്നതെങ്കിലും ശുദ്ധനാട്ടിൻപുറത്തിന്റെ നന്മകൾ നിറഞ്ഞ ഒരു ഗ്രാമത്തിൽനിന്ന്, പ്ലസ് ടു കഴിഞ്ഞ് നഗരത്തിലെ കോളേജിൽ പഠിക്കാനെത്തിയതാണ് ആ പെൺകുട്ടി. ചരിത്രമാണ് വിഷയം. പലവിധക്കാരായ കുട്ടികളുണ്ട് ക്ലാസ്സിൽ. നഗരത്തിൽ ജനിച്ചു വളർന്ന് നഗരസംസ്കാരം രക്തത്തിൽ അലിഞ്ഞുചേർന്നവർ, നാട്ടിൻപുറത്തിന്റെ ലാളിത്യവും എളിമയും പേറുന്നവർ, ഇതു രണ്ടിനും മദ്ധ്യേ നിൽക്കുന്നവരും. സമൂഹത്തിന്റെ ഒരു പരിച്ഛേദം തന്നെയാണത്. ഇറുകിയ ജീൻസും ടോപ്പും ധരിക്കുന്നവർ, തുടകളുടേയും കാൽവണ്ണകളുടേയും മുഴുപ്പും ആകൃതിയും നന്നേ പ്രകടമാക്കുന്ന ലെഗ്ഗിങ്സ് ധരിക്കുന്നവർ, ശരീരത്തിന്റെ ആകാരസുഷമ വെളിവാകും വിധം ഭംഗിയായി തുന്നിയെടുത്ത ടോപ്പും ബോട്ടവും ധരിക്കുന്നവർ, പിന്നെ നന്നേ അയഞ്ഞ ചുരിദാറും കമ്മീസും ധരിച്ച് ഷാൾ അണിഞ്ഞു വരുന്ന നാണക്കാരികൾ... അങ്ങനെ പലവിധക്കാരായ കുട്ടികൾ. വസ്ത്രധാരണം മാത്രമല്ല, ഹെയർ സ്റ്റൈലിന്റെ

രീതികൾ, പെരുമാറ്റരീതികൾ, സംസാരരീതികൾ എല്ലാം തുലോം വ്യത്യസ്തം. ചില കുട്ടികളുടെ വായിൽ നിന്ന് അനർഗ്ഗളനിർഗ്ഗളമായി പ്രവഹിക്കുന്ന ഹാഷ്ബുഷ് ഇംഗ്ലീഷു കേട്ട് പെൺകുട്ടി അമ്പരന്നിരുന്നുപോയി. ഇതൊരു മായികലോകം തന്നെ. എന്തായാലും പെൺകുട്ടിക്ക് ഇഷ്ടമായി ആ കോളേജ് അന്തരീക്ഷം. അവൾ, തന്നെപ്പോലെ ഉള്ളവർ എന്നു തോന്നിച്ചവരുടെ ഇടയിൽ ഇരുന്നു. തമ്മിൽ പരിചയപ്പെട്ടു, പേരുകൾ ചോദിച്ചറിഞ്ഞു. അതിൽ ഒരു കുട്ടിയുടെ പേര് വെണ്മ എന്നായിരുന്നു. നല്ല പേര്, പെൺകുട്ടി മനസ്സിൽ പറഞ്ഞു. പേരുപോലെ തന്നെ ആ കുട്ടിയുടെ തൊലിക്കും നല്ല വെണ്മയായിരുന്നു. പാലുപോലെ വെളുത്ത നിറം. മറ്റു രണ്ടുപേർ അമലാ ജോർജ്ജും മറിയംബിയും. തന്റെ പേര് പറഞ്ഞപ്പോൾ അവർ ഒന്നു രണ്ടു വട്ടം എടുത്തു ചോദിച്ചു. കേട്ടാൽ പെട്ടെന്ന് മനസ്സിലാകാത്തവിധം കടുകട്ടിയായ പേരാണോ തന്റേത്, എന്ന് ചെറുതായൊന്ന് അമ്പരക്കുകയും ചെയ്തു അവൾ. പിന്നവർ തമ്മിൽ കുശലം പറഞ്ഞിരുന്നു.

കോളേജ് തുറന്ന് മൂന്നാം ദിനം തൊട്ട് ടൈംടേബിൾ അനുസരിച്ച് അദ്ധ്യാപകർ ക്ലാസ്സിൽ വരാൻ തുടങ്ങി. ആദ്യദിനം അദ്ധ്യാപകരിൽ പലരും ഈ കോളേജിൽ പാലിക്കേണ്ട ചിട്ടവട്ടങ്ങളെക്കുറിച്ചും, ഇവിടത്തെ ഡിസിപ്ലിനെ കുറിച്ചും ഒക്കെ വാചാലരായി. ഇതൊരു വനിതാകോളേജ് ആണെന്നു വച്ച് ക്യാമ്പസ്സിനകത്ത് എന്തുമാകാമെന്ന വിചാരം വേണ്ട - കോളേജിലെ ഡിസിപ്ലിൻ കമ്മിറ്റിയിലെ മെംബർ എന്ന് സ്വയം പരിചയപ്പെടുത്തിയ ഒരു ടീച്ചർ പറഞ്ഞു. മറ്റു ചിലർ സിലബസ്സിനെ കുറിച്ചും അതിന്റെ കട്ടിയെ കുറിച്ചും പിന്നെ ചിട്ടയോടെ പഠിക്കേണ്ടതിന്റെ പ്രാധാന്യത്തെ കുറിച്ചുമൊക്കെ പറഞ്ഞു. എല്ലാവരും ഒരേപോലെ

പറഞ്ഞ ഒരുകാര്യം അറ്റൻഡൻസിന്റെ അനിവാര്യതയെ കുറിച്ചാണ്. ക്ലാസ്സ് കട്ട് ചെയ്ത് അറ്റൻഡൻസ് ഷോർട്ടേജ് വന്നാൽ പബ്ലിക് എക്സാം എഴുതാൻ കഴിയാതെ വരുമെന്നും, പിന്നെ കൻഡോൺ ചെയ്യണമെന്ന പറഞ്ഞു വന്നാൽ ടീച്ചേർസ് ഒരു വിധമായ ദയാദാക്ഷിണ്യവും കാട്ടില്ലെന്നും അവർ മുന്നറിയിപ്പ തന്നു. ഈ കൻഡോൺ ചെയ്യുക എന്നു പറഞ്ഞാൽ എന്താണെന്നു മനസ്സിലായില്ലെങ്കിലും അറ്റൻഡൻസിന്റെ പ്രാധാന്യത്തെ കുറിച്ച് ആ പെൺകുട്ടിക്ക് നല്ലവണ്ണം ബോദ്ധ്യമായി. താനേതായാലും ക്ലാസ്സ് കട്ട് ചെയ്യാൻ പോകുന്നില്ല, അതുകൊണ്ട് തനിക്ക് അറ്റൻഡൻസ് ഷോർട്ടേജ് എന്ന പ്രശ്നവും വരാൻ പോകുന്നില്ല, പെൺകുട്ടി മനസ്സിൽ പറഞ്ഞു..

അടുത്തദിവസം ആദ്യപീര്യേഡ്. മെയിൻ വിഷയമായ ഹിസ്റ്ററി തന്നെയായിരുന്നു ആ പീര്യേഡിൽ. അദ്ധ്യാപിക വന്നു, കയ്യിൽ ഒരു ലിസ്റ്റുമായി. കുട്ടികൾ ഗുഡ് മോണിങ്ങ് പറഞ്ഞു തിരിച്ചു ടീച്ചറും പറഞ്ഞു. അതു കഴിഞ്ഞ് ടീച്ചർ ലിസ്റ്റ് നിവർത്തി കുട്ടികളുടെ പേരുകൾ വായിക്കാൻ തുടങ്ങി. അക്ഷരമാലാക്രമത്തിലാണ് ടീച്ചർ പേരുകൾ വായിക്കുന്നതെന്ന് മനസ്സിലായി. തന്റെ പേര് അവസാനമാകാറാകുമ്പോഴായിരിമല്ലോ.

ക്ലാസ്സിൽ അൻപതോളം കുട്ടികളുണ്ട്. ടീച്ചർ ഏതാണ്ടെല്ലാ പേരും വിളിച്ചു കഴിഞ്ഞു. വെണ്മയും വിളിച്ചു. വെണ്മ എണീറ്റു നിന്നപ്പോൾ ടീച്ചർ കുറച്ചധികം നിമിഷങ്ങൾ അവളുടെ മുഖത്തു നോക്കിയിരുന്നു പുഞ്ചിരിച്ചു. ആ പേരിന്റേയും അവളുടെ നിറത്തിന്റേയും അപൂർവ്വചേർച്ചയെ

കുറിച്ചോർത്തിട്ടാവാം ടീച്ചറുടെ ആ നീണ്ട നോട്ടം. അടുത്ത പേരു വിളിക്കും മുൻപ് ടീച്ചറിന് എന്തോ സംശയം പോലെ. ടീച്ചർ ലിസ്റ്റ് സൂക്ഷിച്ചു നോക്കുന്നു.

'വ്യാ... വ്യകു...വി വൈ എ കെ യു എൽ എ എം.. ഇങ്ങനെ ഒരു പേര് ഉള്ള കുട്ടി ഉണ്ടോ?'

പെൺകുട്ടി എണീറ്റു നിന്നു. തന്റെ പേരിലെ അക്ഷരങ്ങളാണല്ലോ ടീച്ചർ വായിച്ചത്.

'ഇയാളാണോ? പേരു പറയൂ?'

'വ്യാകുലം', പെൺകുട്ടി പറഞ്ഞു.

'എന്താ? എന്താ? ഒന്നുകൂടി പറയൂ..', ടീച്ചർ മുഖം മുന്നോട്ടാക്കി ചെവികൂർപ്പിച്ചു.

'വ്യാകുലം'

'എന്താ?... വ്യാകുലം എന്നോ?' ടീച്ചർക്കു പിന്നേയും സംശയം തീരുന്നില്ല.

പെൺകുട്ടി അതേ എന്ന അർത്ഥത്തിൽ തലയാട്ടി.

മറ്റുകുട്ടികളുടെയൊക്കെ മിഴികൾ തന്റെ നേർക്ക് പാഞ്ഞു വരുന്നത് അവളറിഞ്ഞു. ഒന്നുകൂടി ഉറപ്പിക്കാനെന്ന പോലെ ടീച്ചർ വീണ്ടും എടുത്തു ചോദിച്ചു, 'വ്യാകുലം?'

പെൺകുട്ടി വീണ്ടും തലയാട്ടി.

ടീച്ചറുടെ മുഖത്ത് വലിയൊരു പുഞ്ചിരി പൊട്ടിവിടർന്നു. ഒരു പൊട്ടിച്ചിരിയെ ടീച്ചർ പാടുപെട്ട് അമർത്തുകയാണോ എന്നു തോന്നുമാറായിരുന്നു ആ മുഖം അപ്പോൾ. ക്ലാസ്സിലാകെ ചിരിയുടെ ചെറുഅലകൾ പൊട്ടിപ്പുറപ്പെട്ടിരുന്നു.

പെൺകുട്ടി അല്പം വിഷണ്ണയായിപ്പോയി. ടീച്ചർ ഇരിക്കാൻ ആംഗ്യം കാട്ടിക്കൊണ്ടു പറഞ്ഞു, 'അയാം ഹിയറിങ്ങ് സച്ച് എ നെയിം ഫോർ ദി ഫസ്റ്റ് ടൈം... വ്യാകുലം..'

ടീച്ചർ വീണ്ടും ചിരിച്ചു.

ടീച്ചർ ആദ്യമായി കേൾക്കുന്ന, തന്റെ പേരിനെച്ചൊല്ലി അഭിമാനിക്കണോ അതോ വിഷമിക്കണോ എന്ന് പെൺകുട്ടിക്ക് നിശ്ചയമില്ലാതായി.

ആ ക്ലാസ്സ് കഴിഞ്ഞു. ടീച്ചർ പോയി. നീല ടൈറ്റ് ജീൻസും തൂവെള്ള ടോപ്പും അണിഞ്ഞ, മുഖത്തിനു ചുറ്റും ചെമ്പൻ മുടിയിഴകൾ പാറിക്കളിക്കുന്ന ഒരു അൾട്രാമോഡേൺ സുന്ദരിക്കുട്ടി പെൺകുട്ടിയുടെ അടുത്തെത്തി ചോദിച്ചു, 'ഹലോ, വ്യാകുലം, തനിക്കെങ്ങനെയാടോ ഇങ്ങനെയൊരു പേര്?'

'അതോ ... അതെന്റെ.. മമ്മയും പപ്പയും വ്യാകുലമാതാവിന്റെ വലിയ ആരാധകരാണ്. വ്യാകുലമാതാവിന് നേർച്ച നേർന്നിട്ടാണ് എന്നെ കിട്ടിയതെന്നാണു മമ്മ പറയുന്നത്. അതുകൊണ്ട് മാതാവിന്റെ പേരുതന്നെ എനിക്കിട്ടു. പപ്പ വ്യാകുലമാതാവിന്റെ പള്ളിയിലെ കപ്യാരാണ്.'

ആ സുന്ദരിക്കുട്ടിയുടെ അടുപ്പംകാട്ടൽ പെൺകുട്ടിക്കിഷ്ടമായി. സാധാരണഗതിയിൽ കണ്ടുവരുന്നത്, നഗരസന്തതികൾ നാട്ടിൻപുറത്തുകാരുമായി ഇടപഴകാൻ മടിക്കുന്നതാണ്. അവരുടെ ഫാഷനബിൾ ലോകത്ത് നാട്ടിൻപുറത്തുകാർക്ക് ഇടമില്ല. എണ്ണമയമുള്ള മുടി ചീകിയൊതുക്കി മെടഞ്ഞിട്ട് ചിലപ്പോൾ അതിലൊരു മുല്ലമാലയും ചൂടി, തീരേയും ഫാഷനബിൾ അല്ലാത്ത വസ്ത്രങ്ങളും ധരിച്ചുവരുന്ന ഗ്രാമീണപെൺകൊടികൾ

നഗരത്തിലെ കുട്ടികളുടെ കണ്ണിൽ വെറും 'കണ്ട്രി ബംപ്കിൻസ്' ആണ്.

'കുട്ടിയുടെ പേരെന്താണ്?' പെൺകുട്ടി ചോദിച്ചു.

'എന്റെ പേര് ജീന. ജീനാ തോമസ്... പക്ഷേ എനിക്കീ പേരിനോടു വല്യ യോജിപ്പില്ല. മീനിങ്ങ്ഫുൾ ആയ പേരുകളാണ് എനിക്കിഷ്ടം. എന്തെങ്കിലുമൊരു അർത്ഥമുണ്ടാകണം പേരിന്. അല്ലാതെ ഏതെങ്കിലും രണ്ടുമൂന്നക്ഷരങ്ങൾ ചേർത്ത് ഒരർത്ഥവുമില്ലാത്ത പേരുകൾ ... ലൈക് മൈ നെയിം ജീന... അതുപോലെ, ജിബി, ബിജു.. ഇതിനൊക്കെ വല്ല അർത്ഥവുമുണ്ടോ? ബട്ട്, കുട്ടിയുടെ പേരിന് ഒരർത്ഥമുണ്ട്. പക്ഷേ...' ജീന ഒന്നു നിറുത്തി.

'ആരാധനയും ഭക്തിയുമൊക്കെ നല്ലത് തന്നെ', ജീന തുടർന്നു, 'പക്ഷേ ഈ പേര് ഇയാൾ മാറ്റണം. വ്യാകുലം എന്ന വാക്കിന്റെ മീനിങ്ങ് അറിയാമോ ഇയാൾക്ക്?'

പെൺകുട്ടി പരുങ്ങി. ആ വാക്കിന് എന്തെങ്കിലും പ്രത്യേക മീനിങ്ങ് ഉണ്ടോ? മലയാളം മാതൃഭാഷയാണെങ്കിലും പഠിച്ചെഴുതാനും മാർക്കു നേടാനുമൊക്കെ കുറച്ചു പ്രയാസമായിരുന്നല്ലോ. അതുകൊണ്ടു തന്നെ അതിലത്ര പാണ്ഡിത്യം പോര പെൺകുട്ടിക്ക്.

പെൺകുട്ടി അറിയില്ലെന്നു തലയാട്ടി.

ജീന പറഞ്ഞു, 'മദർ മേരിക്ക് വ്യാകുലമാതാവ് എന്ന പേരു വന്നതെങ്ങനെയെന്നറിയുമോ? ഏഴു സങ്കടാനുഭവങ്ങൾ മദറിനു നേരിടേണ്ടി വന്നതിനാലാണു വ്യാകുലമാതാവ് - Mother of Sorrows- എന്നു പേരു വന്നത്. ദാറ്റ് മീൻസ്, വ്യാകുലം എന്ന വാക്കിനു അർത്ഥം സങ്കടം, സന്താപം, ദു:ഖം

എന്നൊക്കെയാണ്. ഇംഗ്ലീഷിൽ സോറോ... S O R R O W...' ജീന ഇംഗ്ലീഷിലെ sorrow എന്ന വാക്കിന്റെ സ്പെല്ലിങ്ങ് നിറുത്തി നിറുത്തി പറഞ്ഞു.

'ആരെങ്കിലും sorrow, ദു:ഖം എന്നൊക്കെ പേരിടുമോ?'

പെൺകുട്ടി അമ്പരന്നു. അപ്പോൾ തന്റെ പേരിന്റെ അർത്ഥം ഇതായിരുന്നോ? ജീനയുടെ വിശദീകരണം കേട്ടിരുന്ന കുട്ടികൾ ചിരിക്കാൻ തുടങ്ങി. ഒരുകുട്ടി ജീന പറഞ്ഞതു ശരിവച്ചു, പേരു മാറ്റണം എന്ന അഭിപ്രായവും പറഞ്ഞു.

'പേരു മാറ്റാൻ എങ്ങനെ പറ്റും?'

'അതിനൊക്കെ വഴിയുണ്ടെടോ', ജീന പറഞ്ഞു. 'ഗേൾസിനു കുഞ്ഞിലെ അപ്പന്റെ പേരു ചേർത്തു പേരിടും. കല്യാണം കഴിഞ്ഞാൽ ചിലർ അപ്പന്റെ പേരിനു പകരം ഹസ്ബന്റിന്റെ പേരു ചേർക്കില്ലേ? അതുപോലെ ഇതും മാറ്റാം. സർനെയിം മാത്രമല്ല ഫസ്റ്റ്നെയിമും മാറ്റാം. ഗസറ്റിൽ പബ്ലിഷ് ചെയ്യണം.' ജീന അറിവിന്റെ ഭണ്ഡാഗാരമായി. 'ഇയാൾടെ സർനെയിം എന്താ?'

ഈ സർനെയിം, ഫസ്റ്റ്നെയിം എന്നൊക്കെ പറഞ്ഞാൽ എന്തെന്നു പെൺകുട്ടിക്കു അറിയില്ലായിരുന്നു. ജീന എല്ലാം വിശദീകരിച്ചു. 'സീ, മൈ ഫുൾ നെയിം ഈസ് ജീനാ തോമസ്. ഇതിൽ ജീന എന്റെ സ്വന്തം പേര്. അതാണ് ഫസ്റ്റ്നെയിം. തോമസ് എന്നത് എന്റെ അപ്പന്റെ പേര്. അതു സർനെയിം. ഇനി കല്യാണം കഴിയുമ്പോൾ ആ കല്യാണം കഴിക്കുന്ന കോന്തന്റെ പേരു വാലായി ചേർക്കും. ജീനാ തോമസ് എന്നതിനു പകരം ജീനാ കോന്തൻ എന്നായി മാറും.'

കേട്ടിരുന്ന കുട്ടികൾ പൊട്ടിച്ചിരിച്ചു.

'എടീ എടീ.. നിന്റെ കെട്ട്യോനാവാൻ പോണ ആ ഭാഗ്യം കെട്ടവനു ഇത്തിരിയെങ്കിലും റെസ്പെക്ട് ഇപ്പോഴെങ്കിലും കൊടുക്കെടീ.. ജീനാ കാന്തൻ എന്നാക്കി മാറ്റ് ആ പേര്. ' ജീനയുടെ സംസാരം കേട്ട മറ്റൊരു നഗരസന്തതി വിളിച്ചു പറഞ്ഞു.

'അതേടീ നിരാ... പെണ്ണിനു സ്വതന്ത്രമായൊരു ഐഡന്റിറ്റിയില്ലല്ലോ. ഒന്നുകിൽ അപ്പന്റെ മോള്, അല്ലെങ്കിൽ ഭർത്താവിന്റെ ഭാര്യ... നീയാണെങ്കിൽ പിന്നെ ജാതിയല്ലേ വിളിച്ചു കൂവി നടക്കുന്നത്...', ജീനയിലെ വിപ്ലവകാരി തലപൊക്കി.

'എടീ നിറുത്തിക്കോ... വെറുതേ അച്ഛനേയും അമ്മയേയും പറയണ്ട... അല്ലെങ്കിൽ അതിലൊക്കെ അഭിമാനം കൊള്ളാൻ നോക്കെടീ...', 'നിരാ' എന്നു ജീന വിളിച്ച ആ പെൺകുട്ടി ഭീഷണി മുഴക്കി.

'ഓ, അതിലൊന്നും ഒരു അഭിമാനവും എനിക്കു തോന്നുന്നില്ലെടീ.. പെണ്ണിന് സ്വന്തമായ, സ്വതന്ത്രമായ ഒരു എക്സിസ്റ്റൻസ് വേണം. അതിന് അപ്പന്റേയും ഭർത്താവിന്റേയും പേരുകളൊന്നും ഊന്നുവടികളായി കൊടുക്കേണ്ടതില്ല. ഐഡന്റിഫൈ ചെയ്യാൻ ഇനിഷ്യൽസ് മതിയല്ലോ.. ', ജീനയുടെ വാദമുഖങ്ങൾ ഇങ്ങനെ പോയി.

ഈ കുട്ടികൾക്കൊക്കെ എന്തൊരു വിവരമാണ്. സ്വന്തമായ അഭിപ്രായങ്ങളുണ്ട്, അതു വിളിച്ചുപറയാൻ മടിയുമില്ല. തനിക്ക് ഇതിന്റെ പത്തിലൊന്നു വിവരമുണ്ടോ? പ്ലസ് ടുവിനു നല്ല മാർക്കു വാങ്ങി ജയിച്ചു എന്നതു ശരിതന്നെ. പക്ഷേ സാമാന്യവിജ്ഞാനം കുറവു തന്നെ. പെൺകുട്ടിക്കു ജീനയോടു വല്ലാത്ത മതിപ്പു തോന്നി.

തന്റെ പേരാണല്ലോ ഇവിടത്തെ വിഷയം. അപ്പോൾ പെൺകുട്ടിയുടെ മനസ്സിലൊരു ചോദ്യമുദിച്ചു. ജീന മറ്റേ കുട്ടിയെ വിളിച്ചതു 'നിരാ' എന്നാണ്. അതെന്തു പേരാണ്? അങ്ങനെയൊരു പേര് ആദ്യമായാണു കേൾക്കുന്നത്.

'ജീന, ആ കുട്ടിയുടെ പേരെന്താ, നിരാ എന്നാണോ?'

ജീന ചിരിച്ചു. 'അവളുടെ പേര് നിരവദ്യ എന്നാണ്. അവളുടെ സിസ്റ്റർ അനവദ്യ. നിരവദ്യാന്നൊക്കെ നീട്ടി വിളിക്കുന്നതെങ്ങനെ? എത്ര എനർജി വേസ്റ്റ് ചെയ്യണം അതിന്!... അതുകൊണ്ട് ഞങ്ങൾ അതു നിര എന്നും അന എന്നും കട്ട് ഷോർട്ട് ചെയ്തു. അക്കാര്യത്തിൽ എന്റെ പേരൊക്കെ നല്ലതു തന്നെ. ഇയാൾടെ പേര് അക്കാര്യത്തിലും നല്ലതല്ല കേട്ടോ. ആട്ടേ, ഇയാൾടെ സർനെയിം എന്താന്നു പറഞ്ഞില്ലല്ലോ.'

'എന്റെ പേര് വ്യാകുലം എന്നു മാത്രമേയുള്ളു ജീന. പി. വ്യാകുലം.'

'അതു നന്നായി. പി അപ്പന്റെ പേരിന്റെ ആദ്യക്ഷരമാവും ഇല്ലേ?'

'അതേ. പപ്പയുടെ പേര് പാപ്പച്ചൻ എന്നാണ്.'

'വ്യാകുലം പാപ്പച്ചൻ...', ജീന ചിരിച്ചു. അടുത്തിരുന്നവരും ചിരിച്ചു.

'നമുക്ക് ഈ പേരൊക്കെ മാറ്റി ഒരു അടിപൊളി പേരിടണം. ഞാൻ ഒരു പേരു സജസ്റ്റ് ചെയ്യട്ടേ?'

പെൺകുട്ടി സമ്മതം മൂളി. ജീന പല പേരുകളുടെ ആലോചനയിൽ മുഴുകി. അവസാനം പറഞ്ഞു,

‘സോഫിയ. എന്തേ കൊള്ളാമോ? സോഫി എന്നു വിളിക്കുകയും ചെയ്യാം. നല്ല പേരല്ലേ?’

അടുത്തിരുന്ന കുട്ടികളെല്ലാം അതു നല്ലപേരാണെന്നു സമ്മതിച്ചു.

‘പക്ഷേ ജീന, ഇതു മാതാവിന്റെ പേരല്ലല്ലോ? എന്റെ മമ്മയ്ക്കു വിഷമമായാലോ?’

‘ഓ, മാതാവിന്റെ പേരു വേണം അല്ലേ? എങ്കിൽ...’, ജീന ഒന്നുകൂടി ആലോചനയിൽ മുഴുകി. ഉടനടി ആ പ്രശ്നത്തിനു പരിഹാരം കണ്ടെത്തി.

‘അങ്ങനെയെങ്കിൽ നമുക്കു മേരി സോഫിയ എന്നാക്കിയാലോ?’

അതു പെൺകുട്ടിക്കു സമ്മതമായി.

‘മറിയം സോഫിയ എന്നാക്കിയാലോ?’ അടുത്തിരുന്ന മറ്റൊരു കുട്ടി സജഷനുമായി വന്നു. അത് എല്ലാവർക്കും ഏറെ ഇഷ്ടമായി.

‘അതേടോ, ആ പേരു കൊള്ളാം. മേരി എന്നതിനേക്കാൾ മലയാളിത്തമുണ്ട് മറിയം എന്നാവുമ്പോൾ.’

ആ പേരു പറഞ്ഞ കുട്ടിയെ ജീന തംസ് അപ്പ് കാട്ടി അഭിനന്ദിച്ചു.

‘അപ്പോൾ വ്യാകുലം ഇനിമുതൽ മറിയം സോഫിയ എന്ന് അറിയപ്പെടും. ഞങ്ങൾ സോഫി എന്നുവിളിക്കും.’ ജീന പ്രഖ്യാപിച്ചു.

‘സോഫീീീീ.....ീ’, കൂട്ടുകാർ കോറസ് ആയി നീട്ടിവിളിച്ചു.

പെൺകുട്ടി നാണിച്ച ഒരു ചിരിയോടെ ഇരുന്നു.

'അപ്പോൾ ഇയാൾ പപ്പയുടേയും മമ്മയുടേയും അനുവാദമൊക്കെ ചോദിച്ചു വരു ട്ടോ... നാളെത്തന്നെ നമുക്ക് അപ്ലൈ ചെയ്യാം', ജീന പറഞ്ഞു.

പെൺകുട്ടി സമ്മതം മൂളി.

അന്ന് വൈകുന്നേരം വീട്ടിലേക്കുള്ള ബസ്സ് യാത്രയിലുടനീളം അവൾ തന്റെ പേരിനെ കുറിച്ചും, അതു മാറ്റുന്നതിനെ പറ്റിയുമുള്ള ചിന്തയിലായിരുന്നു. ജീന അതിനു സഹായിക്കുമായിരിക്കും. സൌഹൃദപൂർവ്വം ഇത്രയുമൊക്കെ പറഞ്ഞുതന്നില്ലേ? പുതിയ പേരു വരെ പറഞ്ഞുതന്നു.

പാവം മമ്മ, ഭക്തിയുടെ പാരാവാരമാണ്. വിദ്യാഭ്യാസം വെറും രണ്ടാംക്ലാസ്സുവരെ മാത്രം. പപ്പ സ്കൂൾ വിദ്യാഭ്യാസം പൂർത്തിയാക്കിയെങ്കിലും കോളേജിന്റെ പടി കണ്ടിട്ടില്ല. അതുകൊണ്ടുതന്നെ രണ്ടുപേർക്കും വലിയ ആഗ്രഹമാണ് ഏകമകൾ വലിയ പഠിപ്പുകാരിയാകണമെന്ന്. അതുമല്ല, പഠിച്ച് നല്ല ശമ്പളം കിട്ടുന്ന ഒരു ജോലി നേടണമെന്ന്. അവരുടെ ആഗ്രഹം സഫലീകരിക്കണമെന്നു തന്നെയാണ് പെൺകുട്ടിയുടേയും ആഗ്രഹം.

ഇന്ന് മമ്മയോട് പറയണം, മമ്മയ്ക്ക് മാതാവിന്റെ അനുഗ്രഹത്താൽ കിട്ടിയ മോൾക്ക് ഇട്ടേക്കുന്ന പേരിന്റെ അർത്ഥം ദുഃഖം, സന്താപം, സങ്കടം എന്നൊക്കെയാണെന്ന്. മമ്മയ്ക്ക് എന്തു തോന്നുമോ? വിഷമം വരുമോ? അതോ ദേഷ്യമോ? ഏതായാലും ജീന പറഞ്ഞതാണ് ശരിയെങ്കിൽ പേരു മാറ്റുക തന്നെ വേണം. ചുമ്മാതല്ല, തന്റെ പേരു വായിച്ചപ്പോൾ

ടീച്ചറിനു ചിരി പൊട്ടിയത്. മാത്രമല്ല, പലരോടും പേരു പറയുമ്പോൾ അവരൊക്കേയും വീണ്ടുമൊരിക്കൽ കൂടി എടുത്തു ചോദിക്കാറുണ്ട് എന്ന കാര്യവും പെൺകുട്ടിയുടെ ഓർമ്മയിൽ തെളിഞ്ഞു. ചിലരുടെ മുഖങ്ങളിൽ ചിരി വിടരുന്നതും കണ്ടിട്ടുണ്ട്. ജീനയെ പോലെ ക്ലാസ്സിലെ മറ്റു ചിലകുട്ടികൾക്കും അറിയാമായിരിക്കും, വ്യാകുലം എന്ന വാക്കിന്റെ അർത്ഥം. അതാവും അവരും ടീച്ചറിന്റെ ഒപ്പം ചിരിച്ചത്.

വീട്ടിലെത്തിയ പാടേയൊന്നും പെൺകുട്ടി വിഷയം അവതരിപ്പിച്ചില്ല. രാത്രി അത്താഴത്തിനിരിക്കുമ്പോൾ ആവാമെന്നു വിചാരിച്ചു.

പപ്പയും മോളും ഒരുമിച്ച് അത്താഴമുണ്ണാനിരിക്കും, മമ്മ വിളമ്പിക്കൊടുക്കും. പപ്പ ഉണ്ടെണീൽക്കുമ്പോൾ മാത്രം മമ്മയും ഇരിക്കും. പെൺകുട്ടി രണ്ടുപേരുടെ ഒപ്പവും ഇരിക്കും. അന്ന് പപ്പ ഊണുകഴിച്ചു തീരാറായപ്പോൾ പെൺകുട്ടി പതിയെ വിഷയം അവതരിപ്പിച്ചു.

'മമ്മാ, വ്യാകുലമാതാവിന്റെ അനുഗ്രഹം കൊണ്ടു കിട്ടിയ മമ്മയുടെ മോൾക്കു മമ്മയിട്ട പേരിന്റെ അർത്ഥം അറിയാമോ?', പെൺകുട്ടി ചിരിച്ചു കൊണ്ടാണതു പറഞ്ഞത്, മമ്മയ്ക്ക് എന്തെങ്കിലും വിഷമം തോന്നിയാലോന്നുള്ള പേടികൊണ്ട്.

'എന്തോന്നെടീ മോളേ? വ്യാകുലം മാതാവിന്റെ പേരല്ല്യോ? അയിനു പ്രത്യേയിച്ചു വല്ല അർത്തോമുണ്ടോടീ?'

'അർത്ഥമുണ്ട് മമ്മാ... എന്താന്നോ? വ്യാകുലമാതാവെന്ന പേരു വന്നത് മാതാവിനു ഏഴു ദു:ഖങ്ങൾ സഹിക്കേണ്ടി വന്നതിനാലാണ്. വ്യാകുലം എന്ന വാക്കിനു ദു:ഖം, സങ്കടം എന്നൊക്കെയാണു

മമ്മാ അർത്ഥം... അപ്പോ മമ്മ എനിക്കു പേരിട്ടത് സങ്കടം എന്നാണ്...' അതു പറഞ്ഞു പെൺകുട്ടി പൊട്ടിച്ചിരിച്ചു.

വിചാരിച്ചതുപോലെ മമ്മയ്ക്കു ദേഷ്യവും വിഷമവും വന്നില്ല. പകരം അവർ വായ് പൊത്തി ചിരിച്ചു. മുഖത്ത് ജാള്യത നിറഞ്ഞു.

'അയ്യോ, ഒള്ളതോടീ മോളേ?', മമ്മ ചമ്മലോടെ ചോദിച്ചു

'കാളേജിലെ സാറ് പറഞ്ഞതാണോടീ മാളേ?', പപ്പയും ആകാംക്ഷാഭരിതനായി.

ഗൌരവം ഒട്ടും കുറയ്ക്കുണ്ടെന്നു കരുതി പെൺകുട്ടി പറഞ്ഞു, 'അതേ പപ്പാ. പപ്പക്കും അറിഞ്ഞൂടായിരുന്നോ ഈ പേരിന്റെ അർത്ഥം?'

'മാതാവിനു പീഡാനുഭവങ്ങള് ഒണ്ടായിരുന്നെന്ന് അറിയാമായിരുന്നു. പക്ഷേ അതുകൊണ്ടാണീ പേരെന്നറിഞ്ഞൂടായിരുന്നു. പിന്നെ നെന്റെ മമ്മേടെ ആഗ്രഹം പോലാവട്ടേ പേരെന്നു വച്ചു. മാതാവിന്റെ ദിവ്യസ്നേഹം കൊണ്ടു കിട്ടിയതല്ലേ നെന്നെ...', പപ്പ സ്നേഹപൂർവ്വം പെൺകുട്ടിയുടെ തലയിൽ തഴുകി.

'പേരു മാറ്റണംന്നാ അവരു പറയുന്നേ പപ്പാ...'

'അയ്യോ അതെങ്ങനെ പറ്റും മാളേ? മാമ്മോദീസ മുങ്ങിയപ്പോ കാതീ വിളിച്ച പേരെങ്ങനെ മാറ്റും?'

'പള്ളിയിലെ പേര് അങ്ങനെതന്നെ ഇരുന്നോട്ടേ പപ്പാ. പക്ഷേ ഒഫീഷ്യൽ നെയിം മാറ്റാമെന്നാ എല്ലാരും പറയുന്നേ... '

'എന്താന്ന്? ഓ..പീ..എന്താന്നാത് മോളേ?', മമ്മ ഇതുവരെ കേട്ടിട്ടില്ലാത്ത ആ വാക്ക് ഉച്ചരിക്കാൻ ശ്രമിച്ച് പരാജയപ്പെട്ടു.

'മമ്മാ, പഠിച്ച ജോലിയൊക്കെ കിട്ടുമ്പോഴേ, റെക്കോഡിലൊക്കെ വരാമ്പോണ പേര്... അതാണ ഒഫീഷ്യൽ പേര്.'

'അപ്പോ ആ പേര് അങ്ങനെ മാറ്റാമ്പറ്റും, പള്ളീലെ മാമ്മോദീസപ്പേരു മാറ്റാതെ?', പപ്പയ്ക്ക് സംശയം തന്നെ.

'പറ്റും പപ്പാ'

'അപ്പോ അതിനിനി നമ്മള് എന്താണ്ടൊക്കെ ചെയ്യണ്ടി വരും മാളേ?'

'അതിന് എന്തു ചെയ്യണമെന്ന് നാളെ ചോദിച്ചിട്ടു വരാം പപ്പാ. പപ്പയുടേയും മമ്മയുടേയും അനുവാദമാണ് ആദ്യം വേണ്ടത്...'

'നെന്റെ പേരിന്റെ അറ്ത്തം സങ്കടം എന്നാണെങ്കിപ്പിന്നെ... അത് മാറ്റാനായിക്കൊണ്ട്... എന്നാപ്പിന്നെ നീ വേണ്ടത് ചെയ്യടി മാളേ...' പപ്പ കൈകഴുകാനായി എണീറ്റു.

'പുതിയ പേരും അവര് പറഞ്ഞുതന്നു പപ്പാ. മറിയം സോഫിയാന്ന്... അതിൽ മമ്മയുടെ ഇഷ്ടം പോലെ മാതാവിന്റെ പേരുമുണ്ട്, പിന്നെ സ്റ്റൈലൻ പേര് സോഫിയാന്നും. പേരു മാറ്റിയാപ്പിന്നെ എന്നെ അവര് സോഫീന്നാ വിളിക്കാൻ പോണത് പപ്പാ...'

'അതു കൊള്ളാം മാളെ.. ആ പേരു വിളിക്കാൻ കൊള്ളാം', പപ്പ സന്തോഷത്തോടെ തന്നെ പറഞ്ഞു.

'അതു കൊള്ളാടീ മോളേ..' മമ്മയ്ക്കും സന്തോഷമായി.

'പക്ഷേങ്കി മാമ്മോദീസപ്പേരു മാറ്റണ്ടല്ലോ ല്ലേ?'

'വേണ്ട പപ്പാ'

മമ്മ ഉണ്ണാനിരുന്നു. പെൺകുട്ടി സ്നേഹപൂർവ്വം മമ്മയ്ക്ക് വിളമ്പിക്കൊടുത്തു.

'മമ്മയ്ക്ക് ഇതൊന്നും അറിയൂല്ലല്ലോടീ മോളേ.. രണ്ടു വരേല്ലേ പടിച്ചൊള്ളൂ.. പിന്നെ അപ്പന്റേം അമ്മച്ചീടേം കൂടെ വയലീ പണിക്കു പോയിത്തൊടങ്ങി... അരയാളിന്റെ കൂലി എനിക്കും കിട്ടും അന്ന്...', മമ്മ തന്റെ അജ്ഞതയെ കുറിച്ചോർത്തു ചിരിച്ചു.

പെൺകുട്ടി മമ്മയെ കെട്ടിപ്പിടിച്ചൊരു ഉമ്മ കൊടുത്തു.

***   ***   ***

പിറ്റേന്ന് പെൺകുട്ടി കോളേജിലേക്ക് പുറപ്പെട്ട ശേഷം പാപ്പച്ചൻ കപ്യാര് ഏലിപെമ്പിളയോട് പറഞ്ഞു, 'അതു തന്നെടീ ഏലീ, ഞാനോർക്കുവാരുന്നു, പലരും നമ്മടെ മാളടെ പേര് ആദ്യമായി കേക്കമ്പം അവരടെയൊക്കെ മൊഹത്ത് ഒരു ചിരി വരുമ്പോലെ എന്നെനിക്ക് പലപ്പയും തോന്നീട്ടൊണ്ട് കേട്ടോടീ... അപ്പം ഇതാരിക്കും കാര്യം, അല്യോടീ?...ഓ, നീ കണ്ടുപിടിച്ച ഒരു പേരല്യോ!.. '

'അതെന്നാന്നു വച്ചാ എനിക്കു പടിപ്പില്ല... ഇതിയാന് എന്നെക്കാളും പടിപ്പൊണ്ടല്ലോ.. എന്നിട്ടെന്തത്തിനാ അന്നതിന് തമ്മസിച്ചേ?'

'അത്... അത് പിന്നെ... നെന്റെ ഒരാഗ്രഹത്തിന് എതിര് നിക്കണ്ടാന്നു വിയാരിച്ചല്ലേ...', പാപ്പച്ചൻ കപ്യാര് സ്വന്തം അജ്ഞത മറച്ചു വയ്ക്കാനൊരു വിഫലശ്രമം നടത്തി.

'ഊം...ഊം...' ഏലിപെമ്പിള ഊറിച്ചിരിച്ചു. അത് കണ്ടില്ലാന്നു നടിച്ചു കപ്യാര്.

'എന്തായാലും നമ്മടെ മാള് കാളേജീ പോയത് നന്നായി.. അല്യോടീ... അവാള്ക്ക് അറിവു വച്ചല്ലോ...'

'അവളൂക്ക് ഇനീം അറിവ് വക്കും... മിടുക്കത്ത്യാ എന്റെ മോള് ', ഏലിപെമ്പിള മോളെപ്രതി അഭിമാനിച്ചു.

'ആ പുതിയ പേരെന്താന്ന്? നീയൊന്നു പറ'

'മാതാവ്... മാതാവ് ശോപിയ എന്നല്ലേ?'

'മാതാവ് എന്നല്ലടീ.. മാതാവിന്റെ പേര് മറിയം എന്നാണ്. മറിയം ശോഫ്യ', കപ്യാര് ഭാര്യയെ തിരുത്തി.

'ങ്ഉം കൊള്ളാം... കല്യാണം വരുമ്പോ കുറീലൊക്കെ ഗമേൽ അടിക്കാം ആ പേര് അല്യോടീ? കാളേജുകാര് കൊള്ളാം... നല്ലതു പറഞ്ഞു കൊടക്കണെല്ലോ..'

ഏലിപെമ്പിള സ്വപ്നത്തിൽ മുഴുകി. തന്റെ ഏകമകൾ മന്ത്രകോടിയണിഞ്ഞ് സുന്ദരനായ വരനൊപ്പം അൾത്താരയിൽ നിൽക്കുന്ന ദൃശ്യങ്ങൾ അവരുടെ മനസ്സിലൂടെ കടന്നുപോയി.

'വ്യാകുലമാതാവേ, വാഴ്ത്തുകളെല്ലാം അങ്ങത്തേയ്ക്കു മാത്രമേ...' അവർ മനസ്സുരുകി പ്രാർത്ഥിച്ചു.

കഥ 3.

മന്മഥൻ പിള്ള ആ ഓഫീസിലെ ക്ലാർക്ക് ആയിരുന്നു. ഓഫീസെന്നു പറഞ്ഞാൽ, കോളേജ്കുമാരികളായ തരുണീമണികൾ പലവിധ ആവശ്യങ്ങൾക്കായി

കയറിയിറങ്ങുന്ന ഓഫീസ്. കോളേജ്കുമാരന്മാരും അക്കൂട്ടത്തിൽ ഉണ്ടായിരുന്നെങ്കിലും, മന്മഥൻ പിള്ളയുടെ നോട്ടത്തിൽ കുമാരന്മാർ അപ്രസക്തരായിരുന്നു. മറ്റൊരു കാര്യം ആ ഓഫീസിൽ അറുപതുശതമാനത്തിലേറെയും സ്ത്രീജീവനക്കാരായിരുന്നു എന്നതാണ്. ഈ രണ്ടു വസ്തുതകളും മന്മഥൻ പിള്ളയെ ഏറെ സന്തോഷിപ്പിക്കുന്ന ഘടകങ്ങളായിരുന്നു.

മന്മഥൻ പിള്ള വിവാഹിതനും പതിനൊന്നും ഒൻപതും വയസ്സുള്ള രണ്ട് ആൺമക്കളുടെ പിതാവുമാണ്. ഭാര്യ, ഇപ്പോഴത്തെ ഭാഷയിൽ പറഞ്ഞാൽ, ഹോം മേക്കർ ആണ്. പഠിപ്പില്ലാത്തവൾ എന്നു പറയാൻ പറ്റില്ല, എസ്.എസ്.എൽ.സി ഫെയിൽഡ് എന്നതാണു യോഗ്യത. അങ്ങനെ മന്മഥൻ പിള്ളക്ക് ഭാര്യയും മക്കളുമടങ്ങുന്ന കുടുംബജീവിതവും സർക്കാരുദ്യോഗവും അസറ്റ്സ് ആയി ഉണ്ടായിരുന്നു.

മന്മഥൻ പിള്ളക്ക് ഭാര്യയോട് ഏറെ സ്നേഹമുണ്ടായിരുന്നു. തന്റെ ഇഷ്ടങ്ങൾക്കെല്ലാം കൂട്ടുനിൽക്കുന്നവളാണ് അവൾ. അതുകൊണ്ട് ഒരു പ്രത്യേക മമത തന്നെ അയാൾക്കവളോട് ഉണ്ടായിരുന്നു. അങ്ങനെ പന്ത്രണ്ട് വർഷങ്ങളായി അയാൾ ഒരു സന്തുഷ്ട കുടുംബജീവിതം ആസ്വദിക്കുന്നു.

എങ്കിലും...

പന്ത്രണ്ടു വർഷത്തെ സംതൃപ്തദാമ്പത്യം പക്ഷേ ഒരു വിഷയത്തിൽ ശമനമൊന്നും വരുത്തിയില്ല.

കൌമാരകാലത്തേ തുടങ്ങിയ ഒരു ശീലം. ഒരു സ്ത്രീയെ കണ്ടാൽ എങ്ങനേയും ആ ശരീരത്തിൽ ഒന്നു സ്പർശിക്കണം എന്ന മോഹം അയാളിൽ കലശലാവും. മൃദുലമായ ആ കൈവിരലുകളിൽ, അല്ലെങ്കിൽ

വളകളോമനിക്കുന്ന കൈത്തണ്ടയിൽ, അതുമല്ലെങ്കിൽ പിൻകഴുത്തിലോ, ചുമലിലോ ... ഇവിടെയൊക്കെയാണല്ലോ നിരുപദ്രവമെന്ന രീതിയിൽ സ്പർശിക്കാൻ പറ്റുന്നത്.

കോളേജിൽ പഠിച്ചിരുന്ന കാലത്ത് ഈ മോഹം കുറേയൊക്കെ സാധിച്ചിരുന്നു. ക്യാമ്പസ്സിൽ പെൺകുട്ടികൾ നർമ്മസല്ലാപത്തിലൊക്കെ മുഴുകി കൂട്ടമായി നിൽക്കുന്നുണ്ടാവുമല്ലോ. ആ കൂട്ടത്തിനിടയിലൂടെ അയാൾ കടന്നുപോകും. അങ്ങനെ പോകുമ്പോൾ നിമിഷമാത്രത്തേയ്ക്കു കിട്ടുന്ന സ്പർശനസുഖം അയാൾ നന്നേ ആസ്വദിച്ചിരുന്നു. പല അടവുകൾ എടുത്തായിരുന്നു അയാൾ ആ പെൺകൂട്ടത്തിനിടയിലൂടെ കടന്നു പോവുക. ചിലപ്പോൾ കയ്യിലൊരു പേപ്പറുണ്ടാകും. അതുനോക്കി വായിച്ചു കൊണ്ടെന്ന പോലെ പെൺകുട്ടികളുടെ നേർക്ക് നടന്നടുക്കും. കാണാത്തതുപോലെ അവരിൽ ഒരാളെയെങ്കിലും ഒന്നു മുട്ടും. പെൺകുട്ടികൾ 'എന്താടോ കണ്ണു കണ്ടൂകൂടേ?', 'നോക്കി നടക്കെടോ' എന്നൊക്കെയുള്ള ഡയലോഗുകളോടെ വഴിമാറിക്കൊടുക്കും. 'ഓ, സോറി സോറി' എന്നു പറഞ്ഞ് അയാൾ വിനീതനായി നടന്നകലും. മറ്റു ചിലപ്പോൾ പെൺകുട്ടികളുടെ കൂട്ടത്തിനടുത്തെത്താറാകുമ്പോൾ പിന്നിലോട്ടു തിരിഞ്ഞു നോക്കി മറ്റാരേയോ തിരയുന്നതു പോലെ അഭിനയിച്ചു കൊണ്ട് പെൺകൂട്ടത്തിലേക്ക് നടന്നു കയറും. 'ദേണ്ടെ ഒരുത്തൻ പൊറകിലേക്കും നോക്കി നടന്നു വരണൊണ്ട്, മാറിക്കൊടെടീ..' എന്ന ഡയലോഗ് കൂട്ടത്തിലൊരാൾ പറഞ്ഞു തീരും മുമ്പേ ഉഗ്രനൊരു കൂട്ടിയിടി ആ സംഘത്തിലൊരാളുമായി നടന്നു കഴിഞ്ഞിരിക്കും. പെൺ നാവുകളിൽ നിന്ന് ചീത്ത വിളി കേൾക്കും; എങ്കിലും ആ ഇടിയുടെ സുഖം ഒന്നു വേറെ

തന്നെയല്ലേ? ഇടിയുടെ ശക്തി കൂടുന്നതിനനുസരിച്ച് സോറി പറച്ചിലിന്റെ ശക്തിയും നീളവും കൂടിയിരിക്കും. പറ്റിയാൽ ഇടി കിട്ടിയ കുട്ടിയുടെ കൈത്തണ്ടയിൽ ഒന്നു തൊട്ടുകൊണ്ടുതന്നെ സോറി പറയും. ചിലർ ഓകെ എന്നു പറഞ്ഞ് ആ സോറി അംഗീകരിക്കും; ചിലർ കൈ തട്ടി മാറ്റും. അപ്പോഴും കിട്ടും ഒരു സ്പർശനസുഖം. 'അയ്യോ, കാണാഞ്ഞതല്ലേ', എന്ന് കൂട്ടത്തിൽ ചിലർ സഹതപിക്കുന്നത് കേൾക്കാനുള്ള ഭാഗ്യവും അപൂർവ്വമായി ഉണ്ടായിട്ടുണ്ട്.

ക്ലാസ്സ്മേറ്റ്സ് ആയ പെൺകുട്ടികളോട് മന്മഥൻ പിള്ള മറ്റൊരടവാണെടുക്കാറ്. മിക്കപ്പോഴും ആൺകുട്ടികളും പെൺകുട്ടികളുടെ ഒപ്പം സംഭാഷണത്തിൽ പങ്കെടുക്കും. അത് മന്മഥൻ പിള്ളക്ക് ഏറെ സൌകര്യമായി. അവരുടെ കൂട്ടത്തിൽ ഒരാളായി ചേരുന്നതിനു പിന്നെ വേറെ എസ്ക്യൂസ് ഒന്നും വേണ്ടല്ലോ. പെൺകുട്ടികൾ സംസാരിക്കുമ്പോൾ അത് താല്പര്യപൂർവ്വം ശ്രദ്ധിക്കുന്നു എന്ന ഭാവത്തിൽ മന്മഥൻ പിള്ള തന്റെ ദേഹം അവരുടെ അടുത്തേയ്ക്ക് ചരിച്ചുപിടിച്ചു നിൽക്കും. സംസാരിക്കുന്ന പെൺകുട്ടി അറിയാതൊന്നു കൈയെടുത്തുപോയാൽ മന്മഥൻ പിള്ളയുടെ ദേഹത്ത് ഉറപ്പായും തട്ടിയിരിക്കും. അപ്പോൾ പെൺകുട്ടി സോറി പറയും; 'ഇറ്റ്സ് ഓകെ' എന്നു പറഞ്ഞ് മന്മഥൻ പിള്ള മാന്യനാകും.

എല്ലാവരേയും എല്ലാക്കാലത്തും പറ്റിക്കാൻ പറ്റില്ലല്ലോ. പലതവണ ഇതാവർത്തിച്ചപ്പോൾ പെൺകുട്ടികൾ അതു കണ്ടുപിടിച്ചു. മന്മഥൻ പിള്ളയുടെ ഈ ചരിവ് പെൺകുട്ടികളുടെ നേർക്ക് മാത്രമേയുള്ളൂ.

ഒരിക്കൽ ഒരു പെൺകുട്ടി തുറന്നങ്ങു ചോദിച്ചു, 'താനെന്തിനാടോ ഇങ്ങനെ ചരിഞ്ഞു നിൽക്കുന്നത്?

ഒരു മാതിരി... ലീനിങ്ങ് ടവർ ഒഫ് പിസ പോലെ? നിവർന്നു നിന്നൂടേ?'

കേട്ടു നിന്നവർ മൊത്തം ചിരിച്ചു. മന്മഥൻ പിള്ള വല്ലാതെ ചൂളിയെങ്കിലും, നാവിൽ സരസ്വതി വിളയാടി. 'അത്... എന്റെ നട്ടെല്ലിനു എന്തോ പ്രശ്നമുണ്ട്. കുറച്ചുനേരം നിവർന്നു നിന്നാൽ നട്ടു കഴയ്ക്കാൻ തുടങ്ങും.. പിന്നെ ഇടത്തോട്ടോ വലത്തോട്ടോ ഒന്നു ചരിഞ്ഞു നിൽക്കണം.'

മന്മഥൻ പിള്ളയുടെ ഇടറിയ ഒച്ചയിലുള്ള മറുപടി കേട്ട് ചില പെൺകുട്ടികൾ അയാളോട് സഹതപിച്ചു.

'എന്നാൽപ്പിന്നെ ഇയാൾക്ക് ഇരുന്നു സംസാരിച്ചാൽ പോരേ? എന്തിനു എണീറ്റു നിൽക്കുന്നു?'

'എത്രനേരമെന്നു പറഞ്ഞ് ഇരിക്കും ഇന്നു?', മന്മഥൻ പിള്ളക്ക് അതിനുമുണ്ടായിരുന്നു ഉത്തരം.

ആ സംഭവത്തിനുശേഷം 'ലീനിങ്ങ് ടവർ ഒഫ് പിസ' എന്ന പേര് അയാൾക്ക് പതിഞ്ഞുകിട്ടി. ചിലർ അതു ചുരുക്കി എൽ.ടി.പി. എന്നാക്കി.

കോളേജിൽ ഫിലോസഫി ആയിരുന്നു വിഷയം. ഒരു മനുഷ്യനെ അവനവനും സമൂഹത്തിനും പ്രയോജനമുള്ളവനായി വാർത്തെടുക്കാൻ വേണ്ടുന്ന വിജ്ഞാനം പകർന്നു നൽകുന്ന നല്ലവിഷയം. പക്ഷേ മന്മഥൻ പിള്ളയുടെ മനസ്സ് ആ പാഠഭാഗങ്ങളിലേയ്ക്കൊന്നും ആഴ്ന്നിറങ്ങിയില്ല. അയാളുടെ കണ്ണും മനസ്സും എപ്പോഴും പെൺകുട്ടികളുടെ മേൽ ഉടക്കിക്കിടന്നു.

എങ്കിലും പരീക്ഷകളിൽ തോൽക്കാതെ തട്ടിയും മുട്ടിയുമൊക്കെ അയാൾ ജയിച്ചുവന്നു. അങ്ങനെ സർക്കാരുദ്യോഗവും തരമായി.

പറഞ്ഞല്ലോ, മനം പോലെ മംഗല്യം എന്ന മട്ടിൽ മന്മഥൻ പിള്ളയുടെ ഓഫീസ് സ്ത്രീമയമായിരുന്നു. ആർക്കുമാർക്കും സംശയം തോന്നാത്ത വിധത്തിൽ സ്ത്രീശരീരസ്പർശനം എന്ന കലാപരിപാടി അയാൾ തുടർന്നുകൊണ്ടിരുന്നു. ഒരിക്കൽ സ്പർശിച്ച സ്ത്രീയെ പിന്നൊരിക്കൽ കൂടി സ്പർശിക്കാതിരിക്കാൻ ശ്രദ്ധിക്കണമെന്ന് അയാളുടെ മനസ്സ് പറയും. സംശയം ജനിപ്പിക്കരുതല്ലോ. പക്ഷേ ആ മുൻകരുതലൊക്കെ പലപ്പോഴും പാളിപ്പോയി. അതിനാൽ അയാളുടെ ഈ സ്വഭാവവൈകല്യം സ്ത്രീകൾക്ക് മനസ്സിലായിത്തുടങ്ങി. ശാരീരികമായി അകലം പാലിക്കുമ്പോഴും അയാൾ കണ്ണുകൾ കൊണ്ട് അവരെ തൊട്ടുഴിഞ്ഞുകൊണ്ടിരുന്നു. ഒരു സ്ത്രീയുമായി നേർക്കുനേരെ നിന്ന് സംസാരിക്കേണ്ടി വരുന്ന വേളകളിൽ അയാൾക്ക് സ്വന്തം മിഴികളെ നിയന്ത്രിക്കാൻ കഴിഞ്ഞിരുന്നില്ല; അവ അവരുടെ മുഖത്ത് ഊന്നി നിൽക്കുന്നതിനു പകരം കഴുത്തിനു താഴോട്ടുള്ള ഭാഗങ്ങളിലേയ്ക്ക് പാറിക്കളിക്കും. സ്ത്രീകളായ ജീവനക്കാരിൽ ഏറെ അസഹ്യത ജനിപ്പിച്ചിരുന്നു ഇത്.

അങ്ങനെ ഓഫീസിലെ സ്ത്രീജീവനക്കാരുടെയിടയിൽ മന്മഥൻ പിള്ള ഒരു സ്ത്രീലമ്പടനായി അറിയപ്പെട്ടു. അവർ അയാളുടെ ഭാര്യയെ കുറിച്ചോർത്തു സഹതപിച്ചു. ചിലർ ഭാര്യയുടെ ചുണകേടിനെക്കുറിച്ചു പറഞ്ഞു പരിഹസിച്ചു.

ഭർത്താവിന്റെ ഈവക വിക്രിയകളെക്കുറിച്ചു യാതൊന്നും അറിയാതെ പാവം ഭാര്യ ജാനു തന്റെ ഭർത്താവിനെ സ്നേഹിച്ചും ആരാധിച്ചും നാവിനു രുചികരമായതു വച്ചു വിളമ്പിയും സ്വസ്ഥജീവിതം നയിച്ചു വന്നു.

മന്മഥൻ പിള്ളയുടെ ഈ സ്ത്രീതല്പരത കാരണം ഓഫീസ് ജോലികളിൽ പിഴവും കാലതാമസവും വന്നു. ഒരു പണിയിൽ മുഴുകാൻ തുടങ്ങുമ്പോഴാവും കുമാരിമാർ കടന്നു വരിക. പിന്നെങ്ങനെ മുന്നിലുള്ള പേപ്പറുകളിലോ, കമ്പ്യൂട്ടർ സ്ക്രീനിലോ മിഴികളെ തളച്ചിടാനാവും?

ഈ പിഴവുകളും കാലതാമസവുമെല്ലാം മന്മഥൻ പിള്ളയുടെ പരിമിതികളായി തെറ്റിദ്ധരിച്ചു, പുരുഷന്മാരായ മേലധികാരികൾ. ശിക്ഷയെന്നോണം സെക്ഷൻ മാറ്റലും ശാസനകളുമൊക്കെയുണ്ടായി. പക്ഷേ എന്തു ഫലം! മന്മഥൻ പിള്ള മന്മഥൻ പിള്ളയായിത്തന്നെ തുടർന്നു. മിടുക്കരായ ചില മേലാവികൾ, വെള്ളിയാഴ്ച തീർത്തുകിട്ടേണ്ട ഒരു പണി ബുധനാഴ്ച തന്നെ തീർത്തുകൊടുക്കണമെന്നും, അതു തീർത്തിട്ടു മാത്രമേ ഓഫീസ് വിടാൻ പാടുള്ളൂ എന്നും കർക്കശമായി നിർദേശം കൊടുത്ത് മന്മഥൻ പിള്ളയെക്കൊണ്ട് പണിയെടുപ്പിക്കുകയും ചെയ്തു.

അങ്ങനെ മന്മഥൻ പിള്ളയുടേയും ജാനുവിന്റേയും ഓഫീസ് ജീവനക്കാരുടേയുമൊക്കെ ജീവിതം മുന്നോട്ടു പൊയ്ക്കൊണ്ടിരുന്നപ്പോൾ ഒരു ദിനം...

അന്ന് ബസ്സിൽ പതിവില്ലാത്ത തിരക്കായിരുന്നു. എന്തോ പരീക്ഷകൾ നടക്കുകയായിരുന്നത്രേ. മന്മഥൻ പിള്ളക്ക് സ്കൂട്ടർ ഉണ്ട്. എങ്കിലും സ്കൂട്ടർ യാത്രയെക്കാൾ ബസ്സ് യാത്രയായിരുന്നു അയാൾക്കിഷ്ടം. വെറും

നാലഞ്ചു കിലോമീറ്റർ അപ്പുറമാണ് ഓഫീസ്. ബസ്സ് ധാരാളം ഉള്ളപ്പോൾ കത്തുന്ന വിലയുള്ള പെട്രോൾ വെറുതേയെന്തിനു കത്തിച്ചു കളയണം?

മഹാമനസ്കനും സമാധാനപ്രിയനുമാണ് മന്മഥൻ പിള്ള. തിരക്കിൽ ഏറ്റവും ആദ്യം ബസ്സിൽ കയറിപ്പറ്റണം എന്ന ആഗ്രഹം ലവലേശമില്ല. തിരക്കുള്ളവരൊക്കെ കയറിക്കഴിഞ്ഞ് സ്ത്രീകളേയും ഒക്കെ കയറാനനുവദിച്ച് ഏറ്റവും അവസാനം മാത്രം മന്മഥൻ പിള്ള കയറും. പിന്നിൽ മാത്രം വാതിലുള്ളതോ അല്ലെങ്കിൽ സ്ത്രീകൾ പിൻസീറ്റുകളിൽ ഇരിക്കുന്നതോ ആയ ബസ്സിൽ കയറുമ്പോഴാണു മന്മഥൻ പിള്ള ഈ വിധം മഹാമനസ്കനാവുക.

സ്ത്രീകൾ മുൻവാതിലിലൂടേയും പുരുഷന്മാർ പിൻവാതിലിലൂടേയും കയറേണ്ടുന്ന ബസ്സിലാകട്ടേ, മന്മഥൻ പിള്ളക്ക് ഏറ്റവും ആദ്യം തന്നെ കയറിപ്പറ്റണം. അങ്ങനെ, മന്മഥൻ പിള്ള ചിലപ്പോൾ ക്ഷമാശീലനാകും, മറ്റു ചിലപ്പോൾ അക്ഷമനും.

അന്നാ പതിവില്ലാത്ത തിരക്കുള്ള ദിവസം. മന്മഥൻ പിള്ള സ്ത്രീജനങ്ങളുടെ ഇടയിൽ സസുഖം ഞെങ്ങിഞെരുങ്ങി നിന്നു. ബസ്സ് പായുമ്പോൾ ഉണ്ടാകുന്ന സ്വാഭാവികമായ ഉലച്ചിലേക്കാൾ കൂടുതലായിരുന്നു, അയാളുടെ ശരീരത്തിന്റെ ഉലച്ചിൽ.

മന്മഥൻ പിള്ളയുടെ തൊട്ടു മുന്നിൽ സാമാന്യം തടിച്ച ശരീരമുള്ള ഒരു സ്ത്രീയായിരുന്നു നിന്നിരുന്നത്. ഡൺലപ്പ് മെത്തപോലെ എന്ന പ്രയോഗം മന്മഥൻ പിള്ളക്ക് ഓർമ്മവന്നു. ബസ്സിന്റെ ഉലച്ചിൽ കൊണ്ടെന്നപോലെ പലതവണ ആ സ്ത്രീശരീരത്തിലേക്ക് മന്മഥൻ പിള്ളയുടെ ശരീരം ചെന്നിടിച്ചു. ഒരിക്കൽ ആ സ്ത്രീ തിരിഞ്ഞു നോക്കി.

അപ്പോൾ മന്മഥൻ പിള്ള പുറത്തേ കാഴ്ചകളിൽ മതിമറന്നെന്ന പോലെ കണ്ണുനട്ടു നിന്നു. അവർ തിരക്കിനിടയിലൂടെ കഷ്ടപ്പെട്ട് ഒരല്പം മുന്നിലേക്ക് മാറിനിന്നു. മന്മഥൻ പിള്ള നിരാശനായി.

അടുത്ത ബ്രേക്ക്ചവിട്ടലിൽ മന്മഥൻ പിള്ള മുന്നോട്ടാഞ്ഞുപോയി. അവസരം നന്നായി ഉപയോഗിച്ചതിനാൽ വീണ്ടും ഡൺലപ്പ്മെത്തയുടെ തൊട്ടുപിന്നിലായീ മന്മഥൻ പിള്ളയുടെ സ്ഥാനം. ആ ഭാഗത്ത് റോഡിൽ ധാരാളം ഗട്ടറുകൾ ഉള്ളതിൽ മന്മഥൻ പിള്ള ഏറെ സന്തോഷിച്ചു. ബസ്സ് നന്നായി ആടിയുലയുന്നുണ്ട്.

എല്ലാവരേയും ഞെട്ടിച്ചുകൊണ്ട് പെട്ടെന്നാണതു സംഭവിച്ചത്. ഡൺലപ്പ്മെത്ത മന്മഥൻ പിള്ളയുടെ നേർക്ക് വെട്ടിത്തിരിഞ്ഞുനിന്നു. എന്നിട്ട് ഉച്ചത്തിൽ ആക്രോശിച്ചു, ‘അങ്ങോട്ടു മാറിനിൽക്കെടോ. എല്ലാവരോടും എടുക്കുന്ന വെളവ് എന്നോടെടുക്കല്ല് കേട്ടോ. എനിക്കു നന്നായറിയാം തന്നെ. ഇനി മേത്ത് മുട്ടിയാലുണ്ടല്ലോ, എന്റെയീ കാലിൽ കിടക്കുന്ന ചെരുപ്പ് തന്റെ മോന്തയിൽ മുട്ടും. ഓർത്തോ.’ അത്രയും പറഞ്ഞ് ഡൺലപ്പ് മെത്ത ആ തിരക്കിലൂടെ ഞെങ്ങിഞെരുങ്ങി ഒരല്പം മുന്നോട്ടു മാറി നിന്നു. എന്നിട്ടും അരിശം തീരാതെ വീണ്ടും തിരിഞ്ഞു നിന്നു ആക്രോശം തുടർന്നു ‘എടോ, മന്മഥൻ പിള്ളേ, തന്റെ പേര് *മന്മഥൻ* എന്നാണെന്നു വച്ച് താനൊരു കാമദേവൻ ആണെന്നാണോ വിചാരം? തന്റെയീ തൊടലും തടവലും മുട്ടലുമൊക്കെ പെണ്ണുങ്ങളെല്ലാം ആസ്വദിക്കുന്നുണ്ടെന്നു വിചാരിക്കാൻ? തന്റെ വീട്ടിലൊരുത്തിയുണ്ടല്ലോ... അതിനെക്കൂടി കൊണ്ടുനടന്നോണം എപ്പോഴും തൊട്ടോണ്ടിരിക്കാൻ...’

എല്ലാവരും സ്തബ്ധിച്ചു നിൽക്കയാണ്. മന്മഥൻ പിള്ള വല്ലാതെ വിയർത്തുപോയി. എങ്കിലും നേർത്ത ശബ്ദത്തിൽ പറഞ്ഞു 'മന:പൂർവ്വമല്ല പെങ്ങളേ...വല്ലാത്ത തിരക്കല്ലേ?'

അതേറ്റു പിടിക്കാൻ ആളുണ്ടായി. 'തെരക്കുള്ള ബസ്സീ യാത്ര ചെയ്യുമ്പം ചെറിയ തട്ടും മുട്ടുമൊക്കെ കിട്ടീന്നിരിക്കും പെങ്ങളേ... അങ്ങു ക്ഷമിച്ചു കള.'

'ചിലർക്കൊക്കെ ഇതൊരടവാണ് അപ്പാപ്പാ...'

അങ്ങനെ ഇരുവരുടെയും പക്ഷം പിടിക്കാൻ ആളുകളുണ്ടായി. ബാക്കിയുള്ളവർ ഇതൊന്നും തങ്ങളെ ബാധിക്കുന്ന കാര്യമല്ലാത്തതിനാൽ മൌനം പൂണ്ടു.

മന്മഥൻ പിള്ളക്ക് ആ സംഭവം വലിയ ഷോക്കായി. ഈ നാൽപ്പതു വർഷത്തെ ജീവിതകാലത്തിനിടയിൽ ഇതുവരെ ഇങ്ങനൊന്ന് സംഭവിച്ചിട്ടില്ല. എത്രയെത്ര സ്ത്രീകളെയാണ് താൻ സ്പർശിച്ചിട്ടുള്ളത് ! അവരാരും ഇങ്ങനെയായിരുന്നില്ലല്ലോ. ഇന്നിപ്പോൾ ഒരു സ്ത്രീയാൽ താൻ പരസ്യമായി അധിക്ഷേപിക്കപ്പെട്ടിരിക്കുന്നു. അതും തന്റെ പേരു ചൊല്ലി വിളിച്ച് ! ആ സ്ത്രീ എങ്ങനെ അറിഞ്ഞു തന്റെ പേര്?!

ബസ്സിറങ്ങി ഓഫീസിലേക്ക് നടക്കുമ്പോഴാണ് അയാൾക്ക് അടുത്ത ഷോക്കുണ്ടായത്. ഡൺലപ്പ്മെത്തയും കുറച്ചു മുന്നിലായി നടക്കുന്നു, നടന്ന് അയാളുടെ ഓഫീസ് വളപ്പിനകത്തേക്കു തന്നെ കയറുന്നു !!

അയാൾ അറിയാതിരുന്ന ഒരു കാര്യം, ഡൺലപ്പ്മെത്ത പോലത്തെ ഒരു ശരീരം മാത്രമായി അയാൾ കണ്ട ആ സ്ത്രീ അയാളുടെ തന്നെ ഓഫീസിലെ മറ്റൊരു സെക്ഷനിലെ ജീവനക്കാരി ആണെന്നതായിരുന്നു.

എവിടെയോ കണ്ടു മറന്നൊരു മുഖം എന്ന തോന്നലുണ്ടായെങ്കിലും സ്വന്തം സഹപ്രവർത്തക തന്നെയാണെന്നു തീരെ കരുതിയില്ല. എന്തുമാത്രം സ്ത്രീമുഖങ്ങളാണു ദിനവും അയാളുടെ കണ്ണുകളിൽ പതിയുന്നത്! അതിൽ ചില മുഖങ്ങൾ മാത്രം ഓർത്തു വയ്ക്കുന്നതെങ്ങിനെ? പിന്നെ മറ്റൊന്നു കൂടി അയാൾക്കറിയില്ലായിരുന്നു, ഓഫീസ് ജീവനക്കാരികളുടെ ഇടയിൽ തികച്ചും 'പ്രശസ്തനാ'യിരുന്നു അയാൾ എന്ന കാര്യം.

ഉണ്ടായ മാനക്കേടു മാറ്റാനുള്ള വഴികൾ അയാൾ തലപുകഞ്ഞാലോചിച്ചു. മറ്റൊരു ഓഫീസിലേയ്ക്ക് ഡെപ്യൂട്ടേഷനിൽ പോകാൻ താല്പര്യമുള്ളവരുടെ പേരുകൾ ക്ഷണിച്ച് ഒരു സർക്കുലർ വന്നിട്ടുണ്ട് ഇന്നലെ. മന്മഥൻ പിള്ളക്കു തീരേയും താല്പര്യം തോന്നിയിരുന്നില്ല അതിന് അപേക്ഷിക്കാൻ. ഈ ഓഫീസിൽ നിന്ന് നേർ എതിർദിശയിൽ സഞ്ചരിച്ചാലാണു ആ ഓഫീസിൽ എത്തുക എന്നതു പോട്ടേ, ഇപ്പോൾ സഞ്ചരിക്കുന്നതിന്റെ മൂന്നിരട്ടിയിലധികം ദൂരം സഞ്ചരിക്കുകയും വേണം.

അവസാനം മന്മഥൻ പിള്ള ഒരു തീരുമാനമെടുത്തു. ആ ഡെപ്യൂട്ടേഷൻ ജോബ് സ്വീകരിക്കുക. പിന്നെ മറ്റൊന്നു കൂടി അയാൾ തീരുമാനിച്ചുറപ്പിച്ചു. ദുഷ്പേരു മാറ്റുക.

കഥ 4.

സ്വാതിക്കു വന്ന പതിനൊന്നാമത്തെ വിവാഹാലോചനയായിരുന്നു അത്. ഇതിനുമുൻപു വന്ന പത്തെണ്ണവും അവൾ നിഷ്കരുണം നിരസിച്ചിരുന്നു.

കാരണം അന്വേഷിക്കുന്ന അമ്മയോട് ഇഷ്ടപ്പെട്ടില്ല എന്നൊരുത്തരം മാത്രം. മൂന്നുനാലാലോചനകൾ ഇങ്ങനെ വേണ്ടെന്നു വയ്ക്കേണ്ടി വന്നപ്പോൾ അമ്മക്ക് ആധിയായി. എന്താണ് അവൾ ചെക്കനിൽ കണ്ട കുറവ് എന്ന് അമ്മ പിന്നാലെ നടന്ന് ചോദ്യമായി. കുറവൊന്നും ഇല്ല, പക്ഷേ എനിക്കു വേണ്ട എന്ന ഉത്തരം കൊടുത്ത് വായ പൂട്ടിവയ്ക്കും സ്വാതി. അടുത്തപടി, അമ്മ പയ്യന്റെ ഗുണഗണങ്ങൾ വിശദീകരിച്ചു കൊടുക്കലാണ്. ഇതൊക്കെ അമ്മയ്ക്കെങ്ങനെ അറിയാം അമ്മയാണോ അയാളെ വളർത്തിയത് എന്ന മറുചോദ്യം ചോദിച്ച് അമ്മയുടെ നാവടപ്പിച്ചു സ്വാതി. ഏഴാമത്തേയോ എട്ടാമത്തേയോ ആലോചന വന്നപ്പോഴാണെന്നു തോന്നുന്നു, ഇതൊന്നു സമ്മതിക്ക് മോളേ, ഇതിലും നല്ലൊരു ആലോചന ഇനി വരാനില്ല എന്നു പറഞ്ഞു അമ്മ വിടാതെ പിന്നാലെ നടന്നു അവളോടു കെഞ്ചി. അത്രയ്ക്കങ്ങു ഇഷ്ടമായെങ്കിൽ അമ്മ പോയി അയാളെ കെട്ടിക്കോ, എനിക്കു സമ്മതമാണ്, അച്ഛന് എന്നേക്കാൾ സമ്മതമായിരിക്കും എന്നൊരുത്തരം നൽകി മണികിലുങ്ങുംപോലെ പൊട്ടിച്ചിരിയുതിർത്ത് സ്വാതി മുറിയിൽ കയറി വാതിലടച്ചു. പാവം അമ്മ സ്തബ്ധിച്ചു നിന്നു.

വയസ്സ് പത്തൊൻപതിനോടടുക്കുന്നതേയുള്ളൂ സ്വാതിക്ക്. രണ്ടാംവർഷ ഡിഗ്രിക്ക് പഠിക്കുന്നു. നല്ലനിലയിൽ പഠിച്ച് ഉയർന്ന മാർക്കുവാങ്ങി നല്ലൊരു ഉദ്യോഗം നേടണമെന്ന പിടിവാശിയൊന്നും ഇല്ല സ്വാതിക്ക്. എങ്കിലും ഡിഗ്രി കഴിഞ്ഞിട്ടു മതി വിവാഹം എന്നായിരുന്നു അവളുടെ തീരുമാനം. തീരുമാനം അങ്ങനെയാണെങ്കിലും ആലോചനകൾ നടക്കട്ടേ, നല്ലൊരു ബന്ധം വന്നാൽ അതുറപ്പിച്ചുവയ്ക്കാം, കല്യാണം പിന്നെ നടത്തിയാലും മതിയല്ലോ

എന്നായിരുന്നു അമ്മയുടെ വാദം. സ്വാതിയുടെ അച്ഛൻ, മകൾക്ക് 22 വയസ്സു കഴിഞ്ഞു പോരേ വിവാഹാലോചനകൾ എന്ന പക്ഷക്കാരനായിരുന്നു എങ്കിലും അമ്മയുടെ ആഗ്രഹത്തിനു എതിരുനിന്നില്ല. അതുകൊണ്ട് ഓരോ ആലോചനകൾ മകൾ നിരസിക്കുമ്പോഴും അദ്ദേഹത്തിനു പ്രത്യേകമായി വിഷമമൊന്നും തോന്നിയില്ല. മകൾക്ക് ഇഷ്ടപ്പെടാത്തൊരു ബന്ധം നടത്തുന്നതിൽ അദ്ദേഹത്തിനു തീരെ താല്പര്യവുമുണ്ടായിരുന്നില്ല.

അവസാനം വന്ന രണ്ടാലോചനകൾ സ്വാതിയുടെ അമ്മയ്ക്കും അത്ര ബോധിച്ചില്ല. അതുകൊണ്ടു മോളുടെ പിന്നാലെ നടന്ന് ഉപദ്രവിച്ചില്ല. പക്ഷേ, സ്വാതിയുടെ കാതുകൾക്കായി കുത്തുവാക്കുകൾ പ്രവഹിച്ചുകൊണ്ടിരുന്നു. കണ്ടോ, വന്ന നല്ല ബന്ധങ്ങളൊക്കെ വേണ്ടെന്നുവച്ചു... ഇനിയിപ്പോ വല്ല അണ്ടനും അടകോടനുമൊക്കെയാവും വരുക...

സ്വാതിയെ അതൊന്നും ബാധിച്ചതേയില്ല. അവൾക്ക് പെണ്ണുകാണൽ എന്നാൽ കോളേജിൽ കൂട്ടുകാരോട് പറഞ്ഞ് ചിരിക്കാനുള്ള ഒരു തമാശച്ചടങ്ങ് മാത്രമായിരുന്നു. തന്റെ ജീവിതത്തിലെ വഴിത്തിരിവ് ആയേക്കാവുന്ന ഒരു സംഭവമായിട്ടൊന്നും അവളതിനെ കണക്കാക്കിയിട്ടില്ല ഇതുവരെ. ഓരോ ആലോചന വരുമ്പോഴും പിറ്റേന്ന് കൂട്ടുകാരോട് ചെന്നുപറയാൻ അവൾക്ക് ധാരാളം കഥകളുണ്ടാവും. സ്വാതിക്കു മാത്രമല്ല, മറ്റു ചില കൂട്ടുകാർക്കും ഉണ്ടായിരുന്നു ഇത്തരം കഥകളൊക്കെ പങ്കുവയ്ക്കാൻ.

അങ്ങനെ പതിനൊന്നാമത്തെ ആലോചന വന്നു. പതിവിനു വിപരീതമായി സ്വാതിക്ക് വന്നയാളെ ബോധിച്ചു. അവൾ ലേശം നാണത്തോടെ ആ ആലോചന തുടരാൻ അമ്മയ്ക്ക് സമ്മതം കൊടുത്തു.

പിറ്റേന്ന് കോളേജിൽ കൂട്ടുകാരോട് വിശേഷങ്ങൾ പങ്കുവച്ചു. പച്ചക്കൊടി കാട്ടിയ വിവരവും പറഞ്ഞു.

അപ്പോൾ ചോദ്യങ്ങൾ തുരുതുരാ വന്നു. ആളെങ്ങനെ? കറുപ്പാണോ വെളുപ്പാണോ? പൊക്കമുണ്ടോ? തടിയുണ്ടോ? മിൽസ് ആൻഡ് ബൂൺ നായകന്മാരെപ്പോലെ ടാൾ, ഡാർക്ക് ആൻഡ് ഹാൻഡ്സം ആണോ? നിനക്കു നന്നേ ഇഷ്ടപ്പെട്ടിട്ടാണോ സമ്മതിച്ചത്? എന്താണു പേര്? അറിയേണ്ടാത്തതായി യാതൊന്നുംതന്നെ ഇല്ല. എല്ലാത്തിനും ഉത്തരം പറഞ്ഞ് സ്വാതി കുഴഞ്ഞു. നാണം കൊണ്ട് മുഖം ചുവന്നുതുടുത്തു.

എന്താടീ അയാളുടെ പേരെന്നു പറഞ്ഞത്? കാർത്തിക എടുത്തു ചോദിച്ചു.

'വീരേന്ദ്രബാഹു'

'അതെന്തു പേരാ?'

'എടീ മലയാളിയല്ലേ?'

'തനി മലയാളി. അമ്പലപ്പുഴക്കാരൻ. അവിടെ ക്ഷേത്രത്തിനടുത്താണത്രേ തറവാട്.'

'വീരേന്ദ്ര.. ബാഹു... അപ്പോ ബാഹുബലി മൂവി ഇറങ്ങിയ ശേഷം ജനിച്ച ആളാവും ല്ലേ?' കാർത്തികയുടെ തമാശ എല്ലാവരേയും പൊട്ടിച്ചിരിപ്പിച്ചു. ചിരിയിൽ പങ്കുകൊണ്ടെങ്കിലും സ്വാതിക്ക് ഒരല്പം ചമ്മലും തോന്നി.

'ഹോ എന്റെ സ്വാതീ... നിന്റെ നാവുളുക്കുമല്ലോടീ.. വീരേന്ദ്രബാഹുവേട്ടാ...' സക്കീനയുടെ വക.

അവൾ പകരം വീട്ടിയതാണ്. അവളുടെ നിക്കാഹും ഉറപ്പിച്ചിരിക്കയാണ്. അവളുടെ ചെക്കന്റെ പേര് അഷ്റഫ് എന്നാണ്. അഷ്റഫിക്കാന്ന് വിളിക്കാൻ കുറേ പാടുപെടണമല്ലോന്ന് അന്ന് അവളെ കളിയാക്കിയിരുന്നു. അഷ്റഫ് കോയ എന്നാണു പേര്, കോയക്കാ എന്നു വിളിച്ചോളാം എന്ന് ഒരു പരിഹാരവും സക്കീന അതിനു കണ്ടുപിടിച്ചു. കോയക്കാ എന്നല്ല, കോയ പ്ലസ് ഇക്ക, കോയിക്കാ എന്നാ വിളിക്കേണ്ടത്, സ്വാതി സക്കീനയെ തിരുത്തിയിരുന്നു. ഇപ്പോൾ അവൾക്ക് തിരിച്ചടിക്കാൻ ഒരവസരമായി.

പറ്റിയ ഒരു മറുപടി സ്വാതി ആലോചിക്കുന്നതിനിടയിൽ ബെല്ലടിച്ചു. സക്കീനയും സാലിയും കോമേഴ്സ് ബ്ലോക്കിലേക്കു പോയി. കാർത്തികയും സുമയ്യയും സുരഭിയും സ്വാതിയുടെ ക്ലാസ്സ്മേറ്റ്സ് ആണ്. നാൽവരും ചരിത്രവിദ്യാർത്ഥിനികൾ.

സ്വാതിക്ക് ക്ലാസ്സുകൾ ശ്രദ്ധിക്കാൻ കഴിഞ്ഞില്ല. കണ്ടപ്പോൾ ആളെ ഇഷ്ടമായി. അതിനു മറ്റൊരു കാരണവും കൂടിയുണ്ടായിരുന്നു. ആ മുഖം മുമ്പെപ്പോഴോ കണ്ടതുപോലൊരു തോന്നൽ. ഒരു വേഗ് ഫെമിലിയാരിറ്റി. താൻ ഇഷ്ടപ്പെടുന്ന എന്തോ ഒന്ന് ആ ആളിൽ ഉണ്ടായിരുന്നു. അതെന്താണെന്ന് എത്ര ആലോചിച്ചിട്ടും സ്വാതിക്ക് പിടികിട്ടിയില്ല. പിന്നെ അതങ്ങു വിട്ടു; ആ തോന്നലിനെ കുറിച്ച് അധികം തലപുണ്ണാക്കാൻ പോയില്ല അവൾ. പേര് കേട്ടപ്പോൾ സാധാരണ കേൾക്കാറുള്ളതിൽ നിന്നൊക്കെ വ്യത്യസ്തമാണല്ലോ ഈ പേര് എന്ന് തോന്നാതിരുന്നതല്ല. പക്ഷേ വ്യത്യസ്തതയും പരിഷ്കാരവുമൊക്കെ ഏറെ ഇഷ്ടപ്പെടുന്നവളാണല്ലോ സ്വാതി. സ്വാതി സുധാകരൻ എന്ന സ്വന്തം പേരിനെ

പരിഷ്ക്കരിച്ച്, സ്വാതി എസ്. കരൺ എന്നാക്കിയിരുന്നു അവൾ. അങ്ങനെ പരിഷ്ക്കരിച്ചത് ഗസറ്റിൽ പബ്ലിഷ് ചെയ്തിട്ടൊന്നുമല്ല; നോട്ടുബുക്കുകളുടേയും ടെക്സ്റ്റ് ബുക്കുകളുടേയുമൊക്കെ പുറംചട്ടകളിൽ എഴുതിവച്ചുകൊണ്ടായിരുന്നു.

അച്ഛന്റെ പേര് ഇംഗ്ലീഷിൽ എഴുതുമ്പോൾ വരുന്ന അവസാന അഞ്ചക്ഷരങ്ങൾ 'കരൻ' എന്നാരും വായിച്ചില്ല. പകരം അതു 'കരൺ' എന്നായി. അങ്ങനെ ഒരു തനിമലയാളി പേരിനെ, ഒരു ഉത്തരേന്ത്യൻ നാമത്തെ ദ്യോതിപ്പിക്കും വിധം മാറ്റിയെടുത്തവളാണ് സ്വാതി.

പേരിലും പരിഷ്ക്കാരം വേണമെന്നാഗ്രഹിക്കുന്ന സ്വാതിക്ക് പ്രതിശ്രുതവരന്റെ വീരേന്ദ്രബാഹു എന്ന പേര് ഒരു പ്രശ്നമാണല്ലോന്നു തോന്നിത്തുടങ്ങി. താൻ അയാളെ എന്തുവിളിക്കും? സക്കീന കളിയാക്കിയതുപോലെ വീരേന്ദ്രബാഹുവേട്ടാ എന്നു നെടുനീളത്തിൽ വിളിക്കാൻ പറ്റില്ലതന്നെ. പിന്നെ? അത് ഒരു ചോദ്യം തന്നെയാണല്ലോ !

വീരേന്ദ്രേട്ടാ?? ശ്ശേ, അതൊരു സുഖമില്ല.

വീരേട്ടാ... ശ്ശോ, അതു തീരേയും കൊള്ളില്ല.

ബാഹുവേട്ടാ... അയ്യേ, കേൾക്കുന്നവർ ചിരിക്കില്ലേ ഇങ്ങനെ വിളിച്ചാൽ?

നാലാൾകേൾക്കേ ഈവക പേരുകളൊന്നും വിളിക്കാൻ പറ്റില്ലല്ലോ. പിന്നെന്തു വിളിക്കും?

സ്വാതി ആകെ കൺഫ്യൂഷനിലായി. അദ്ധ്യാപകർ വിശദീകരിക്കുന്ന പാഠഭാഗങ്ങളിൽ ഒരു തരി പോലും അവളുടെ തലയിൽ കയറിയില്ല.

ഉച്ചക്ക് ലഞ്ച് സമയത്ത് കൂട്ടുകാർ ഒത്തുകൂടിയപ്പോൾ വീണ്ടും അതു ചർച്ചാവിഷയമായി. ഒരു പഴയ സിനിമാഗാനത്തിൻ കാർത്തിക തുടക്കമിട്ടു. മറ്റുള്ളവർ അതേറ്റെടുത്തു കോറസ് ആയി പാടി.

'നിൻ പ്രാണനായകനെ... സഖീ... നിൻ പ്രാണനായകനെ എന്തു വിളിക്കും?

എങ്ങിനെ നീ നാവെടുത്തു വീരേന്ദ്രബാഹൂട്ടാന്ന് വിളിക്കും? സഖീ...'

'വീരേന്ദ്രബാഹൂട്ടാ' എന്ന പദം ആ ഗാനത്തിന്റെ ട്യൂണിൽ കൊള്ളിക്കാൻ പറ്റുന്നതായിരുന്നില്ല. കാർത്തിക അത് പാടിയ രീതി എല്ലാവർക്കും ഏറെ രസം പകർന്നു. കൂട്ടുകാർ ചിരിച്ചു തലതല്ലി.

ഗാനത്തിലൂടെയുള്ള ആ ചോദ്യത്തിന് സ്വാതിക്ക് ഒരുത്തരവും പറയാനില്ലായിരുന്നു. അവളും അവരുടെ തിമിർപ്പിൽ പങ്കെടുത്തെങ്കിലും മനസ്സിനുള്ളിൽ ഒരു കൊളുത്തിട്ടു വലിക്കുന്ന വേദന അനുഭവിച്ചു.

'എടീ ഒരൈഡിയ... നമുക്ക് ആ ചേട്ടനെ വീരപ്പൻ ചേട്ടാന്നു വിളിക്കാം', സുമയ്യ വിളമ്പി.

'അതു നല്ല ഐഡിയ. സ്വാതിയുടെ വീരപ്പഞ്ചേട്ടൻ... അല്ലെങ്കി വേണ്ട. വീരഞ്ചേട്ടൻ എന്നുമതി. നമുക്കും വേണ്ടേ ഒരു പേര് ആ ചേട്ടനെ വിളിക്കാൻ? വീരഞ്ചേട്ടൻ... കൊള്ളാംട്ടോ...' കാർത്തിക പ്രഖ്യാപിച്ചു.

'സ്വാതി എസ്. കരൺ ഇനി മുതൽ സ്വാതി. വി. ബാഹു.'

അങ്ങനെ ആ കളിയാക്കൽചർച്ച നീണ്ടു.

വൈകിട്ട് സ്വാതി വീട്ടിലേയ്ക്കു കയറിച്ചെന്നത് വീർത്തുകെട്ടിയ മുഖവുമായിട്ടായിരുന്നു. ബാഗ് മേശപ്പുറത്തേയ്ക്ക് വലിച്ചെറിഞ്ഞിട്ട് അടുക്കളയിലേയ്ക്ക് ഓടുന്ന അവൾ ഇന്ന് സ്വന്തംറൂമിൽ കയറി കതകടച്ച് കട്ടിലിലേയ്ക്ക് വീണു, കാലും മുഖവും കഴുകുകപോലും ചെയ്യാതെ.

അമ്മ അമ്പരന്നു. രാവിലെ നല്ലസന്തോഷത്തോടെ കോളേജിലേയ്ക്ക് പോയവൾ ഇപ്പോളിതാ മുഖവും വീർപ്പിച്ച് വന്നിരിക്കുന്നു!

അമ്മ എത്ര ചോദിച്ചിട്ടും അവൾ ഒന്നും പറഞ്ഞില്ല. അമ്മയ്ക്ക് ആധിയായി. അച്ഛൻ വരുവോളം അമ്മ തീ തിന്ന് മകളുടെ അടുത്തുതന്നെയിരുന്നു

അച്ഛൻ വന്നു. ചായ പോലും നൽകാതെ അമ്മ അച്ഛനെ സ്വാതിയുടെ മുറിയിലേയ്ക്ക് കൊണ്ടുവന്നു.

'മോളേ, എന്താ നിനക്കു സുഖമില്ലേ?', അച്ഛൻ നെറ്റിയിൽ കൈത്തലം വച്ച് നോക്കി. പനിയൊന്നുമില്ല.

'മോളേ നീ വിഷമിപ്പിക്കാതെ കാര്യം പറയ് '

സ്വാതി ആർത്തലച്ച് കരഞ്ഞുകൊണ്ട് പറഞ്ഞു, 'എനിക്കീ കല്യാണം വേണ്ട'

'ഹോ, അതാണോ കാര്യം!', അച്ഛൻ ആശ്വാസത്തോടെയെന്നോണം നെഞ്ചിൽ കയ്യമർത്തി.

അമ്മയാവട്ടേ വല്ലാതെ ഞെട്ടി. ഇന്നലെ സമ്മതം പറഞ്ഞിട്ട് ഇന്നിപ്പോൾ എന്തുപറ്റി?

സ്വാതി തേങ്ങിക്കൊണ്ടിരുന്നു. അച്ഛൻ മകളുടെ തലയിൽ തഴുകി പറഞ്ഞു, ‘അതിനു നീയിങ്ങനെ കരയാതെ. നിനക്കിഷ്ടമില്ലെങ്കിൽ ആരും നിർബന്ധിക്കുന്നില്ല.’

‘ഇതെന്താ ഈ പറയുന്നത്? ഇന്നു രാവിലെവരെ അവൾക്കു സമ്മതമായിരുന്നു.. പിന്നെ ഒരു പകലുകൊണ്ട് എന്തു സംഭവിച്ചു ഇങ്ങനെ വേണ്ടാന്നു പറയാൻ? ദേ ഞാൻ പറഞ്ഞേക്കാം... ’, അമ്മ ഒച്ചവച്ചു.

അച്ഛൻ ആംഗ്യഭാഷയിലൂടെ അമ്മയെ തടഞ്ഞു. അമ്മ നിറുത്തിയില്ല.

‘അല്ല, ഇവൾടെ വിചാരമെന്താ? വല്ല രാജകുമാരനോ സിനിമാനടനോ ഒക്കെ വരുമെന്നോ?’

‘രേണു, നീ പോയി എനിക്കൊരു ചായയിട്ടു തന്നേ. നല്ല ക്ഷീണമുണ്ടെനിക്ക്.’ അച്ഛൻ അമ്മയെ അവിടെ നിന്നു പറഞ്ഞുവിടാൻ നോക്കി.

‘മോളു പറയുന്നതിനൊക്കെ സപ്പോർട്ട് ചെയ്തു നിന്നോണം... അവസാനം അനുഭവിക്കും. പറഞ്ഞില്ലെന്നു വേണ്ടാ...’

അമ്മ ഭൂമി കുലുക്കിക്കൊണ്ട് നടന്നകലുന്നത് സ്വാതി അറിഞ്ഞു. തലയിണയിൽ മുഖം പൂഴ്ത്തിക്കിടന്ന അവൾ മെല്ലെ മുഖം തിരിച്ച് അച്ഛന്റെ മുഖത്തേയ്ക്കു നോക്കി. പിന്നെ വിതുമ്പുന്ന സ്വരത്തിൽ പറഞ്ഞു, ‘അച്ഛാ എനിക്കിപ്പോൾ കല്യാണമൊന്നും വേണ്ടാ. ഡിഗ്രി കഴിഞ്ഞിട്ടു മതി. എനിക്കു പഠിക്കണം.’

'അതത്രയേ ഉള്ളൂന്ന് മോൾക്ക് ഉറപ്പ് തന്നതല്ലേ? ഇപ്പോൾ ആലോചന ഉറപ്പിക്കുന്നു. അത്രയല്ലേയുള്ളൂ. ഡിഗ്രി പാസ്സായിട്ടേ കല്യാണം നടത്തൂ.'

'എനിക്ക്... ഇന്നലത്തെ ആലോചന വേണ്ട...', സ്വാതി കൊഞ്ചലോടെ പറഞ്ഞു.

'അതെന്താ മോളേ? ഇന്നലെ നീ ഓകെ പറഞ്ഞതല്ലേ? പിന്നെ ഇന്നെന്തേ ഒരു മനംമാറ്റം?'

'ഓരോന്നാലോചിച്ചപ്പോൾ... അതു ശരിയാവില്ലെന്നൊരു തോന്നൽ...'

'എന്താലോചിച്ചപ്പോഴാണു മോളേ?'

'ദേ, വരണം... ചായ എടുത്തു... പുന്നാരമോളേയും കൂട്ടിക്കോണം...' അമ്മ ഡൈനിങ്ങ്ഹാളിൽ നിന്നു വിളിച്ചു.

രക്ഷപ്പെട്ടു. എന്താലോചിച്ചപ്പോൾ എന്ന അച്ഛന്റെ ചോദ്യത്തിന് ഉത്തരം പറയണ്ടല്ലോ. അയാളുടെ പേര് ഇഷ്ടപ്പെടാഞ്ഞിട്ടാണെന്നു പറയാൻപറ്റുമോ?

അച്ഛൻ നിർബന്ധിച്ചു ചായകുടിക്കാൻ കൂട്ടിക്കൊണ്ടുപോയി.

പിറ്റേന്ന് കൂട്ടുകാരികളോട് പറയാൻ അവൾക്കുണ്ടായിരുന്ന വിശേഷം എന്തായിരുന്നുവെന്ന് ഊഹിക്കാമല്ലോ.

കൂട്ടുകാർക്ക് അതൊരു വലിയ അതിശയമായി തോന്നിയില്ല. ഇതിനു മുൻപുവന്ന ആലോചനകളെല്ലാം സ്വാതി നിരസിച്ചിരുന്നതാണല്ലോ.

എന്നാലും സാലി ചോദിച്ചു, 'ഇന്നലെ നീ പറഞ്ഞത് നിനക്കിഷ്ടമായീന്നല്ലേ? പിന്നിപ്പോൾ എന്താ ഇങ്ങനെ?'

'ഓ എനിക്കങ്ങനെ വലിയ ഇഷ്ടമായിട്ടൊന്നുമല്ലെടീ... അമ്മയുടെ നിർബന്ധം കാരണം ഞാനങ്ങു ഓകെ പറഞ്ഞെന്നേയുള്ളൂ... പിന്നെ ആലോചിച്ചപ്പോൾ...', സ്വാതി അർദ്ധോക്തിയിൽ നിറുത്തി.

ഉച്ചക്ക് ലഞ്ച്ബ്രേക്ക് സമയത്ത് സാലി സ്വാതിയെ ഒറ്റയ്ക്കു വിളിച്ചുനിറുത്തി ചോദിച്ചു, 'ശരിക്കും പറയ്, എന്തേ നീ അയാളെ വേണ്ടെന്നു വയ്ക്കാൻ? ഇന്നലത്തെ നിന്റെ അഭിപ്രായം ഇതല്ലായിരുന്നല്ലോ. നിന്റെ മുഖത്തുനിന്നു വായിച്ചെടുക്കാമായിരുന്നു നിനക്കയാളെ ഇഷ്ടമായെന്ന സത്യം... പിന്നിപ്പോൾ എന്തുപറ്റി?'

സ്വാതി കുറച്ചുനേരം ഒന്നുംമിണ്ടിയില്ല. സാലി നിർബന്ധിച്ചു.

'നീയും ഇന്നലെ കേട്ടതല്ലേ?'

'എന്ത്?', സാലിക്കു മനസ്സിലായില്ല.

'പോടീ, നീ കേട്ടതല്ലേ? അയാളുടെ പേരിനെ കളിയാക്കി ഓരോന്നു പറഞ്ഞത്... അയാളെ കെട്ടിയാൽ ഈ ജീവിതകാലം മുഴുവൻ ഞാനീ പരിഹാസം കേൾക്കേണ്ടി വരില്ലേ?', സ്വാതിയുടെ സ്വരത്തിൽ വല്ലാത്ത പരിഭവം നിറഞ്ഞിരുന്നു.

സാലി അമ്പരന്നു. ഈയൊരു ചെറിയ പ്രശ്നത്തിന്റെ പേരിലാണോ കണ്ട് ഇഷ്ടമായ ആളെ വേണ്ടെന്നു വയ്ക്കുന്നത്!

'എന്റെ സ്വാതീ...', സാലി അവളെ ചേർത്തു പിടിച്ചു. 'നീയീ സില്ലി കാര്യത്തിന്റെ പുറത്താണോ തീരുമാനം മാറ്റിയത്?'

'ഇതു നീ റേഡിയോയിൽ പറയുമ്പോലൊരു സില്ലി കാര്യമൊന്നുമല്ല', സ്വാതി വീണ്ടും പരിഭവിച്ചു.

'എടീ നീയും കേട്ടിട്ടുണ്ടാവുമല്ലോ, ഷേക്സ്പിയറിന്റെ പ്രസിദ്ധമായ വാചകം. വാട്ട് ഈസ് ഇൻ എ നെയിം? - ഒരു പേരിൽ എന്തിരിക്കുന്നു? റോസാപുഷ്പത്തെ മറ്റെന്തെങ്കിലും പേരിട്ടു വിളിച്ചാലും അതിന്റെ സുഗന്ധത്തിനു യാതൊരു മാറ്റവും വരില്ലെന്ന് ജൂലിയറ്റ് റോമിയോയോട് പറയുന്നത്... സ്വാതീ, പേരല്ല, ആ വ്യക്തിയെയാണ് നോക്കേണ്ടത്.'

സാലിയുടെ വാദഗതിയൊന്നും സ്വാതിയുടെ തലയിൽ കയറിയില്ല.

'ഷേക്സ്പിയറിന് അങ്ങനൊക്കെ പറയാം. അതൊക്കെ നാടകത്തിൽ. ഇതു ജീവിതമാണ്. ലൈഫ് മുഴുവൻ പരിഹാസം കേൾക്കാൻ എനിക്കു വയ്യ.' സ്വാതി നിഷ്കരുണം സാലിയുടെ ഉപദേശം തള്ളി.

സാലി സ്വാതിയുടെ ഉറ്റചങ്ങാതിയാണ്. അവൾ പഠനത്തോടൊപ്പം ഒരു എഫ്.എം. റേഡിയോസ്റ്റേഷനിൽ റേഡിയോജോക്കിയായും വർക്കുചെയ്യുന്നു.

ആർ. ജെ. ആയി സെലക്ട് ചെയ്യപ്പെടാൻ ആഗ്രഹിക്കുന്നവർ അപേക്ഷിക്കാനുള്ള പരസ്യം കണ്ടപ്പോൾ സാലി സാംസണും അപേക്ഷിച്ചു. അതിനായുള്ള തിരഞ്ഞെടുപ്പിൽ ഒരു വെല്ലുവിളിയുണ്ടായിരുന്നു. പേരിനു മുന്നിൽ ചേർക്കാൻ ഒരുവാക്കു കണ്ടുപിടിക്കണം. അത് സ്വന്തം

വ്യക്തിത്വത്തെ ഉയർത്തിപ്പിടിക്കുന്നതാവണം; അതേ സമയം പേരിനോട് ഏറ്റവും ചേർന്നു നിൽക്കുന്നതുമായിരിക്കണം. സാലിയും കൂട്ടുകാരും അങ്ങനൊരു വാക്കു കണ്ടുപിടിക്കാൻ തലപുകഞ്ഞാലോചിച്ചു. അവസാനം സ്വാതി സജസ്റ്റ് ചെയ്തു.

'സില്ലി... സില്ലി സാലി... എന്തേ കൊള്ളില്ലേ? നിന്റെ പേരിനു നല്ല മാച്ചായിരിക്കും. റൈമിങ് ട്ടൂ...'

കൂട്ടുകാർ പൊട്ടിച്ചിരിച്ചു.

'എടീ, അസൂയയുണ്ടെങ്കിൽ അതങ്ങു തുറന്നുപറഞ്ഞാൽ പോരേ?' കാർത്തിക കപടരോഷം ഭാവിച്ചു.

'ഇംഗ്ലീഷ് മിസ്സിന്റെ ക്ലാസ്സ് ശ്രദ്ധിക്കാതെ പിൻബെഞ്ചിൽ പോയിരുന്നു വാട്ട്സ്ആപ്പ് ചാറ്റ് ചെയ്യുമ്പോൾ ഓർക്കണം ഇതുപോലത്തെ സജഷൻ ഒക്കെയാവും വരികയെന്ന്...' സുമയ്യ.

'ഓ, അതിനെനിക്കു സില്ലി എന്ന വാക്കിന്റെ അർത്ഥം അറിഞ്ഞു കൂടാഞ്ഞിട്ടാണെന്നാണോ നിങ്ങൾ വിചാരിക്കുന്നത്?' സ്വാതി പിടിച്ചിടത്തു നിന്നു കടുകിട വിട്ടുകൊടുത്തില്ല.

'അപ്പോൾ നിനക്കു മനസ്സിലായല്ലോ സാലീ, നിന്നെ ഒരു സില്ലിഗേൾ ആയിട്ടാണു സ്വാതി കണ്ടിരിക്കുന്നത് എന്ന്...' കാർത്തികയുടെ മൊഴികൾ പിന്നേയും ഉതിർന്നു.

സുരഭിയും സക്കീനയും നിറുത്താതെ ചിരിച്ചു. 'എങ്കിലും കൊള്ളാംട്ടോ... സില്ലി സാലി... കേൾക്കാനൊരു സുഖമൊക്കെയുണ്ട്.'

സാലി മാത്രം അഭിപ്രായമൊന്നും പറഞ്ഞില്ല. തെളിഞ്ഞ ചിരിയോടെ അവൾ കൂട്ടുകാരുടെ കളിയാക്കലുകൾ ആസ്വദിച്ചുകൊണ്ടിരുന്നു. തന്നെ മനപ്പൂർവ്വം താഴ്ത്തിക്കെട്ടാനായയാണ് സ്വാതി ആ വാക്കു സജസ്റ്റ് ചെയ്തതെന്നൊരു ചിന്തയേ അവളുടെ മനസ്സിൽ ഉദിച്ചില്ല.

'ജീവിതത്തിൽ അല്പസ്വല്പം സില്ലിനെസ്സ് ഒക്കെ നല്ലതാടീ... എപ്പോഴും സീരിയസ് ആകാതെ കുറച്ചു സില്ലിയായാൽ ജീവിതം കുറച്ചുകൂടി ആസ്വാദ്യകരമാകും, സ്ട്രെസ്സ് കുറയും...' സാലി സ്വാതിയെ സപ്പോർട്ട് ചെയ്തു.

സ്വാതിയുടെ സജഷൻ സാലി തള്ളിക്കളഞ്ഞില്ലെന്നു മാത്രമല്ല, അതു സീരിയസ് ആയിട്ടെടുക്കുകയും ചെയ്തു. സാലി ഭാവനാസമ്പന്നയാണ്. പോരെങ്കിൽ ഇംഗ്ലീഷിലും മലയാളത്തിലും നല്ല വാക് ചാതുര്യവും. ഒരു റേഡിയോ ജോക്കിക്കു വേണ്ടത് ഈ ഗുണങ്ങളൊക്കെയാണല്ലോ.

അവൾ ഇന്റർവ്യൂ പാനലിനു മുന്നിൽ തന്റെ പേരിനു മുന്നിൽ ചേർക്കാനുള്ള വിശേഷണമായി 'സില്ലി' എന്ന വാക്കു തന്നെ അവതരിപ്പിച്ചു. 'സില്ലി സാലി.' ഇന്റർവ്യൂ പാനൽ അംഗങ്ങൾ പൊട്ടിച്ചിരിച്ചു. സാലി പതറിയില്ല, തളർന്നുമില്ല.

'ഹോപ്പ് യു നോ ദ് മീനിങ്ങ് ഓഫ് ദ് വേർഡ് സില്ലി?' ഒരംഗം ചോദിച്ചു.

'ഒഫ് കോഴ്സ്, സർ, ഐ വെരി വെൽ നോ ഇറ്റ്'

'ദെൻ വൈ?...'

'സർ, ഇതു സ്വയംപുകഴ്ത്തുന്ന തരത്തിലുള്ള ഒരു വാക്കല്ലെന്നല്ലേയുള്ളൂ. അതായത്, ആത്മപ്രശംസ ഇല്ല. അതു നല്ലതുമല്ലല്ലോ സർ. പക്ഷേ സില്ലി എന്ന വാക്ക് എന്റെ പേരിനൊപ്പം നന്നായി ഇണങ്ങുന്നില്ലേ? മ്യൂസിക്കലി... റൈമിങ്ങ് ടൂ... പിന്നെ സില്ലി എന്ന വാക്കിന് ഫൂളിഷ്, ഇറെസ്പോൺസിബിൾ എന്നൊക്കെ മാത്രമല്ലല്ലോ സർ അർത്ഥം. അത് ഒരാളിന്റെ ഉള്ളിൽ ഒളിഞ്ഞു കിടക്കുന്ന കുട്ടിത്തത്തെ ധ്വനിപ്പിക്കുന്നതു കൂടിയല്ലേ സർ? ഏതൊരാളിന്റെയുള്ളിലും ഒരു കുട്ടി ഉണ്ടെന്നല്ലേ? നമ്മളിൽ ആ കുട്ടിത്തമുണരുമ്പോൾ മറ്റുള്ളവർക്കത് സില്ലി ആയി തോന്നുന്നു. മനശ്ശാസ്ത്രജ്ഞർ പറയുന്നത്, ഒരാളിൽ കുട്ടിത്തം എത്ര ഏറുന്നോ അത്രയും മാനസികവും ശാരീരികവുമായ ആരോഗ്യവും ഏറുമെന്നാണ്. കാരണം അത്തരക്കാരുടെ മനസ്സ് ലൈറ്റായിരിക്കും, സ്ട്രെസ്സ് അധികമുണ്ടാവില്ല.....'

സാലി അങ്ങനെ സില്ലി എന്ന വാക്കിനെ കുറിച്ച് ഒരു നീണ്ട പ്രസംഗം തന്നെ നടത്തി.

സാലി റേഡിയോ ജോക്കിയായി തിരഞ്ഞെടുക്കപ്പെട്ടു. അങ്ങനെ 'സില്ലി സാലി' ജനിച്ചു.

ശ്രോതാക്കളെ രസിപ്പിക്കാനും അവരുടെ ഹൃദയം തൊടാനും സില്ലി സാലിക്കു കഴിഞ്ഞു. ശ്രോതാക്കളുമായി പങ്കുവയ്ക്കാൻ തിരഞ്ഞെടുക്കുന്ന രസകരമായ നുറുങ്ങുകഥകളും സംഭവവിവരണങ്ങളുമൊക്കെ കഴിയുന്നിടത്തോളം ഏതെങ്കിലും വിധത്തിൽ സില്ലി എന്ന പദവുമായി ബന്ധപ്പെട്ടതായിരിക്കാൻ അവൾ പ്രത്യേകം ശ്രദ്ധിച്ചു. എല്ലാ വ്യക്തികളിലും ഉണ്ട് ഇത്തിരി സില്ലിനെസ്സ്;

അതിന്റെ അളവ് ഏറിയും കുറഞ്ഞും ഇരിക്കും എന്നേയുള്ളൂ എന്ന സിദ്ധാന്തത്തെ വളരെ സമർത്ഥമായി സ്ഥാപിച്ചെടുത്തു സാലി. കഥകളുടേയും വിവരണങ്ങളുടേയും അവസാനം സന്ദർഭാനുസരണം രണ്ടു പഞ്ച് ഡയലോഗുകൾ വച്ചുകാച്ചി അവൾ - നേർവിപരീതാർത്ഥങ്ങളിൽ ഉള്ളവ - “നോ ഹാം ഇൻ ബീയിങ് സില്ലി അറ്റ് ടൈംസ് യാർ...” എന്നും “ഡോണ്ട് ബി ദാറ്റ് സില്ലി യാർ...” എന്നുമായിരുന്നു അവ. ശ്രോതാക്കൾക്കവ നന്നേ രസിച്ചു. സില്ലി സാലിയെ കേൾക്കാനായി ശ്രോതാക്കളും ഏറിയത്രേ. ഡ്യൂട്ടിയിൽ പ്രവേശിക്കുമ്പോൾ ആമുഖമായി പറയുന്ന വാചകവും ഏറെ ഹിറ്റായി. “ഹായ് ഫ്രണ്ട്സ്... സില്ലി സാലി ഈസ് ഹിയർ വിത് യു വിത് സില്ലി മാറ്റേർസ്...”. അങ്ങനെ സില്ലി സാലി താരമായി.

ഇതിലൊക്കെ സാലിയെക്കാളേറെ സന്തോഷിച്ചത് സ്വാതിയായിരുന്നു. കാരണം സാലി സത്യസന്ധയായിരുന്നു. തനിക്ക് സില്ലി സാലി എന്ന പേര് സജസ്റ്റ് ചെയ്തത് തന്റെ ഉറ്റചങ്ങാതിയായ സ്വാതി. എസ്. കരൺ ആണെന്ന് അവൾ റേഡിയോയിലൂടെ അനൗൺസ് ചെയ്തിരുന്നു. ഇടയ്ക്കൊക്കെ അവളത് ശ്രോതാക്കളെ ഓർമ്മിപ്പിക്കാറുമുണ്ട്. അങ്ങനെ സില്ലി സാലിയോടൊപ്പം സ്വാതി. എസ്. കരണും പ്രശസ്തയായി. അത് സ്വാതിയെ വല്ലാതെ സന്തോഷിപ്പിച്ചു എന്നുമാത്രമല്ല, ഇത്രയും പോപ്പുലർ ആയ ഒരു പേര് തനിക്ക് സജസ്റ്റ് ചെയ്യാൻ കഴിഞ്ഞല്ലോ എന്നതിൽ അഭിമാനവും തോന്നി. എന്തൊക്കെയായിരുന്നതിന് കാർത്തികയും കൂട്ടരും പറഞ്ഞത്!

അന്ന് സ്വാതിയുടെ നിർദേശം സസന്തോഷം സാലി സ്വീകരിച്ചെങ്കിലും ഇന്ന് സാലിയുടെ ഉപദേശം സ്വീകരിക്കാൻ സ്വാതി തയാറായില്ല. അവൾക്ക് വീരേന്ദ്രബാഹു എന്ന വിചിത്രനാമമുള്ളയാളെ പ്രതിശ്രുതവരനായി വേണ്ട. വേണ്ട എന്നു പറഞ്ഞാൽ വേണ്ടതന്നെ.

വൈകുന്നേരം നാലു മുതൽ ഏഴു വരെ സാലിയുടെ സെഷൻ ആയിരുന്നു എഫ്.എം. റേഡിയോയിൽ. അന്നത്തെ സില്ലി മാറ്റേർസ്ന്റെ കൂട്ടത്തിൽ ഒരു കഥയുണ്ടായിരുന്നു, വിവാഹം ആലോചിച്ചു വന്നയാളെ ഇഷ്ടമായെങ്കിലും അയാളുടെ പേര് നന്നല്ല എന്ന ഒറ്റക്കാരണത്താൽ അയാളെ തിരസ്കരിച്ച ഒരു പെൺകുട്ടിയുടെ കഥ. കഥ പറഞ്ഞവസാനിപ്പിച്ച് അവൾ മൊഴിഞ്ഞു 'ഡോണ്ട് ബി ദാറ്റ് സില്ലി യാർ...'

അതു കേട്ടിരുന്ന സ്വാതി വല്ലാതായി. പിന്നെ സ്വയം ആശ്വസിച്ചു, സാലിക്ക് അത് സില്ലി ആയി തോന്നുന്നുണ്ടാവാം, പക്ഷേ തനിക്ക് അങ്ങനെയല്ല.

ഉടൻ തന്നെ കാർത്തികയുടെ ഫോൺവന്നു. 'എടീ നീ സാലിയുടെ കഥ കേട്ടോ? എനിക്കൊരു സംശയം അതു നിന്നെ കുറിച്ചോണോന്ന്... ആണോ സ്വാതീ?'

'നീ പോടീ... അതിനു ഞാൻ പേരിഷ്ടമാവാത്തോണ്ടൊന്നുമല്ല വേണ്ടെന്നു വച്ചേ...' സ്വാതിയുടെ പ്രതിരോധത്തിനു ശക്തി പോരായിരുന്നു. കാർത്തിക പിന്നേയും ചുഴിഞ്ഞുചുഴിഞ്ഞു ഓരോന്നു ചോദിച്ചുകൊണ്ടിരുന്നു. സ്വാതിക്കു ദേഷ്യം വന്നു. 'എന്തൊരു കുഴിഞ്ഞ ബുദ്ധിയാടീ നിന്റേ? ഞാൻ കട്ട് ചെയ്യുവാ.'

സ്വാതി ഫോൺ കട്ട് ചെയ്തു. പിന്നെ പിറുപിറുത്തു, 'അവളുടെ ഒരു കഥ! വച്ചിട്ടുണ്ടവൾക്ക്... നാളെയാവട്ടേ.'

'ഒരു പെൺകുട്ടി' എന്നുമാത്രമേ സാലി പറഞ്ഞിട്ടുള്ളൂ. എങ്കിലും തന്നെക്കുറിച്ചു തന്നെയല്ലേ അക്കഥ?

പിറ്റേന്ന് കാർത്തിക ആവതു ശ്രമിച്ചു സാലിയിൽ നിന്ന് ആ 'പെൺകുട്ടി' ആരെന്നറിയാൻ. അത് നാട്ടിലുള്ള ഒരു ഫ്രണ്ടാണെന്ന് പറഞ്ഞ് സാലി സമർത്ഥമായി ഒഴിഞ്ഞു. അപ്പോൾ ആ പെൺകുട്ടിയുടെ പേരെന്തെന്നായി കാർത്തിക.

'ഇരയുടെ പേര് പറയരുതെന്നാണ് ഇപ്പോഴത്തെ നിയമം. അറിയില്ലേ? വല്ലപ്പോഴുമൊക്കെ പത്രം ഒന്നോടിച്ചുനോക്കുകയെങ്കിലും വേണം എന്റെ കാർത്തീ...'

'ഇതാണ് വടികൊടുത്ത് അടിവാങ്ങുക എന്നു പറയുന്നത്...' കിട്ടിയ അവസരം സ്വാതിയും പാഴാക്കിയില്ല.

ഒരാഴ്ച കഴിഞ്ഞില്ല, വീണ്ടുമതാ വരുന്നു, അടുത്ത ആലോചന. സ്വാതി പ്രതിഷേധിച്ചു. പക്ഷേ അമ്മ വിട്ടില്ല.

'നിനക്ക് ഇഷ്ടമായില്ലെങ്കിൽ ആരും നിർബന്ധിക്കാൻ പോണില്ല', അമ്മ മയപ്പെടുത്തി പറഞ്ഞു 'അവരു വന്നുപൊയ്ക്കോട്ടേ...'

'ഓ, ഈ അമ്മേടെ ഒരുകാര്യം' സ്വാതി തലയിൽ കൈവച്ചു.

ഇത്തവണ പെണ്ണുകാണൽ മഹാമഹത്തിനു സാക്ഷ്യംവഹിക്കാൻ അമ്മാവനും അമ്മായിയും രണ്ടു കസിൻസും കൂടി വരുന്നുണ്ടത്രേ.

പിറ്റേന്ന് രാവിലെ തന്നെ അമ്മാവനും കുടുംബവും വന്നു. പതിനൊന്നു മണിയോടെ അവരും വന്നു.

പയ്യൻ അൾട്രാമോഡേൺ. ബി.ടെക്ക് ബിരുദധാരി. ഐ.ടി.ഫീൽഡിൽ ജോലി. നല്ല പൊക്കം. നന്നേ മെലിഞ്ഞും. സ്ലിം ഫിറ്റ് ഷർട്ടും ടൈറ്റ് ഫിറ്റ് ലോ വെയിസ്റ്റ് ജീൻസും വേഷം. നന്നേ വെളുത്ത മുഖത്ത് ഫ്രഞ്ച് താടിയും ഫ്രെയിംലെസ്സ് കണ്ണടയും നന്നേ യോജിക്കുന്നുണ്ട്. ആകെക്കൂടി ഒരു അടിപൊളി ലുക്ക്. സ്വാതിക്കതിഷ്ടമായി.

പക്ഷേ കഴിഞ്ഞ തവണത്തെപോലെ അമളി പറ്റാതിരിക്കണമല്ലോ. പയ്യന്റെ പേര് എങ്ങനെയെങ്കിലും ഒന്നു വീണുകിട്ടാൻ അവൾ അമ്മയുടെയും അമ്മായിയുടേയും പിന്നാലെ നടന്നു. ഒടുവിൽ നിവർത്തികെട്ട് ചോദിച്ചു, 'എന്താമ്മേ അയാൾടെ പേര്?'

അത് അമ്മയും ചോദിച്ചിരുന്നില്ല. സ്വാതിയുടെ ഈ ചോദ്യം അമ്മയെ സന്തോഷിപ്പിച്ചു. വന്നയാളെ ഇഷ്ടപ്പെട്ടിട്ടാവും പേരറിയാനുള്ള ആകാംക്ഷയെന്ന് അമ്മ ഊഹിച്ചു. ഉടൻതന്നെ അമ്മ ഉമ്മറത്തേക്ക് ചെന്ന് അതന്വേഷിച്ചു.

'അന്തക്'

'എന്താ?', സ്വാതിയുടെ അച്ഛൻ എടുത്തു ചോദിച്ചു.

'അന്തക്'

സ്വാതി അകത്തു കാതുകൂർപ്പിച്ചു നില്പുണ്ടായിരുന്നു. അവളാ പേര് സ്വയം ഉരുവിട്ടു. 'അന്തക്...' മോഡേൺ പേരാവും. അയാളത് ഉരുവിടുന്നതും ഒരു പ്രത്യേകസ്റ്റൈലിൽ.

അമ്മ അകത്തേയ്ക്കുവന്നു പറഞ്ഞു, 'പയ്യന്റെ പേര് എനിക്കങ്ങോട്ടു ശരിക്കു മനസ്സിലായില്ല മോളേ... ഇപ്പോഴത്തെ പുതിയ പേരെന്തോ ആണ്. അന്തക്കെന്നോ... അങ്ങനെയെന്തോ ആണ്...'

'അന്തക്കെന്നോ? അതെന്തു പേര് ഏടത്തീ?' അമ്മായി ചോദിച്ചു.

'ഇപ്പോഴത്തെ ഫാഷൻപേരു വല്ലതുമാവും ജയേ... കഴിഞ്ഞതവണ വന്നയാളിനും ഇതുപോലെ വായീ കൊള്ളാത്ത പേരു തന്നെയായിരുന്നു... ഗജേന്ദ്രനെന്നോ മറ്റോ... '

സ്വാതി ഉൾപ്പെടെ എല്ലാവരും പരിസരംമറന്ന് പൊട്ടിച്ചിരിച്ചുപോയി.

'ഗജേന്ദ്രനെന്നോ? എന്നുവച്ചാൽ ആന എന്നല്ലേ?' അമ്മായിക്കു ചിരിയടക്കാനായില്ല.

അമ്മ സ്വാതിയോടു തന്നെ ചോദിച്ചു, 'എന്തുവായിരുന്നെടീ അയാൾടെ പേര്?'

'അതു ഗജേന്ദ്രനെന്നൊന്നുമല്ലമ്മേ... വീരേന്ദ്രബാഹു എന്നായിരുന്നമ്മായീ...'

'മലയാളിയല്ലേ?'

'മലയാളിയൊക്കെ തന്നെ. അമ്പലപ്പുഴക്കാരൻ. പക്ഷേ പേര് ഇങ്ങനെയൊക്കെയാണ്...' പിന്നെ അമ്മ രഹസ്യം പറയുന്നതുപോലെ അമ്മായിയോട് പറഞ്ഞു,

'അത് ആള് ഇത്തിരിക്കൂടി കൊള്ളാമായിരുന്നു. പൊക്കവുമുണ്ട് അതിനൊത്ത തടിയുമുണ്ട്. കണ്ടാലും ഒരു പാകതയും പക്വതയുമൊക്കെ തോന്നിക്കും... പക്ഷേ ഇവളു കേറി ഉടക്കി. വന്നു കണ്ട ദിവസം പാതി സമ്മതിച്ച മട്ടിലായിരുന്നു. പിറ്റേന്നായപ്പോൾ പറയുന്നു വേണ്ടെന്ന്... മോളുടെ താളത്തിനു തുള്ളാനായി ഒരച്ഛനും!' അമ്മ ഒരു നെടുവീർപ്പുതിർത്തു.

'സാരമില്ല ഏടത്തീ... സ്വാതിക്കതിന് വലിയ പ്രായമൊന്നുമായില്ലല്ലോ. നടക്കേണ്ടതു വരുമ്പോൾ അങ്ങു നടക്കും.' അമ്മായി അമ്മയെ ആശ്വസിപ്പിച്ചു.

അമ്മ സ്വാതിയുടെ നേർക്ക് തിരിഞ്ഞു. 'എടീ, ഈ പയ്യനെ നിനക്ക് ബോധിച്ചോ?'

സ്വാതി പെട്ടെന്നൊരുത്തരം പറഞ്ഞില്ല.

'ഒന്നു പറയ് എന്റെ മോളേ...' അമ്മ കെഞ്ചി.

'അത്... അത് നാളെ പറയാമമ്മേ...'

അമ്മായിയും കസിൻസും പൊട്ടിച്ചിരിച്ചു.

'നാളെ പറയാമെന്നോ? ഇപ്പം പറഞ്ഞാലെന്തു കുഴപ്പം?' അമ്മ ദേഷ്യപ്പെട്ടു.

'അങ്ങനെ പെട്ടെന്നൊരു ഉത്തരമൊന്നും പറയാൻ പറ്റില്ല... ഇതൊക്കെയൊരു ജീവിതപ്രശ്നമല്ലേ? അല്ലേ അമ്മായീ? ഒബ്ജക്റ്റീവ് ടൈപ്പ് ക്വസ്റ്റ്യന്റെ ആൻസർ പോലെ യെസ് ഓർ നോ എന്നു പറയാൻ പറ്റുമോ? എനിക്കാലോചിക്കണം...'

'അതേയതേ... നീ ആലോചിച്ചോണ്ടിരുന്നോട്ടോ... ജീവിതകാലം മുഴുവൻ ആലോചിച്ചോ...'

'സ്വാതിച്ചേച്ചീ, അപ്പച്ചിയെ ടെൻഷനടിപ്പിക്കാതെ വേഗം ആലോചിച്ച് പറയൂ...' കസിൻ ധരിത്രിയാണ്.

'നീ പോടീ...'

വന്നവർ പോകാനിറങ്ങി. സ്വാതിയും അമ്മായിയും കസിൻസും തെക്കിനിമുറിയിലെ ജനാലവിരി അല്പം മാറ്റി അവരുടെ പോക്ക് കാണാൻ നിന്നു.

'എടീ കണ്ണുപൊത്തിക്കോ... ആ ചെക്കന്റെ പാന്റ് ഇപ്പോ ഊർന്നുവീഴും...' അമ്മായി കമന്റ് പാസ്സാക്കി പൊട്ടിച്ചിരിച്ചു. കൂടെ കസിൻസും.

സ്വാതിക്കു ദേഷ്യം വന്നു. ആ പയ്യന്റെ അടിപൊളി സ്റ്റൈലും മോഡേൺ ഡ്രസ്സിങ്ങുമൊക്കെയാണ് സ്വാതിക്ക് ഏറെ ഇഷ്ടമായത്. എന്നിട്ട് അതിനെത്തന്നെ കളിയാക്കുന്നു! അമ്മായിക്കൊരു കുത്തു വച്ചുകൊടുക്കണം.

'അമ്മായി വെറും കൺട്രി... ഫാഷനബിൾ ഗൈസ് ഇങ്ങനൊക്കാ... കൺട്രി പീപ്പിൾ ഇതു വല്ലതും കണ്ടിരിക്കുന്നോ!'

ഇതൊക്കെ മനസ്സിൽ പറയാനല്ലേ പറ്റൂ.

പിറ്റേന്ന് സ്വാതിയുടെ തല കണ്ടതേ കൂട്ടുകാർ അവളുടെ ചുറ്റും കൂടി. പുതിയ ചെക്കൻ എങ്ങനെ? ഡീറ്റെയിൽഡ് ഇൻഫൊർമേഷൻ കൊടുക്കണം. സ്വാതി പക്ഷേ അധികമൊന്നും വിട്ടുപറഞ്ഞില്ല. ഇഷ്ടമായോന്ന ചോദ്യത്തിന് ഒഴുക്കൻ മട്ടിലൊരു മൂളൽ. പിന്നെ പറഞ്ഞു, 'ഒരു സ്റ്റൈലൊക്കെയുണ്ട്... ഒരു ബുജി ലുക്കും... ഫ്രഞ്ചുതാടിയൊക്കെ വച്ച്...'

'ആട്ടേ, എന്താ പേര്?' കാർത്തികയുടേതായിരുന്നു ചോദ്യം. അതു മുനവച്ച ചോദ്യമാണെന്ന് സ്വാതിക്കു മനസ്സിലായെങ്കിലും അതു ഭാവിച്ചില്ല. സാലി തൽക്കാലം കൂട്ടത്തിൽ ഇല്ല. അത് ആശ്വാസമായി.

'പേരും സ്റ്റൈലനാ...'

'അതു പറയെടീ... നിന്നു ഡ്രാമ കളിക്കാതെ.' കൂട്ടുകാർക്ക് അക്ഷമയായി.

തലേന്ന് ആ പയ്യൻ ഉരുവിട്ട സ്റ്റൈലിൽ തന്നെ സ്വാതി ആ പേരുപറയാൻ ശ്രമിച്ചു, 'അന്തക്'

ആ സ്റ്റൈലൻ പേരു കേട്ട് ഇവരൊന്നു ഞെട്ടട്ടേ! സ്വാതി ഗമയിലിരുന്നു. കൂട്ടുകാർ ആ പേര് ഉരുവിട്ടു നോക്കി. ഇതുവരെ കേട്ടിട്ടില്ലാത്ത പേരു തന്നെ ഇതും.

പെട്ടെന്നാണ് ആ ബോംബ് പൊട്ടിയത്. സുരഭി നെറ്റിചുളിച്ചുകൊണ്ട് ആ പേര് ഓരോരോ അക്ഷരമായി ഉച്ചരിച്ചു. 'അ ന്ത ക്... ആണോടീ?' സ്വാതി അതേയെന്നു തലയാട്ടി.

'എന്റെ ദൈവമേ...', സുരഭി ഡസ്കിൽ തലവച്ചുകിടന്ന് ചിരിക്കാൻ തുടങ്ങി. ബാക്കിയുള്ളവർക്ക് കാര്യം മനസ്സിലായില്ലെങ്കിലും അവരും ചിരിതുടങ്ങി. സ്വാതി പകച്ചു. ഇത്ര ചിരിക്കാനെന്തു കാരണം? ഒരുവിധം ചിരി ഒന്നടങ്ങിയപ്പോൾ സുരഭി പറഞ്ഞു, 'സ്വാതീ നീയാ പേരിന്റെ അർത്ഥം ഒന്നാലോചിച്ചേ...'

'അർത്ഥമോ? എന്തർത്ഥം?'

'എടീ മണ്ടച്ചാരീ... അന്തക് എന്നത് അന്തകൻ എന്നതിന്റെ പരിഷ്കരിച്ച രൂപം... അന്തകൻ എന്നു വച്ചാലെന്താ?' ഒരു നിമിഷം സുരഭി നിറുത്തി. ആരെങ്കിലും പറയുന്നുണ്ടോ എന്നറിയാൻ. 'എടീ

അന്തകൻ എന്നുവച്ചാൽ അന്തംവരുത്തുന്നവൻ. അതായത് സാക്ഷാൽ കാലൻ! അന്തകൻ എന്നാൽ കാലനെന്നാടീ...'

കേൾക്കാത്ത താമസമേയുണ്ടായിരുന്നുള്ളൂ. ഇടിയൊച്ചപോലെ അവിടെ പൊട്ടിച്ചിരികൾ മുഴങ്ങി.

സ്വാതി വിളറി വെളുത്തു പോയി.

'സ്വാതീ നീ കാലനെയാണോ കെട്ടാൻ പോവുന്നത്?'

'കാലനെ കെട്ടുന്നെങ്കിൽ കെട്ടിക്കോ... പക്ഷേ അയാളുടെയൊപ്പം നീയങ്ങു പരലോകത്ത് പൊയ്ക്കളയല്ലേ... ഇവിടൊക്കെത്തന്നെ ഉണ്ടാവണേ പൊന്നേ...'

ചിരികൾക്കിടയിൽ കൂട്ടുകാർ പല കമന്റുകളും പറഞ്ഞ് അവളെ നന്നേ കളിയാക്കി.

അതിനൊക്കെ എന്തു പറയണമെന്നറിയാതെ അവൾ വിഷണ്ണയായിരുന്നു.

സുമയ്യക്ക് അവളുടെ ആ ഇരിപ്പുകണ്ട് വിഷമം തോന്നി. 'സാരമില്ലെടീ... അതു നിന്റെ കുറ്റമല്ലല്ലോ. ഓരോ പേരന്റ്സിന് ഇങ്ങനെ വിചിത്രമായ പേരുകൾ ഇടാൻ തോന്നിയാൽ പിന്നെന്തു ചെയ്യും? നിനക്കയാളെ ഇഷ്ടമായെങ്കിൽ പേരൊന്നും നോക്കണ്ട. കല്യാണം നടക്കട്ടേ... നീ വിഷമിക്കാതെ...' സുമയ്യ സ്വാതിയെ ചേർത്തുപിടിച്ചു.

'ഇല്ലെടീ ഞാൻ സമ്മതമൊന്നും പറഞ്ഞിട്ടില്ല...' സ്വാതി തോറ്റു കൊടുക്കാൻ തയാറല്ലായിരുന്നു. 'ഇതുവരെ വന്നവരെ വച്ചു നോക്കുമ്പോൾ ഇതൊരു ചെത്തുപയ്യൻ. അത്രേ പറഞ്ഞുള്ളൂ.'

'ഇക്കണക്കിനു കഴിഞ്ഞതവണ വന്നയാളിന്റെ പേരു കുറച്ചുകൂടി ബെറ്ററായിരുന്നു. എന്താ സ്വാതീ അത്? എന്തോ ഒരു ബാബു എന്നോ മറ്റോ അല്ലേ?'

'ബാബു അല്ലെടീ ബാഹു.'

കൂട്ടുകാർ തമ്മിൽ ഡിസ്കഷനായി. സ്വാതി മനസ്സിലോർത്തു, 'അങ്ങനെ ബാബു എന്നു വല്ലതുമായിരുന്നെങ്കിൽ ബാബുവേട്ടാ എന്നെങ്കിലും വിളിക്കാമായിരുന്നു... അതിനു പകരം ഒരു ബാഹു പോലും!'

പതിവു പോലെ ഇത്തവണയും സ്വാതി ആലോചന നിരസിച്ചു. പറയാൻ നല്ലൊരു കാരണവും കണ്ടു പിടിച്ചിരുന്നു അവൾ. അമ്മായിയുടെ കമന്റ്. 'എനിക്കു വേണ്ട ഇങ്ങനത്തെ ചെത്തുചെക്കനെയൊന്നും... ഇന്നലെത്തന്നെ അമ്മായി പറഞ്ഞതു കേട്ടില്ലായിരുന്നോ?'

അമ്മായി പറഞ്ഞത് അച്ഛനും അമ്മയും കേട്ടിട്ടില്ല എന്നവൾക്ക് നന്നായറിയാം. പക്ഷേ അമ്മയുടെ ശകാരത്തിൽനിന്നു രക്ഷനേടണം. അതിന് അച്ഛനെ മണിയടിക്കണം. അച്ഛന് സ്വന്തംപെങ്ങളുടെ അഭിപ്രായത്തെ അങ്ങനങ്ങ് തള്ളിക്കളയാനാവില്ലല്ലോ.

'അമ്മായി എന്തുപറഞ്ഞു?' അച്ഛൻ ചോദിച്ചു.

'അയാടെ ലോ വെയിസ്റ്റ് ജീൻസ് കണ്ടിട്ട് അമ്മായിയും മക്കളും കൂടി കളിയാക്കി ചിരിക്കയായിരുന്നു, കണ്ണു പൊത്തിക്കോ പാന്റിപ്പം ഊരിവീഴുമെന്ന് പറഞ്ഞ്...'

അച്ഛൻ പൊട്ടിച്ചിരിച്ചു. അമ്മ അവളെ രൂക്ഷമായി നോക്കി. 'ഓരോ കാരണം കണ്ടുപിടിച്ചോ...'

'നീ സമാധാനമായിരിക്ക് രേണൂ... അവൾക്ക് വിധിച്ചിട്ടുള്ളയാൾ വരുമ്പോൾ അവൾ ഒരു കാരണവും കണ്ടുപിടിക്കില്ല.'

പിറ്റേന്ന് കോളേജിൽ പോകാൻ സ്വാതിക്ക് ഒരുത്സാഹവും തോന്നിയില്ല. എങ്കിലും പോയി. വീട്ടിലിരുന്നാൽ അറുബോറല്ലേ?

അന്ന് സക്കീന വന്നതേ ചുവന്നുതുടുത്ത മുഖവുമായായിരുന്നു. ചുണ്ടുകളിൽ നാണം കലർന്നൊരു പുഞ്ചിരിയും.

കൂട്ടുകാർ അവളെ വളഞ്ഞു.

'അഷ്റഫിക്ക വരുന്നു... അടുത്താഴ്ച...'

ഓ, ഹായ് എന്നൊക്കെ ആർത്തുവിളിച്ച് അവർ ആ സന്തോഷവാർത്ത ആഘോഷിച്ചു.

'അപ്പോൾ നിക്കാഹ് ഉടനേയുണ്ടോ?'

'ഉം... അടുത്ത മാസം 25 ന്...' സക്കീന നാണിച്ചു.

'ആഹാ... ഡേറ്റും നിശ്ചയിച്ചോ?'

'ഉം...'

പിന്നത്തെ ചർച്ച മുഴുവൻ സക്കീനയുടെ നിക്കാഹിനു പങ്കെടുക്കുന്നതിനെക്കുറിച്ചായിരുന്നു. പുതിയ ചുരിദാർ വാങ്ങണം, അല്ലെങ്കിൽ അതുവേണ്ട, ലാച്ച മതി, ഫാൻസി സാരിയായാലോ?... അങ്ങനെ പോയി അത്.

തൽക്കാലം സ്വാതി രക്ഷപ്പെട്ടു. 'അന്തക് 'നെ കുറിച്ചു പറഞ്ഞ് ആരും അവളെ കളിയാക്കിയില്ല.

'എടീ ഒപ്പന കാണില്ലേ?' സാലി ചോദിച്ചു.

'ഉം...'

'അഷ്റഫിക്കാന്റെ മുത്തുബീവിയാം നമ്മുടെ സക്കീനാ

അതിരില്ലാക്കനവുകൾ കണ്ടുകണ്ട് അറയിലിരിപ്പുണ്ടേ-

മണിയറയിലിരിപ്പുണ്ടേ...'

നിമിഷകവിയായ സാലി രണ്ടുവരി ഒപ്പനപ്പാട്ടുണ്ടാക്കി. അതേറ്റു ചൊല്ലി സക്കീനക്കു ചുറ്റും നിന്നു ചുവടു വച്ചു കൂട്ടുകാർ അർമാദിച്ചു.

രണ്ടുമൂന്നു ദിവസം കൂടി കടന്നു പോയി. സക്കീനയുടെ നിക്കാഹ് വിശേഷങ്ങളൊഴിച്ച് മറ്റു പുതിയ സംഭവവികാസങ്ങളൊന്നുമില്ലായിരുന്നു കൂട്ടുകാർക്ക് ആഘോഷിക്കാൻ.

അന്ന് വൈകുന്നേരം കുറച്ചു വൈകിയാണ് സ്വാതിയും സുരഭിയും സുമയ്യയും ബസ് സ്റ്റോപ്പിൽ എത്തിയത്. അസൈൻമെന്റ് എഴുതുന്നതിനു വേണ്ടി ലൈബ്രറി ബുക്സ് റെഫർ ചെയ്യേണ്ടിയിരുന്നു. ബസ് സ്റ്റോപ്പിൽ എത്തിയതേ സുരഭിക്കും സുമയ്യക്കും പോകാനുള്ള ബസ് എത്തി. അവർ പോയി.

ബസ് സ്റ്റോപ്പിൽ തീരെ തിരക്കില്ല. സ്വാതിക്കുള്ള ബസ് വരാനിനിയും ഇരുപതു മിനിറ്റോളമെടുക്കും. അവൾ മൊബൈൽ എടുത്തു വാട്ട്സ്ആപ്പ് മെസ്സേജുകൾ നോക്കി. സാലിയുടേയും സക്കീനയുടേയും കാർത്തികയുടേയും മെസ്സേജുകൾ ഉണ്ട്. അവൾ ചാറ്റിൽ മുഴുകി.

'ഹലോ...'

ഫോണിൽ മുഖം പൂഴ്ത്തി നിന്ന സ്വാതി അരികിൽ ഒരാൾ വന്നു നിന്നതറിഞ്ഞില്ലായിരുന്നു. അവൾ ഞെട്ടി മുഖമുയർത്തി.

'ഓ...' അവൾ അറിയാതെ പറഞ്ഞുപോയി. പിന്നെ വിരലുകൾ കൊണ്ടു വായ് പൊത്തി.

തൊട്ടുമുന്നിൽ മധുരമായി പുഞ്ചിരിച്ചുകൊണ്ട് നിൽക്കുന്നു വീരേന്ദ്രബാഹു!

സ്വാതിക്ക് എന്തു പറയണമെന്നറിയില്ല. ഒരു നീണ്ട നിമിഷത്തേയ്ക്ക് അവൾ ആ മുഖത്തേയ്ക്കുതന്നെ കണ്ണു നട്ടു നിന്നുപോയി. പിന്നെ അവളുടെ മിഴികൾ കൂമ്പി. നോട്ടം നിലത്തേയ്ക്കായി. ചുണ്ടുകൾ വിറപൂണ്ടു. രക്തം ഇരച്ചുകയറി മുഖം തുടുത്തുചുമക്കുന്നത് അവൾ അറിഞ്ഞു.

'എന്നെ മനസ്സിലായോ?' അദ്ദേഹം ചിരിച്ചുകൊണ്ട് ചോദിച്ചു.

സ്വാതി ആ മുഖത്തേയ്ക്ക് നോക്കാതെ മനസ്സിലായി എന്ന അർത്ഥത്തിൽ തലകുലുക്കി.

'ഇന്നെന്താ ഇത്ര വൈകിയത്?'

'ലൈബ്രറിയിൽ പോകണമായിരുന്നു...'

'ബസ്സ് എപ്പോഴാ?'

'ഇനിയും പത്തുമിനിറ്റ് കഴിയും...'

അദ്ദേഹം ചിരിച്ചു. സ്വാതി വല്ലാതെ പതുങ്ങി നിന്നു.

ഒരിടവേളയ്ക്കു ശേഷമായിരുന്നു അടുത്ത ചോദ്യം വന്നത്.

'പിന്നെ... പറഞ്ഞില്ലല്ലോ... എന്നെ ഇഷ്ടമായോ?'

ആ ചോദ്യത്തിനു മുന്നിൽ സ്വാതി തളർന്നു. മിഴികളുയർത്തി ആ മുഖത്തേയ്ക്കു നോക്കാൻ കഴിയുന്നില്ല. ഒരു നീണ്ട മൌനത്തിന്റെ ഇടവേളയ്ക്കു ശേഷം അവൾ മെല്ലെ തലയാട്ടി.

'അച്ഛന്റെ കാൾ ഒന്നും വന്നില്ല...'

'അച്ഛൻ... ചിലപ്പോൾ...', വരണ്ടുപോയ തൊണ്ടയിൽ ശബ്ദം തടവിലാക്കപ്പെട്ടു.

താൻ വേണ്ട എന്നു പറഞ്ഞതു കൊണ്ടാണ് അച്ഛൻ വിളിക്കാത്തത് എന്നുപറയാൻ പറ്റുമോ? അതുകൊണ്ട് അച്ഛൻ മറന്നതായിരിക്കും എന്നുപറയാനാണു സ്വാതി തുനിഞ്ഞത്. പക്ഷേ ശബ്ദം പുറത്തേക്കു വരണ്ടേ?

അതു നന്നായി എന്നു പിന്നെ തോന്നി. ഇത്തരം കാര്യങ്ങളിൽ ആർക്കും മറവി വരില്ലല്ലോ.

'ഓകെ ഓകെ... അച്ഛനും കൂടി ഇഷ്ടമാകണമല്ലോ അല്ലേ?... ഇറ്റ്സ് ആൾ റൈറ്റ്... ഡോണ്ട് വറി...'

ഒരു കുറ്റബോധത്തോടെ സ്വാതി അദ്ദേഹത്തിന്റെ നേർക്ക് മിഴിയുയർത്തി. അദ്ദേഹം മധുരതരമായി പുഞ്ചിരിച്ചു. ആ ചിരിക്ക് വല്ലാത്തൊരു ഭംഗിയുണ്ടെന്ന് സ്വാതിക്കു തോന്നി.

വീണ്ടും ആ തോന്നലുമുണ്ടായി, എന്നോ എവിടെയോ ഈ മുഖം താൻ കണ്ടിട്ടുള്ളതല്ലേ?

അവൾ ലജ്ജയോടെ മിഴികൾ താഴ്ത്തി.

ബസ് വരുന്നുണ്ടായിരുന്നു.

'ബസ്സ് വരുന്നു...' സ്വാതി നേർത്ത ശബ്ദത്തിൽ പറഞ്ഞു.

'ഓകെ... കയറിക്കോളൂ...'

ബസ്സ് വന്നു നിന്നപ്പോൾ സ്വാതി മിഴികൾ കൊണ്ട് യാത്ര ചോദിച്ചു.

'ഓകെ. ബൈ', വീരേന്ദ്രബാഹു യാത്രാനുമതി നൽകി.

സ്വാതി ചെറുതായി പുഞ്ചിരിച്ചതേയുള്ളൂ.

ബസ്സിൽ സൈഡ് സീറ്റ് തന്നെ കിട്ടി. എങ്കിലും അവൾ പുറത്തേയ്ക്ക് കണ്ണയച്ചില്ല. ബാഗ് തുറന്ന് ഏതോ നോട്ടുബുക്കിനകത്തിരിക്കുന്ന കൺസഷൻ ടിക്കറ്റ് തിരഞ്ഞുപിടിച്ചെടുക്കുകയാണെന്ന് ഭാവിച്ചിരുന്നു, യഥാർത്ഥത്തിൽ അതു ബാഗിന്റെ പുറത്തേ അറയിൽത്തന്നെ ഉണ്ടായിരുന്നെങ്കിലും. കണ്ടക്ടർ ബെല്ലടിച്ചു ബസ്സ് നീങ്ങിത്തുടങ്ങിയപ്പോൾ അഭിനയം തുടരാൻ മനസ്സനുവദിച്ചില്ല. അവൾ പുറത്തേയ്ക്കു നോക്കി. വീരേന്ദ്രബാഹു പുഞ്ചിരിയോടെ കൈവീശി. സ്വാതിയും ചെറുതായി കൈവീശി.

സ്വാതിയുടെ ഉള്ളിൽ ഒരു കുളിരല ഒഴുകുകയായിരുന്നു. നല്ല ഉയരമുണ്ട്. താൻ ആ തോളിനും താഴെ മാത്രമേ വരൂ. പൌരുഷമാർന്ന മുഖത്തിന് എന്തോ ഒരു വശ്യത. പ്രത്യേകിച്ചും ആ ചിരിക്ക്.

ഒരു ചിന്തകൂടി അവളുടെ മനസ്സിലുദിച്ചു - ഷേക്സ്പിയർ!

ഒരു പേരിലൊക്കെ എന്തിരിക്കുന്നു? പേരിനെയല്ല, ആ വ്യക്തിത്വത്തെയല്ലേ കണക്കിലെടുക്കേണ്ടത്?

സ്വാതി വീട്ടിൽ ചെന്നു കയറിയ പാടേ അമ്മയെ കെട്ടിപ്പിടിച്ചൊരു ഉമ്മ കൊടുത്തു.

'പോയി കൈയും മുഖവും കഴുകീട്ട് വന്ന് എനിക്കെത്ര ഉമ്മ വേണേലും തന്നോ... കുളിച്ച് വൃത്ത്യായിരിക്കണെ എന്നെ ഇങ്ങനെ അശുദ്ധാക്കാതെ...' അമ്മ പരിഭവിച്ചു.

'ഓ അമ്മക്കിത്രേം ശുദ്ധീം വൃത്തീംക്കെ മതീട്ടോ...' അവൾ ചിരിച്ചുകൊണ്ട് മുറിയിലേക്ക് ഓടുന്നതിനിടയിൽ വിളിച്ചു പറഞ്ഞു, 'അമ്മയ്ക്കൊരു സർപ്രൈസുണ്ട് ട്ടോ...'

'ങേ? സർപ്രൈസോ?' അമ്മ അമ്പരന്നു.

സ്വാതിക്കുള്ള ചായയും പലഹാരവും എടുത്തു വയ്ക്കുന്നതിനിടയിൽ അമ്മ ആ സർപ്രൈസിനെ കുറിച്ചുതന്നെ ആലോചിച്ചു കൊണ്ടിരുന്നു. എന്താവും അത്?

സ്വാതി ഡ്രസ്സ് മാറി വന്നു. അവൾ ഉത്സാഹത്തിലാണ് എന്ന് അമ്മയ്ക്കു മനസ്സിലായി. എങ്കിലും ആ സർപ്രൈസിനെ കുറിച്ച് അങ്ങോട്ടു ചോദിക്കാൻ മുതിർന്നില്ല. അവൾ ഇങ്ങോട്ടു പറയട്ടേ.

'ഹോ വിശന്നു പൊരിഞ്ഞു...' സ്വാതി ഏത്തയ്ക്കാഅപ്പവും ചായയും ആസ്വദിച്ചു കഴിച്ചു. അമ്മ അടുത്തു തന്നെ ഇരുന്നു. ക്ഷമയോടെ കാത്തു ആ സർപ്രൈസ് എന്തെന്നറിയാനായി.

'ഇനി അമ്മ അങ്ങോട്ടു തിരിഞ്ഞിരുന്നേ...' സ്വാതി അമ്മയെ പിടിച്ചു പുറംതിരിച്ചിരുത്തി. എന്നിട്ട് അമ്മയുടെ മുതുകിൽ മുഖം ചേർത്തുവച്ചു.

'നീയിതെന്താടീ മോളേ കാട്ടുന്നത്?...'

'അതേയ്... ഞാനൊരു കാര്യം പറയാൻ പോവ്വാ...'

'ഓ ശരി... കൊഞ്ചാതെ വേഗം കാര്യം പറ...'

'അമ്മയ്ക്ക് ഭയങ്കര സന്തോഷം വരണ കാര്യാ...'

'ഓകെ സമ്മതിച്ചു... ഇനി പറയ്...'

'അമ്മേ... അമ്മേടെയാ... ഗജേന്ദ്രൻ ചേട്ടനില്ലേ?' സ്വാതി അതും പറഞ്ഞ് അമ്മയുടെ ചുമലിൽ മുഖം ചേർത്തുവച്ച് പൊട്ടിച്ചിരിക്കാൻ തുടങ്ങി.

തനിക്കു പറ്റിയ അമളിയെ കളിയാക്കുന്നതിൽ അമ്മയ്ക്ക് പരിഭവമൊന്നും തോന്നിയില്ല. അമ്മയും അവളോടൊപ്പം ചിരിച്ചുപോയി.

'ആ പറയ്. ആ ഗജേന്ദ്രൻ ചേട്ടൻ?' ആകാംക്ഷ പുറത്തു കാട്ടാതിരിക്കാൻ നന്നേ പണിപ്പെട്ടു അമ്മ.

'ആ ചേട്ടനെ... ഞാൻ... ഇന്നു ബസ്സ്സ്റ്റോപ്പിൽ വച്ചു കണ്ടു...'

'ഓ! ആണോ!? എന്നിട്ട്?' അമ്മയ്ക്ക് ആകാംക്ഷ അടക്കാൻ വയ്യാതായി.

'എന്നിട്ട്... എന്നിട്ട്... ഇഷ്ടായോന്ന് ചോദിച്ചു...'

'അയ്യോ!... നീ എന്തുപറഞ്ഞു മോളേ?' അമ്മ മകളുടെ നേർക്ക് തിരിഞ്ഞിരിക്കാൻ ശ്രമിച്ചു. പക്ഷേ സ്വാതി സമ്മതിച്ചില്ല.

'ഞാൻ...' സ്വാതി ഒരുനിമിഷം മൌനം പൂണ്ടു. 'ഇഷ്ടായീന്നങ്ങ് പറഞ്ഞമ്മേ...' ഒറ്റ ശ്വാസത്തിൽ അതും പറഞ്ഞു മുഖം പൊത്തി ചിരിച്ചുകൊണ്ട് അവൾ സ്വന്തം മുറിയിലേയ്ക്ക് ഓടി.

***

പരിസമാപ്തി

നോട്ടറി പബ്ലിക് രാധാകൃഷ്ണമേനോന്റെ വീട്. സമയം പത്തര കഴിഞ്ഞിരിക്കുന്നു. മുൻവശത്തെ വെയിറ്റിങ്ങ് റൂമിലിട്ട കസേരകളിൽ മൂന്നാലുപേർ ഇരിപ്പുണ്ട്. ആ കൂട്ടത്തിൽ ഒരു പെൺകുട്ടിയുണ്ട്. അത് വ്യാകുലം എന്ന പേരുകാരിയായ കോളേജ് വിദ്യാർത്ഥിനിയാണ്.

പരിചയക്കാരല്ലാത്തതിനാൽ ആരും തമ്മിൽത്തമ്മിൽ സംസാരിക്കുന്നില്ല.

ഒരാൾ കൂടി അങ്ങോട്ടു കടന്നുവന്നു. വന്നയാളെ കണ്ട് വ്യാകുലം ഭവ്യതയോടെ എഴുന്നേറ്റുനിന്നു കൈകൂപ്പി. വന്നയാളും തിരിച്ച് കൈകൂപ്പി പ്രത്യഭിവാദ്യം ചെയ്തു.

വന്നയാൾ മനോഹരൻ എന്ന കോളേജ് അദ്ധ്യാപകനായിരുന്നു. വ്യാകുലത്തിന് അദ്ധ്യാപകനെ അറിയാം. മനോഹരന് വ്യാകുലത്തെ അറിയില്ലെങ്കിലും തന്റെ കോളേജിലെ വിദ്യാർത്ഥിനി ആയിരിക്കുമെന്ന് പെരുമാറ്റരീതി കണ്ട് ഊഹിച്ചു.

മനോഹരൻ വ്യാകുലത്തിന്റെ സീറ്റിനടുത്തായി കിടന്ന കസേരയിൽ ഇരുന്നുകൊണ്ട് ചോദിച്ചു, 'കുട്ടി എന്താ ഇവിടെ?'

'സർ... ഞാൻ... എന്റെ പേരു മാറ്റാൻ വന്നതാണ്.' വ്യാകുലം ഒരല്പം മടിയോടെ താഴ്ന്ന ശബ്ദത്തിൽ പറഞ്ഞു.

'പേരിനെന്താ കുഴപ്പം? കുട്ടിയുടെ രൂപത്തോടു യോജിക്കാത്ത പേരാണോ?'

അദ്ധ്യാപകന്റെ ആ ചോദ്യം വ്യാകുലത്തിനു മനസ്സിലായില്ല. അവൾ ഒന്നും പറയാതെ ചിരിച്ചു കൊണ്ടിരുന്നതേയുള്ളൂ.

'ആട്ടേ, എന്താ കുട്ടിയുടെ പേര്?'

'സർ, എന്റെ പപ്പയും മമ്മയും വ്യാകുലമാതാവിന്റെ വലിയ ആരാധകരാണ്. മാതാവിനോട് മുട്ടിപ്പായി പ്രാർത്ഥിച്ചിട്ടാണ് ഞാൻ ജനിച്ചതെന്നാണ് മമ്മ പറയുന്നത്. അതുകൊണ്ട് മമ്മ എനിക്ക് വ്യാകുലം എന്ന് പേരിട്ടു. മമ്മയ്ക്ക് വലിയ പഠിപ്പൊന്നും ഇല്ല സർ. മാതാവിന്റെ പേരെന്നു കരുതിയാണ് മമ്മ അങ്ങനെ പേരിട്ടത്. ആ വാക്കിന്റെ അർത്ഥമൊന്നും പപ്പയ്ക്കും എനിക്കും അറിയില്ലായിരുന്നു. ഇപ്പോൾ കോളേജിലെ ഒരു കൂട്ടുകാരിയാണ് അതു പറഞ്ഞു തന്നത്. പേരു മാറ്റണമെന്ന് ആ കൂട്ടുകാരി പറഞ്ഞു.'

'അതേ, അതു മാറ്റേണ്ടതു തന്നെയാണ്.' മനോഹരൻ ചിരിച്ചുകൊണ്ട് അതു സമ്മതിച്ചു.

വ്യാകുലവും ചിരിച്ചു.

'അപ്പോൾ പുതിയ പേരെന്താണ്?'

'മറിയം സോഫിയ. ഇതിൽ മാതാവിന്റെ പേരും ഉണ്ട്, എന്നാൽ ഫാഷൻ പേരും ആണെന്നു പറഞ്ഞ് ആ കൂട്ടുകാരി തന്നെ പറഞ്ഞു തന്നതാണു സർ.'

'നല്ല കൂട്ടുകാരി. ചങ്ങാതി നന്നായാൽ കണ്ണാടി വേണ്ട. കേട്ടിട്ടില്ലേ?'

വ്യാകുലം ഉവ്വെന്നു തലയാട്ടി.

'സാറെന്താ ഇവിടെ?' തിരിച്ചും ഒരു കുശലം ചോദിക്കണമല്ലോ.

'കുട്ടി വന്ന അതേ കാര്യത്തിനു തന്നെയാണ്...'

'പേരു മാറ്റാനോ?' വ്യാകുലം അൽഭുതപ്പെട്ടു. 'അതിനു സാറിന്റെ പേരു നല്ലതാണല്ലോ?'

'പേര് നല്ലതു തന്നെ. പക്ഷേ ആ പേര് എന്റെ രൂപത്തിന് ചേർന്നതല്ലല്ലോ.'

'അയ്യോ! അതെന്താ സർ അങ്ങനെ തോന്നുന്നത്?'

'വാസ്തവത്തിൽ എന്റെ പേര് എന്റെ രൂപത്തിനിണങ്ങുന്നതാണോയെന്ന് ഇതുവരെ ചിന്തിച്ചിട്ടില്ലായിരുന്നു. പക്ഷേ ഇപ്പോൾ ഒരാൾ അതു ചൂണ്ടിക്കാട്ടി. അപ്പോഴാണ് കണ്ണാടിയിൽ കാണുന്ന എന്റെ പ്രതിരൂപത്തെ ഒന്നു വിമർശനാത്മകമായി വിലയിരുത്തണമെന്ന് തോന്നിയത്. നല്ല വെളിച്ചത്തിൽ ഞാനെന്റെ മുഖം കണ്ണാടിയിൽ പരിശോധിച്ചു. അപ്പോൾ ആ പറഞ്ഞത് ശരിയാണെന്ന് ബോധ്യമായി. അതിപ്പോൾ കുട്ടിക്കും മനസ്സിലായിക്കാണുമല്ലോ അല്ലേ എന്റെ പേരും രൂപവും തമ്മിലുള്ള വൈരുദ്ധ്യം? ഇല്ലേ? മനോഹാരിത ലവലേശമില്ലാത്ത എനിക്ക് എന്തിന് മനോഹരൻ എന്ന പേര്? അല്ലേ?'

എന്തു പറയണമെന്നറിയാതെ വ്യാകുലം ഒരു നിമിഷം കുഴങ്ങി.

'അതിപ്പോൾ... മനോഹാരിത മനസ്സിനല്ലേ സർ വേണ്ടത്?'

'മനസ്സിന്റെ മനോഹാരിത ആരു കാണുന്നു കുട്ടീ?'

വ്യാകുലത്തിന് അതിനു മറുപടിയില്ലായിരുന്നു.

'അപ്പോൾ പുതിയ പേരെന്താണ് സർ?'

'വിരൂപാക്ഷൻ... ശിവന്റെ നാമമാണ്. അതറിയാത്തവർ, വിരൂപമായ അക്ഷങ്ങളോടുകൂടിയവൻ ആരോ അവൻ എന്ന് വിവക്ഷിച്ച് ബഹുവ്രീഹി സമാസത്തിനു ഒരു ഉദാഹരണമായി പറഞ്ഞോട്ടേ...' മനോഹരൻ ചിരിച്ചു.

ആ ചിരിയിൽ ഒരു ദു:ഖം ഒളിഞ്ഞു കിടക്കുന്നില്ലേ? വ്യാകുലം സംശയിച്ചു. അവളുടെ മനസ്സിലും ദു:ഖത്തിന്റെ ഒരു ചെറുമുള പൊട്ടി. എങ്കിലും അതു പുറത്തുകാട്ടാതെ ആദരവോടെ അദ്ധ്യാപകൻ പറഞ്ഞ തമാശ ആസ്വദിച്ചു എന്ന മട്ടിൽ പുഞ്ചിരിച്ചു.

ഇരുവരുടേയും സംസാരം മറ്റു രണ്ടുപേർ ശ്രദ്ധിക്കുന്നുണ്ടായിരുന്നു. അതിലൊരാൾ എഴുന്നേറ്റ് മനോഹരന്റെ അടുത്തു വന്നിരുന്നു. 'ഞാനും പേരു മാറ്റാനാണ് വന്നത്.'

'എന്താണ് പ്രശ്നം?' മനോഹരൻ ചോദിച്ചു.

'എന്റെ അതേ പേരുള്ള മറ്റൊരാൾ ഈ സിറ്റിയിലുണ്ട്. അയാൾ ഒരു വിടനാണെന്നാണ് സംസാരം. അയാൾ ഞാനാണെന്ന് പലരും സംശയിക്കുന്നു. അതുകൊണ്ട്...'

തന്നെക്കുറിച്ചു തന്നെയാണ് വിടനെന്ന സംസാരമുള്ളത് എന്ന് ഇവരാരും അറിയാൻ പോണില്ലല്ലോ എന്ന് മന്മഥൻപിള്ള മനസ്സാലേ ആശ്വസിച്ചു.

'എന്താണ് ആ വിടന്റെ പേര്, എന്താണ് ഇദ്ദേഹം സ്വീകരിക്കാൻ പോകുന്ന പുതിയ പേര്?'

'മന്മഥൻ എന്നാണ് അയാളുടെ പേര്. എന്റേയും. അതു മാറ്റി എന്റെ പേര് ഞാൻ വിനയചന്ദ്രൻ നായർ എന്നാക്കുന്നു.' മന്മഥൻ പിള്ള ചിരിച്ചു.

മറ്റൊരാൾ കൂടി അവരുടെ അടുക്കലേയ്ക്ക് കസേര നീക്കിയിട്ടു. 'ഞാനും വന്നത് അതിനു തന്നെ. പേരിൽ ഒരല്പം മാറ്റം വരുത്താൻ... എന്റെ പ്രതിശ്രുതവധു പറയുന്നു, എന്റെ പേരു കേട്ടാൽ മലയാളിയല്ലെന്നു തോന്നും, കൂട്ടുകാർ കളിയാക്കുന്നു പോൽ... ഇനി എന്റെ പേരിനെച്ചൊല്ലി അവൾക്കൊരു വിഷമം വേണ്ട. എന്റെ വീരേന്ദ്രബാഹു എന്ന പേര് ഞാൻ ഹരീന്ദ്രബാബു എന്നാക്കുന്നു. അച്ഛനമമ്മയും ഇട്ട പേര് മാറ്റേണ്ടി വരുന്നതിൽ എനിക്കൊരല്പം ദു:ഖമുണ്ടെങ്കിലും അവർക്ക് അതിൽ എതിർപ്പില്ല... എന്നു മാത്രമല്ല, ഇപ്പോൾ അവർക്കും തോന്നുന്നു പോലും മകന് ഇട്ട പേര് ഇത്തിരി വിചിത്രമായി പോയെന്ന്...' വീരേന്ദ്ര ബാഹു ചിരിച്ചു.

രാധാകൃഷ്ണമേനോൻ ഈ നാലുപേരുടേയും പേരു മാറ്റുക എന്ന ആവശ്യം പരിശോധിച്ചു. വ്യാകുലത്തിന്റെ പേരു മാറ്റേണ്ടതു തന്നെയാണ്. അതിൽ തർക്കമില്ല. ബാക്കി മൂവരുടേയും ആവശ്യം വെറും അനാവശ്യം. അദ്ദേഹം ചിന്തിച്ചതേയുള്ളൂ, പുറത്തു പറഞ്ഞില്ല. ഇതൊക്കെ വ്യക്തിപരമായ ഇഷ്ടങ്ങൾ. അതിൽ താൻ അഭിപ്രായം പറയേണ്ടതില്ല.

നാലുപേർക്കും പേരു മാറ്റാനുള്ള നടപടിക്രമങ്ങൾ വിശദീകരിച്ചു കൊടുത്തു അദ്ദേഹം.

*** *** ***

പത്തു വർഷം കടന്നു പോയിരിക്കുന്നു മേല്പറഞ്ഞ സംഭവങ്ങൾ നടന്നിട്ട്. ഇന്ന് വിരൂപാക്ഷനും മറിയം സോഫിയയും കോളേജദ്ധ്യാപക ദമ്പതികളാണ്.

വിരൂപാക്ഷന്റെ മനസ്സിന്റെ മനോഹാരിതയ്ക്കാണ് മറിയം സോഫിയ പ്രാധാന്യം കല്പിച്ചത്. കോളേജ് പഠനകാലത്ത് മലയാളം ഒരു വിഷയമായി പഠിക്കാനില്ലായിരുന്നെങ്കിലും അവൾ ഇടയ്ക്കിടെ മലയാളം ഡിപ്പാർട്ട്മെന്റിൽ പോയി ആ അദ്ധ്യാപകനെ കണ്ട് സൌഹൃദം പുതുക്കുമായിരുന്നു. അപ്പോഴൊന്നും അവളുടെ മനസ്സിൽ അദ്ദേഹത്തെ പ്രണയിക്കണം എന്നൊരു ചിന്ത ഇല്ലായിരുന്നു. ആ അദ്ധ്യാപകന്റെ മനസ്സിലും അതില്ലായിരുന്നു.

പോസ്റ്റ് ഗ്രാഡുവേഷൻ കോഴ്സിന്റെ അവസാന ദിനങ്ങളെത്തിയപ്പോൾ മറിയം സോഫിയയെ ഒരു ചിന്ത വല്ലാതെ അലട്ടി. ഈ കോളേജിൽ നിന്ന് പിരിയുകയാണ്. ഇനി എങ്ങനെ വിരൂപാക്ഷൻ സാറിനെ കാണും?

ഫൈനൽ പരീക്ഷയുടെ അവസാനദിനം. പരീക്ഷ എഴുതിക്കഴിഞ്ഞ് അവൾ മലയാളം ഡിപ്പാർട്ട്മെന്റിലേക്ക് നടന്നു. സാറിനെ കണ്ട് അനുഗ്രഹം വാങ്ങണം, യാത്ര പറയണം.

'സർ, ഇന്നു ലാസ്റ്റ് എക്സാം ആയിരുന്നു... ഈ കോളേജിനോട് വിട പറയുകയാണ്. സാറിന്റെ അനുഗ്രഹം വേണം...', മറിയം സോഫിയയുടെ ശബ്ദം ചെറുതായി വിറകൊണ്ടിരുന്നു.

'എന്റെയല്ല സോഫീ... ഈശ്വരന്റെ അനുഗ്രഹമാണ് വേണ്ടത്. എല്ലാ നന്മയും ഭവിക്കട്ടേ.'

'സർ... ഞാൻ... ഒന്നു കൂടി ചോദിക്കട്ടേ?'

'പിന്നെന്താ? ധൈര്യമായി ചോദിച്ചോളൂ...'

മറിയം സോഫിയ ധൈര്യമായി തന്നെ ചോദിച്ചു, ‘സർ... സാറിന്റെ ജീവിതത്തിലേയ്ക്ക് എന്നെക്കൂടി കൂട്ടുമോ?’

വിരൂപാക്ഷൻ അന്തിച്ചു പോയി. വർഷങ്ങൾക്കു മുൻപ് താൻ സുമിതയോട് ചോദിച്ച അതേ ചോദ്യം അതേ രീതിയിൽ ഇപ്പോൾ ഒരു പെൺകുട്ടി തന്നോട് ചോദിച്ചിരിക്കുന്നു! അതും, യാതൊരു വിധമായ വളച്ചുകെട്ടലുകളോ മുഖവുരയോ ഇല്ലാതെ!!

സുമിതയുമായുള്ള ആ സംഭവത്തിനു ശേഷം, തീരെ മനോഹരമല്ലാത്ത തന്റെ ആകാരത്തെക്കുറിച്ച് അതീവ ബോധവാനാകുകയും അക്കാരണം കൊണ്ടു തന്നെ ഒരു പെൺകുട്ടിയും തന്റെ വധുവാകാൻ ഇഷ്ടപ്പെടില്ലെന്ന് ഉറച്ചു വിശ്വസിക്കുകയും ചെയ്തിരുന്നു അയാൾ. ഇപ്പോഴിതാ...

കുറേ നിമിഷങ്ങളുടെ അമ്പരപ്പിനു ശേഷം അയാൾ പറഞ്ഞു, ‘മറിയത്തിന്റെ വീട്ടുകാർക്കിഷ്ടമാകുമോ? ഇഷ്ടമാകുമെങ്കിൽ എനിക്കു സമ്മതം തന്നെ.’

ഇരുവീട്ടുകാർക്കും എതിർപ്പില്ലായിരുന്നു. മകൻ ഒന്നു കല്യാണം കഴിച്ചു കാണാൻ ആഗ്രഹിച്ചിരുന്നു വിരൂപാക്ഷന്റെ അമ്മ. മകളെ ഒരു കോളേജ് അദ്ധ്യാപകൻ വിവാഹം കഴിക്കുന്നത് ചിന്തിക്കാൻ പോലും വയ്യായിരുന്നു പാപ്പച്ചനും ഏലിക്കും. വരൻ വ്യാകുലമാതാവിനെ ആരാധിക്കുന്ന ആളല്ലെങ്കിലും, ഇതും വ്യാകുലമാതാവിന്റെ കനിവാണെന്ന് ആ പാവപ്പെട്ട ദമ്പതിമാർ കരുതി. വിരൂപാക്ഷനും മറിയം സോഫിയയും വിവാഹിതരായി. ഇന്ന് അവർ കോളേജിനടുത്തു തന്നെ ഒരു ചെറിയ വീട് സ്വന്തമാക്കി സ്വസ്ഥമായി കഴിയുന്നു. അവരുടെ ദാമ്പത്യവല്ലരിയിൽ രണ്ടു നവകുസുമങ്ങളും വിടർന്നു.

വിനയചന്ദ്രൻ നായർ സ്ഥലം മാറ്റം നേടി ഭാര്യയും മക്കളുമായി അനേകം മൈലുകൾക്കപ്പുറമുള്ള മറ്റൊരു സിറ്റിയിലേക്ക് ചേക്കേറി. മന്മഥൻ പിള്ള എന്ന സ്ത്രീലമ്പടന്റെ ഭാര്യ, മക്കൾ എന്ന ദുഷ്പേര് തന്റെ കുടുംബത്തിനു നല്ലതല്ല. സ്ത്രീശരീരസ്പർശനവാഞ്ഛ നിയന്ത്രിക്കാൻ അയാൾ പഠിച്ചു. ആദ്യമൊക്കെ അതു ദുഷ്കരമെന്നു തോന്നിയെങ്കിലും അതിലയാൾ വിജയിച്ചു. ഒരിക്കൽ നിറുത്തിയത് ഇനി ഒരിക്കലും തുടങ്ങില്ലെന്നും അയാൾ മനസ്സുകൊണ്ട് ശാഠ്യം പിടിച്ചു. മക്കളിപ്പോൾ കോളേജ് കുമാരന്മാരാണ്. അവരോട് അയാൾ ഉപദേശിക്കും, കൂടെയുള്ള പെൺകുട്ടികളെ സ്വന്തം സഹോദരിമാരായി കണ്ട് അവർക്ക് ആവശ്യം വരുന്ന സന്ദർഭങ്ങളിൽ സുരക്ഷയൊരുക്കുന്ന സഹോദരന്മാരായി തീരണമെന്ന്. ആ രണ്ട് ആൺകുട്ടികളും അച്ഛന്റെ ഉപദേശം കടുകോളം പോലും തെറ്റാതെ അനുസരിച്ചു.

ഹരീന്ദ്രബാബു സ്വാതിയെ വിവാഹം കഴിച്ച് സ്വന്തം അച്ഛനമ്മമാരോടൊപ്പം സസന്തോഷം കഴിയുന്നു. ഒരു വികൃതിക്കുരുന്നും കൂടെയുണ്ട്. തീവ്രപ്രണയികളായ കമിതാക്കളെപ്പോലെയാണ് ഇന്നും അവർ. 'ഉണ്ണ്യേട്ടാ' എന്നാണു സ്വാതി ഭർത്താവിനെ വിളിക്കുക. വീരേന്ദ്രബാഹു എന്ന പേരു നൽകിയ മകനെ അച്ഛനമ്മമാർ വിളിച്ചിരുന്നത് ഉണ്ണി എന്നായിരുന്നു. ആ പേര് സ്വാതിക്കു നന്നേ ഇഷ്ടമായി. വികൃതിത്തരങ്ങളുടേയും ഉത്തരവാദിത്വമില്ലായ്മയുടേയും പര്യായമായിരുന്ന സ്വാതി എന്ന കോളേജുകുമാരി മിടുക്കിയും സ്നേഹമയിയുമായ ഒരു കുടുംബിനിയായി വളർന്നതു കണ്ട് അവളുടെ അമ്മ രേണു ഏറെ അതിശയിച്ചു പോയിരുന്നു.

കാലം മാറുന്നു. ലോകം മാറുന്നു. മനുഷ്യരും മാറുന്നു. ആരോ പറഞ്ഞതുപോലെ മാറ്റത്തിനു മാത്രമാണ് മാറ്റമില്ലാത്തത്.

*****

www.ingramcontent.com/pod-product-compliance
Lightning Source LLC
LaVergne TN
LVHW091305150826
845673LV00006B/1547

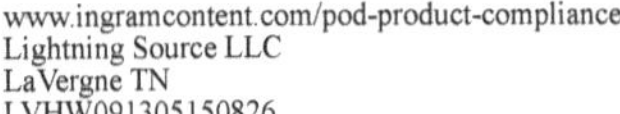

* 9 7 9 8 8 9 4 7 5 7 7 6 6 *